கலவை
வியர்வை மனிதர்களின் ஒப்பனையற்ற வாழ்வு

ம.காமுத்துரை

விகடன்
பிரசுரம்

Title: KALAVAI
© M.KAMUTHURAI

ISBN: 978-93-94265-20-2

விகடன் பிரசுரம்: **1119**

நூல் தலைப்பு:
கலவை

நூல் ஆசிரியர்:
© ம.காமுத்துரை

முதற்பதிப்பு : **டிசம்பர், 2023**
விலை : ₹ **230**

பதிப்பாளர்:
பா.சீனிவாசன்

துறைத்தலைவர்:
எம்.அப்பாஸ் அலி

முதன்மைப் பொறுப்பாசிரியர்:
அ.அன்பழகன்

தலைமை உதவி ஆசிரியர்:
ப.சுப்ரமணி

தலைமை வடிவமைப்பு:
மா.முகமது இம்ரான்

இந்தப் புத்தகத்தின் எந்த ஒரு பகுதியையும் பதிப்பாளரின் எழுத்துபூர்வமான முன் அனுமதி பெறாமல் மறுபிரசுரம் செய்வதோ, அச்சு மற்றும் மின்னணு ஊடகங்களில் மறுபதிப்பு செய்வதோ காப்புரிமைச் சட்டப்படி தடை செய்யப்பட்டதாகும். புத்தக விமரிசனத்துக்கு மட்டும் இந்தப் புத்தகத்திலிருந்து மேற்கோள் காட்ட அனுமதிக்கப்படுகிறது.

விகடன் பிரசுரம்
757, அண்ணா சாலை, சென்னை-600 002.

மொபைல்: 80560 46940 / 95000 68144
Website: http://books.vikatan.com
e-mail: books@vikatan.com

பதிப்புரை

எளிய மனிதர்களின் வாழ்வில் ஒளிவு மறைவு, சூழலுக்கு ஏற்ப மாறுதல் என்பது எப்போதும் இருக்காது. அவர்கள் அவர்களின் வாழ்க்கை போகும் போக்கிலேயே செல்பவர்கள். வாழ்க்கையில் ஏற்படும் ஏற்ற தாழ்வுகளை அதன் போக்கிலேயே ஏற்றுக்கொண்டு வாழ்பவர்கள் அவர்கள்.

அப்படிப்பட்ட எளிய, விளிம்புநிலை மனிதர்களின் வாழ்வியலைக் களமாகக் கொண்டது இந்தக் கலவை நாவல். கட்டடம் எழுப்ப தேவைப்படும் இயந்திரங்களில் கலவை கலக்கும் இயந்திரமும் ஒன்று. அந்தக் கலவைத் தொழிலில் ஈடுபடும் தொழிலாளர்களின் வாழ்வை, உழைப்பை மையமாகக்கொண்டு செல்கிறது இந்த நாவல்.

பூங்கொடி எனும் பெண்ணின் வாழ்வில் ஏற்படும் ஏமாற்றம் அவளை என்னவாக ஆக்கியது என்பதை இதன் முடிவில் சொல்லப்பட்டுள்ளது. மாற்றத்தை ஏற்றுக்கொண்டு வாழ்க்கையின் அடுத்த கட்டத்துக்குச் செல்வதுதான் மனித இயல்பு என்பதை அழகாகச் சொல்கிறது இது.

இதில் வரும் கட்டடத் தொழிலாளர்களின் வாழ்க்கை முறையோடு படிக்கும் வாசகனும் அவர்களோடு வாழ்ந்துகொண்டிருக்கும் நிலைக்கு காமுத்துரையின் எழுத்து கொண்டு செல்கிறது.

இனி, கலவையான மனிதர்களின் வாழ்வியலைக் காணலாம்!

வீரியமிக்க விளிம்பின் குரல்

கிட்டதத்தட்ட நாற்பதாண்டுகளாக இலக்கிய உலகில் கோலேச்சும் எழுத்தாளுமை, மதிப்புக்குரிய தோழர் ம.காமுத்துரை அவர்கள். இவரது எழுத்துகளின் முதன்மைத் தன்மையாக நாம் அறிவது, உணர்வது, புனைவிலக்கியத்தில் விளிம்பு நிலைக் குரலாக எப்போதும் ஒலிக்கும் இவரின் படைப்புகள்தான். அடித்தட்டு மக்களின் வாழ்வை - வலியைக் கலைப்படுத்தும் காமுத்துரை அந்த மக்களின் சொற்களிலேயே அதை வரைவதில் தமிழ்ச் சூழலில் வல்லமையுடையவர்களில் மிகச்சிறந்த ஒருவராக இருக்கிறார்.

சாதாரணமாகப் பொருள்களை அளவீடு செய்வதற்கான உபகரணங்கள் பலவகைப்பட்ட மாதிரிகளில் நம்மிடமிருக் கின்றதைப்போல, துல்லியமான அளவீட்டுக் கருவிகள் இலக்கியத்தின்பால் நம்மிடமில்லை. நாம்தான், நாம் ஒவ்வொருவரும்தான் கலையின், இலக்கியத்தின் அளவீடாக இருக்கிறோம். எனவே, காமுத்துரையின் அளவீடு என்பது இந்த உன்னத வாழ்வின் விளிம்புநிலை மனிதர்களின் வாழ்வுப் பரப்பில் மேவும் சுவீகாரமாக இருக்கிறது. அதை அதனளவில் அப்படியே உள்வாங்கும் இந்த தெளிவான சுவீகாரமே தோந்த கதைகளாக அந்நியப்பட்டவர்களுக்கும் அதைக் கொண்டுசேர்ப்பதில் வெல்கிறது.

இந்த வெற்றி அங்குமிங்குமாக ஏற்றத்தாழ்வுளாகக் கிடக்கும் சமூகச் சமன்பாட்டுக்கு அத்தியாவசியமானது. கலையின் ஜனநாயக முகம். இதனடிப்படையில் சிறுகதை, நாவல் என தனது தனித்துவமான படைப்புலகை கால இடைவெளியின்றி சீரான பயணமாக நிகழ்த்தும் அவரிடமிருந்து எழுத்துகள் பொங்கிப் பெருகி வந்த வண்ணமே இருக்கின்றன. தமிழ் இலக்கியத் தடத்தில் பலரிடத்திலும் அவ்வப்போது சில தேக்க நிலைகளைக் கண்டிருக்கிறோம். ஆனால், சிறிதும் தளர்வின்றி அரை நூற்றாண்டை நோக்கிப் பாய்கிறது காமுத்துரையின் எழுத்து. சத்தமின்றி ஒரு சகாப்தமாக மலர்ந்திருக்கிற இதைக் கொண்டாட்டத்துக்கான ஒன்றாகக் கவனப்படுத்துகிறேன்.

'குதிப்பி', 'கோட்டை வீடு', 'மில்', 'கொடி வழி' போன்ற முக்கியப் புதினங்களை நான் முன்னமே வாசித்திருக்கிறேன். காமுத்துரையின் இருப்பில் இன்னும் ஒன்றை நான் சிறப்பாகக் கருதுவது, அவர் இலக்கிய உலகின் எல்லா முனைகளிலும் பாகுபாடின்றி அங்கீகரிக்கப்பட்டிருக்கிறார். தமிழ்ச் சூழலில் இது அபூர்வமானதும்கூட. அவர் எழுத்தின் வழி இதைச் சாத்தியப்படுத்தியிருப்பதாக உறுதிப்படுத்தலாம். காமுத்துரையின் எழுத்து என்பதே இந்த உறுதிப்பாட்டின் சாட்சியமாகச் சொல்கிறேன். காட்சியை அப்படியே எண்ணம் பிசகாமல் வாசக மனப்பரப்பில் பதித்துச் செல்லும் எழுத்தின் வலு, தன்னிடமிருந்தும் தன் நிலத்திலிருந்தும் சுவீகாரம் செய்கிற வாழ்வை வரைவதாலோ என்னவோ இவரின் எழுத்தில் குருதியோட்டம் துடிப்படங்காமல் எப்போதும் சுடச்சுட இருப்பதை அவதானிக்க இயலும். வாசிக்கும் மனங்களுக்கு உணர்ச்சிகளைக் கடத்துவதில் அனுபவமிக்க தனது எழுத்தால் ஆணுக்குள் பெண்ணையும் பெண்ணுக்குள் ஆணையும் மடைமாற்றி வாசகனைத் தனித்தவனாக இல்லாமல் நியாய அநியாயங்களின் மீது எதிர்வினை புரிய, அந்தக் கூட்டத்தில் ஒருவனாக்கிவிடும் வசீகரம் இவரின் எழுத்திலுண்டு.

கலவையை இப்போது வாசித்த இந்த அனுபவம் எனக்குள் காட்சியாகத்தான் இப்போதும் கிடக்கிறது. காட்சி என்றால் முற்றிலும் புதிய காட்சி, அபூர்வமான காட்சி. விளிம்புநிலையில் அழகிய அவதானம். இந்த அவதானம் உயிர்ப்புமிக்கது. எனவேதான் வேறு பிரதேசம் வேறு பண்பாட்டிலுள்ள ஒருவனையும் அது காட்சிக்குள் இழுத்துச் சென்று பாத்திரத்தில் ஒருவனாக்குகிறது.

ம.காமுத்துரை எழுதியிருக்கிற இந்தக் கலவை என்கிற நாவல் விளிம்பு நிலை வாழ்வியலை மையமாகக் கொண்டுள்ளது. புதினம் திறக்கின்ற வாழ்வும், அந்த வாழ்வில் வலம் வருகின்ற மனித மனுசிகளும், அவர்களின் வழக்கு மொழியும், ஒரு புதிய அனுபவத்தை ஏற்படுத்துகிறது.

கட்டுமானப் பணியிலுள்ள அடித்தட்டு உழைப்பாளிகளும் அவர்தம் நிலையிலுள்ள முதலாளிகளும் ஊடறுக்கும் கதைக் களத்தின் மையப் பாத்திரமாக பூங்கொடி இயங்குகிறாள்.

மனிதர்கள் எல்லா நிலைகளிலும் ஒருவரை ஒருவர் மிகைக்க விரும்புகின்றனர் உள்ளார்ந்த இந்த மிகைவிருப்பமே வாழ்வின் போக்கில் நாம் எண்ணவியலாத உணர்வுநிலை மாற்றங்களை

நிகழ்த்துகிறது. பரஸ்பரம் பாலியல் தேவைகள் வரை பூர்த்தி செய்துகொள்ளும், ஒத்த அன்புகொண்ட பூங்கொடியும் குரங்கு விரட்டி குமாரும் தமது உலகில் நிகழும் வாழ்வும் வலியும் முரணுமான ஒரு நேர்கோட்டு கதைக்களத்தில், அய்யம்மாள் மைதானத்தின் மத்தியக் கோடுபோல நின்று தனது இருப்பை நிலைநிறுத்தும்போது பூங்கொடியும், குரங்கு விரட்டி குமாரும் அங்குமிங்குமாக நின்றாடும் தருணம் அமைகிறது.

எதார்த்த வாழ்வென்பது நம் புனிதங்களை உடைத்துப் போடுவதாய் இருக்கிறது. கட்டுமானத் தொழிலாளியான பெண்ணொருத்தி வேலையிடத்தில் மூத்திரம் பெய்கிறாள். அது சின்ன அறை என்பதால் பாத்ரூம் என்று கருதி மூத்திரம் பெய்ததாக அவள் அய்யம்மாவிடம் கூறும்போது 'மூதேவி அதுதான் பூஜையறை'யென அய்யம்மாள் சொல்லும் பதில் காற்றில் கடந்துபோகிறது. புனிதங்களின் முந்தைய இருப்புகள் மீது என்னவெல்லாமோ நிகழ்ந்திருப்பதை கதை உலகம் போகிற போக்கில் வீசுகிறது. நம்மிடமிருக்கிற தூய்மை வாதம், பெருமைகள், தனித்த அடையாளமெனக் கட்டி புனரமைக்கப்பட்டுள்ள எல்லாவற்றின் ஆதியும் இவ்வாறான கதைகளைக் கொண்டதுதான் என்கிற சிந்தனைக்கு நம்மைக் கடத்துமிடமாக புரிந்துகொள்ளலாம். இன்றைய எல்லா புனிதங்கள் மீதும் உழைப்பவனின் ரத்தமும் சதையும் வியர்வையும் மட்டுமல்லாது அவர்களின் கழிவுகளும் கலந்திருக்கின்றன என்பதான இந்த சித்திரம் இலக்கியத்தின் புதிய பதிவாக விரிந்திருக்கிறது.

எளிய மனிதர்களுக்கு வாழ்வின் நிமித்தமான காரியங்களின் மீது எந்த வரையறையுமில்லை. அவர்கள் அவர்களின் இயல்பிலேயே வாழ்கிறார்கள். நாம்தான் அந்த நிகழ்வுகளின் மீது அதிர்ச்சிகொள்கிறோம். நல்லது என்றும் கெட்டது என்றும் தனித்த வார்த்தைகள் இல்லாத மனிதர்கள் தங்களது சேகரங்களில் உள்ள வார்த்தைகளை முன்தீர்மானங்களின்றி வீசிக்கொள்கின்றனர். மொழி தெறிப்புகளாகி பரவுகின்றன. பெண்ணாக இருக்கும் அய்யம்மாளிடம் ஆணாதிக்க சிந்தனை கதையின் போக்கிலேயே மலருகிறது. அது ஏற்கெனவே சமூகம் கட்டிவைத்திருக்கும் படிநிலைகளால் ஏற்படும் கௌரவத்தின் கூறுகளிலிருந்து தோன்றி வளரும் பண்பாடுகளில் உள்ளவையாக இருக்கிறது. அவைகளால் துரத்தப்படும் அய்யம்மாள் மெல்ல மெல்ல தானே துரத்துபவளாகவும் மாறுகிறாள்.

பூங்கொடியும் குரங்கு விரட்டி குமாரும், செடி கொடி மறைவில் அதீத அன்பின் நம்பிக்கையின் நிமித்தமாக

சங்கோஜமின்றி புணர முடிகிறது. நம்பிக்கையும் அன்பும் தகரும்போது அவ்வாறு புணர்ந்தவனை தெரியாது என்று சொல்லுவதில் தனது கௌரவத்தை மீட்டெடுக்க பூங்கொடிக்கு இயலுகிறது. குமாரின் கருவைச் சுமக்கும் அவள் வாழ்கிறாள் மற்றொரு பக்கம். அவனும் வாழ்கிறான் காலமும் வாழ்கிறது. திட்டங்கள் தந்திரங்களின்றி ஒருவரை ஒருவர் ஆளுகிறார்கள், வெல்கிறார்கள், வெள்ளந்தித்தனமாக ஒன்றை ஒன்று ஒழித்துக்கட்டவும் முயலுகிறது. இந்த வினோதமான முரண்களோடு இயங்கும் எளிய மனிதர்களின் உலகில்தான் எண்ணிலடங்காத மாயாஜாலம் நிகழ்கிறது. காமுத்துரை இந்த மனிதர்களை அவதானித்து நம்மிடம் கொண்டு சேர்ப்பதற்காக அதில் மேலோட்டமாக இல்லாமல் இரண்டறக் கலந்திருக்கிறார் என்பதை இந்தப் புதினம் நமக்குக் காட்சிப்படுத்துகிறது.

ஒரு வீடு கட்டுபவனுக்கு அது வாழ்வதற்கான கனவுகள் நிறைந்த வாழ்விடம் என்றால், அதைக் கட்டி எழுப்பும் உழைப்பாளிகளின் உலகம் அந்த வீட்டின் மீது புனிதங்களாலும் அபுனிதங்களாலும் நிறைகிறது. உழைப்புக்கு கூலியும் அங்கு உழைப்பின் நிமித்தமான ஒரு பெரும் வாழ்வும் அவர்களுக்கு வசமாகிறது. பிறகு அவர்களுக்கும் அந்த கட்டடத்துக்கும் தொடர்பற்றுப் போய்விடுகிறது. இந்த தொடர்பற்றுப் போகுதல் என்பது இந்தக் கதை மனிதர்களுக்குள்ளும் நிகழும்போது நாம் வருந்துகிறோம். மெல்லிய உணர்வுகளை, உழைப்பை, வலியை காதலை, ஆக்ரோஷத்தை, ஒரு ஆணைக் தக்கவைப்பதில் பெண் என்னும் அடையாளத்தின் வழி நிகழும் சச்சரவுகளை சித்திரமாக்கும் காமுத்துரையின் இந்த நாவல் புனிதங்களும் அபுனிதங்களும் ஊடறுக்கும் உலகம். நாம் அன்றாடம் கடந்துபோனாலும் நாம் கவனிக்காத கதை மாந்தர்கள் வாழும் உலகத்தினுள் நம் இருப்பை வசமாக்கும் நாவல் கலவை, நமது தரிசனங்களில் பார்வைப் புலனுக்கு அகப்படாத வீரியமிக்க விளிம்பின் குரல்.

நான் இப்போதும் கொஞ்சம் அதிசயமாகப் பார்க்கும் எளிய மனிதர். தனது நெடிய அனுபவங்களின்வழி வாழ்வையும் எழுத்தையும் ஒன்றாகக்கொண்டிருக்கும் தோழர் காமுத்துரையின் எழுத்து இன்னும் நீண்டதூரப் பயணத்துக்காக காத்திருக்கிறது. சலிக்காத மானுடப் பற்றாளர் இதையெல்லாம் சாத்தியப்படுத்துவார் என்றே நம்புகிறேன்.

அன்புடன்

நாகர்கோவில் **எம்.மீரான் மைதீன்**

30.11.2023

முன்னுரை

கிட்டடத்தட்ட அய்யாம்மாவும் கொசுவும் எனது வாழ்க்கையில் முக்கியமானவர்கள். பைனான்ஸ் கம்பெனியைக் காலி செய்து டேபிள் சேர்களோடு வீட்டுக்கு வந்தபோது அம்மாவின் கண்ணீருக்குப் பதில் சொல்ல முடியவில்லை. அடுத்து என்ன வேல செய்யப்போற? வெளியில் நிற்கும் பணத்தை முதலில் வசூலிக்க வேண்டும்! கம்பெனியாக இருக்கும்போதே வசூலாகாத பணம் இனிமேல் வருமா? தம்பியின் எலெக்ட்ரிக்கல் கடை வாசலில் பத்து சைக்கிள்களை வாங்கி வாடகைக்கு விட்டேன். வாடகை சைக்கிள்கடை வைக்கிற நபருக்கு பழுதுபார்க்கத் தெரிந்திருக்க வேண்டும். குறைந்தபட்சம் பஞ்சர் பார்க்கவாவது தெரிதல் அவசியம். அப்புறம், தெரிந்தவர், அறிந்தவர்களுக்கு மட்டும் சைக்கிள்களை வாடகைக்குத் தரவேண்டும். இதன் உட்பொருள் தெரியாதவர்களுக்கு வாடகைக்குத் தரக்கூடாது. விளைவு கடை ஆரம்பித்த இரண்டாவது மாதத்தில் பத்து சைக்கிள் எட்டானது. மீதமுள்ளவை பழுதுபார்க்கத் தோது இல்லாமல் மூலையில் முடங்கின.

அப்பாவின் நண்பர் போஸ்ட் மாஸ்டர் முத்துச்சாமி சாரின் ஆலோசனையில் அடுத்த தொழிலாக, கட்டடப் பணிகளுக்கான சாந்துச் சட்டி, மண்வெட்டி, கடப்பாரை, சல்லடை போன்ற பொருள்கள் வாங்கி வாடகைக்குவிட முனைந்தேன். குறைந்த முதலீட்டில் நல்ல வருமானம் தரும் என்ற அவரது ஆலோசனை பலன் தந்தது. அப்போதுதான் கான்கிரீட் போடுகிற போஸ் அறிமுகம். அதுவரை கொத்தனார்கள் ஒரு சட்டி, ரெண்டு சட்டி வாடகைக்கு எடுத்த காலத்தில் போஸுக்கு முப்பது சட்டி, நாற்பது சட்டிகள் தேவைப்பட்டன. சட்டி எடுக்க வருவது போஸானாலும் காசு தருவது போஸ் மனைவி அய்யாம்மா. அப்படி பைசா வாங்கப்போன ஒரு நாளில்தான் அவளது ஆண்மைய ஆகிருதி புலப்பட்டது. கட்டை மீசை வைத்த போஸ் அவளது கால் மணிக் கட்டுக்குக் கீழே ஊர்ந்துகொண்டிருப்பதை அறிய முடிந்தது. ஆணுக்கு ஆண், பெண்ணுக்குப் பெண், நிர்வாகத்துக்கு மதியூகமான நிர்வாகி என, குடும்பத்திலும், வேலைத்தளத்திலும் அவள் எடுக்கும் முடிவுகள், ஐம்பது அறுபது பேர்களை ஏவி வேலை வாங்கும் திறன், அதிகாரிகளிடமும் தனக்கு வேலை தருபவர்களிடமு பழகும் முறை அத்தனை சிலாக்கியமாய் இருந்தது.

அதுபோல கொசுவு என அழைக்கப்படும் சண்முகம். இதுதான் தன்னுடைய சொந்தப் பெயர் என்பதை அறிவானா எனத் தெரியவில்லை. முன்றிலாடும் அணிலை ஒத்த சிறுத்த முகமும் வயதுக்கு மீறின துருதுருப்பும் எவரிடத்தும் வாஞ்சனையான அணுகுமுறையும் கொண்ட பதினாறு வயதுடைய கடும் உழைப்பாளி. குறிப்பாக அய்யாம்மாளுக்கு காலடிச் செருப்பாக நிழலாகத் திரிந்தவன். இவர்களுடன் ஏறத்தாழ மூன்று நான்கு வருடம் நெருக்கமான பழக்கம், சமையல்காரர்களைப்போல இவர்களிடத்தும் அறியாமையும் மூடநம்பிக்கைகளும் மலிந்திருந்தன. அவை எங்கு, யாரிடம்தான் இல்லை! இந்த இருவர்தான் இந்நாவல் எழுத சூத்திரதாரிகளாக அமைந்தவர்கள்.

ஆனாலும் சொந்த வாழ்வை எளிமையாகவும், செய்யும் தொழிலை தெய்வமாகவும் மதித்தவர்கள் சித்தாள்கள் என குறைந்த கூலிக்கு அமர்த்தப்படுகிற பெண்களே இங்கே எனக்குப் போதிமரமானவர்கள். ஆமாம். எனது பார்வையில் ஆண்களைவிட மும்மடங்கு அக்கறை கொண்டு ரௌத்திரமாய்ப் பணிசெய்பவர்கள் அவர்கள்தான். ஒரே நேரத்தில் வேலைத்தளம், பிள்ளைகள், தவிர புருசனையும் சேர்த்தே கவனிக்க வேண்டிய இடத்தில் தள்ளப்பட்டவர்கள். இப்படியான சூழலில்தான் அய்யாம்மாவும் பூங்கொடியும் என்னுள் கவனப்பட்டனர். எல்லா தொழில்களையும்போலவே கட்டுமானத் தொழிலும் கால மாற்றத்தில் எண்ணத்தில் அடங்காத மாற்றங்களை அடைந்தது. அதனிசைவாக மனித உறவுகளிலும் உண்டான மாறுபாடுகளையே கலவை நாவல் முன்னிறுத்துகிறது. ஒரு பார்வையாளனாக நான் கண்டடைந்த வாழ்க்கையை கொஞ்சம் புனைவு முலாம் பூசித் தந்திருக்கிறேன். ஆனாலும் இன்றைக்கும் இவர்களோடுதான் அசலாக வாழ்ந்துகொண்டுமிருக்கிறேன். நகலின் பிரதிதான் உங்கள் கைகளில். ஆனாலும் வாசிக்கும் உங்களிடமும் சூடு பரவுதல் நிச்சயம் என்பேன்.

நீங்கள் பார்த்த தொழில்களை, அந்த வாழ்க்கையை எழுதி முடிக்காமல் தலைநிமிரக்கூடாது என்ற தோழர் தமிழ்ச்செல்வன் அவர்களின் தூண்டுதல் விரட்டி வந்தாலும் அவ்வப்போது அவருக்கும் டிமிக்கி கொடுத்து விடுகிறேன். என்ன செய்ய எழுதி மட்டுமே வாழும் வாழ்க்கை அமையப் பெறவில்லையே! ஆனாலும் பொருட்படுத்தக்கூடிய வகையில் அமைந்திட்ட எழுத்துக்கு வாசகர்கள் தரும் உற்சாகம் போதையேற்றுகிறது. தொடர்ச்சியாக இயங்கவைக்கிறது.

“எத்தனை நூறு நூறு பெண்களோடு பழகி அவர்களது வாய்மொழியை வகை பிரித்து எழுதுகிறீர்கள் எனத் தெரியவில்லை காமுத்துரை” எனும் வண்ணதாசனும், “பூங்கொடி போன்ற பெண்களை இதுவரை நான் சந்தித்ததோ, பொருட்படுத்தியதோ இல்லை தோழர், இந்நாவலை வாசித்ததிலிருந்து அப்பெண்களைப் பின்தொடர ஆரம்பித்திருக்கிறேன்” என்ற கவிஞர் ஆதிரா முல்லையும் ஏதோ ஓர் இடத்தில் என்னை ஊக்கு விக்கிறார்கள். அதன் விளைவாய் இன்னும் நானறிந்த வாழ்க்கையைச் சொல்ல வேண்டிய கடப்பாட்டுக்கு ஆளாகிறேன். நீள அகலங்கள் குறித்த கவலைகளை ஆய்வாளர்களிடம் விட்டு விடுவோம்.

வழக்கம்போல கைப்பிரதியில் வாசித்து அடுத்த கட்டத்துக்கு நகர்த்திய நண்பர் ஜெய்கணேஷ், தோழர் அ.உமர்பாரூக் மற்றும் எழுத்தாளர் போப்பு, அவர்களுக்கும், இதற்கு முன்னுரை வேண்டும் என்றதும் உடனடியாக எழுதி அனுப்பிய இனிய தோழர் எழுத்தாளர் மீரான் மைதீன், இதனை விகடன் பிரசுரமாக வெளிவர காரணகர்த்தாவாக விளங்கிய தோழர்கள் வெ.நீலகண்டன், அன்பழகன் ஆகியோருக்கும் எனது நெஞ்சார்ந்த நன்றியும் அன்பும். இப்போதும் என்னை நேசித்துக் காக்கும் என் குடும்பத் தாருக்கும், வாசக அன்பர்களுக்கும் கோடானுகோடி முத்தங்கள்!

அன்புடன்,

ம.காமுத்துரை

9, தம்பாதெரு, அல்லிநகரம்,
தேனி - 625531.
செல்: 91500 95266
Email: makamuthurai@gmail.com

ம.காமுத்துரை

பெற்றோர் சா.மணிய பிள்ளை - பழனியம்மாள். பிறந்தது 16.09.1960. படிப்பு எஸ்.எஸ்.எல்.சி., அக்குபங்சர் ஹீலர். இவருடைய சிறுகதைகள் சுமார் இருநூற்று பத்தும் ஏழு நாவல்களும் வெளிவந்திருக்கின்றன. 2015-ம் ஆண்டுக்கான த.மு.எ.ச. சிறுகதைப் போட்டியில் பரிசு, மாதத்தின் சிறந்த சிறுகதைக்கான அமரர் ஜோதி விநாயகம் நினைவுப் பரிசு, குமுதம் வெள்ளி விழா கதைப் போட்டியில் சிறப்புப் பரிசு ஆகியவையும், சிறந்த நாவலாசிரியருக்கான 2010-ம் ஆண்டுக்கான ஆனந்த விகடன் விருது, சுஜாதா அறக்கட்டளை உயிர்மை இதழின் சிறந்த நாவலுக்கான விருது, 1998-ம் ஆண்டின் சிறந்த சிறுகதை நூலுக்கான திருப்பூர் தமிழ்ச்சங்க விருது, ஆதித்தனார் நூற்றாண்டு நினைவு நாள் விருது, நூலக ஆணைக் குழுவின் சிறந்த படைப்பாளர் விருது 2020 பிரபஞ்சன் நினைவு நாவல் போட்டியில் 'குதிப்பி' நாவல் முதல் பரிசு, 2021-ம் ஆண்டின் கோவை விஜயா வாசகர் வட்டம் வழங்கிய புதுமைப்பித்தன் விருது என நாற்பதுக்கும் மேற்பட்ட விருதுகளையும் பெற்றுள்ளார்.

மனைவி வேணி. மகன்கள் விக்னேஷ், நாகேந்திரன். பணிபுரிந்த அனுபவம் மலைக்கவைக்கிறது. தபால் ஆபீஸில் மெசஞ்சர், பூச்சிமருந்துக் கடை சிப்பந்தி, செருப்புக் கடை சிப்பந்தி, கடசல் ஒர்க்ஸ், ஸ்பின்னிங் மில் தொழிலாளி, ரொட்டி வியாபாரம், ஃபைனான்ஸ் கம்பெனியில் கணக்காளர் மற்றும் பங்குதாரர் என பட்டியல் நீண்டுகொண்டே போகிறது! தற்போதைய தொழில் வாடகை பாத்திரக்கடை, அக்குபஞ்சர் மருத்துவம்.

இந்த நூல்...
நாவலுக்குத் தலைப்பிட்டு ஆசீர்வதித்த
அன்பிற்கினிய வண்ணதாசன் அவர்களுக்கு...

1

“**எ**ன்னய என்னா ஊர் மேயற தப்பிலி முண்டன்னு நெனச்சியா?” குமார் தன்னில் இருந்து நீங்கியதும் அவசரமாக எழுந்து அவனை முந்திக்கொண்டு ஒருகை பாவாடையை சேர்த்து சேலையை ஏந்திப் பிடித்திருக்க, மறுகையில் தண்ணீர் டப்பாவுடன் கள்ளிப்புதர் மறைவுக்குப் போனாள் பூங்கொடி.

“ஏய் ஏய்” என எக்காளக் குரல் கொடுத்தபடி, பின்னரிச்சு கைகளை ஊன்றிக்கொண்ட குரங்கு விரட்டி என்ற பட்டப்பெயர் உள்ள குமார் கொத்தனார் அண்ணாந்து பார்த்தான். ஊதா நிறத்து டிஸ்டம்பர் வாங்கி அடித்தது மாதரி வெளுத்துத் தெரிந்தது வானம். அங்கங்கே திட்டுத்திட்டாய் கலவை சரியில்லாத சிமெண்ட்டுப் பூச்சுப்போல வெளிறிய மேகத் துணுக்குகள் சில அப்பிக் கிடந்தன.

நண்பகல் வெளிச்சம் மெல்ல மெல்ல மேலெழும்பி வெய்யில் உறைக்கத் துவங்கியிருந்தது. வெட்டவெளி என்பதால் குளுந்த காத்து வந்துகொண்டிருந்தது. வியர்வை முழுசும் ஆறியதும் கண் திறந்து பார்த்தான். சிமெண்ட் மூட்டைகள் மற்றும் தளவாடச் சாமான்கள் வைப்பதற்காக போடப்பட்டிருந்த கூரை செட்டும், அதற்கு அப்பால்

உயரமாக எழும்பி நின்ற நகராட்சியின் புதிய தண்ணீர்த் தொட்டியும் தெரிந்தன. தடதடவென ஓடிக்கொண்டிருக்கும் கலவை மெசினின் ஒலி காதுகளை நிறைக்க, திடுமென ஞாபகம் வந்தவனாய் விருட்டென எழுந்து அவிழ்ந்த கைலியை தோளில் தொங்கவிட்டு புதருக்குள் நின்ற மேனிக்கு ஒண்ணுக்கு அடித்தான். உடனடியாய் ஒண்ணுக்குப் போய்விட்டால் சீக்குப் பிடிக்காதாம்.

“என்னா மனுசன்யா நிய்யி, இப்பிடியா எல தலையில பேய்வாக, நாயிகூடப் பாரு குத்துக்கல்லு குட்டிச் சொவருன்னு பாத்துதே அடிக்கிது. ஆடு மாடு திங்கிற பச்சத் தீவனத்தில போயி, பேஞ்சி வெக்கிறியே” அவனைத் திட்டியபடி சேலையை உடுத்தி, முந்தானையை மார்பில் குறுக்காகப் போட்டபடி வந்தாள் பூங்கொடி.

வேட்டியை இறுகக்கட்டி இடுப்பில் பெல்ட்டை இறுக்கி விட்டு நிமிர்ந்த குமாருக்கு பூங்கொடியின் முன்னழகு மறுபடியும் வெறியேற்றியது. சடாரென அவளை இழுத்து மார்பில் முகம் புதைத்தான். அப்போதுதான் அந்த வார்த்தையை மறுமுறையும் சொன்னாள். “என்னிய என்னா தப்பிலி முண்டன்னு நெனச்சியா” விலக்கினாள்.

“நீதான்டி எம்பத்தினித் ....டியா!” உதடுகளைக் கடித்தவாறு இறுக்கி அணைத்தான்.

பூங்கொடி மைக்கருப்பு. அதனால் கலர்க் கலராக நெற்றிப் பொட்டுகள் வாங்கி வைப்பாள். மிகச் சின்னதான குண்டு மிளகாய் மூக்கு. அது முகத்தில் இருக்கிறதே தெரியாது என்பதால் ஒரு கல் மூக்குத்தி வாங்கிக் குத்தி அடையாளப்படுத்தியிருப்பாள். கல்லில் அடித்ததுபோல உருட்டுக் கட்டான உடல்கட்டு. குதிரை அளவு வளத்தி. கைகொள்ளாத தலைமுடி. மூணு பேர் செய்யும் வேலையை ஒருத்தியாய் குத்தி நிமித்திவிடும் வேகம். அதுபோல வாயும் சலச்சலவெனப் பேசி ஓயாது.

பூதிப்புரத்தில் நடந்த ரயில் ரோட்டு பாலத்து வேலைக்கு கல்லு மண்ணு செமக்க ஆளத் தோது அமையவில்லை. அவனது ஆத்தா அய்யாம்மாவே திணறிப்போனாள். குரங்கு வெரட்டி வேலையா என் குமாருக்கு ஆள்வர வேலையாள்கள் மலைத்தார்கள். ஒருநிலையில் நிறுத்தி

வேலை வாங்க மாட்டான். அதனாலதான் அவனுக்கு அந்தப் பட்டப் பெயர். கலவைக்கு சல்லி சுமக்கும் ஆளை, காலிச்சட்டிகளைப் போய்ச் சேகரிக்கச் சொல்வான். சட்டியை அடுக்கிக்கொண்டிருக்கும் பெண்ணை மிசினுக்கு தண்ணி சுமந்து ஊற்றச் சொல்லுவான். எல்லாம் கிடக்கட்டுமென வயசுப் பிள்ளைகளைப் பூராவும் சாரத்தில் ஏறி நிற்கச் சொல்லுவான். வடை காப்பி வாங்கி வர அனுப்பி வைப்பான். ஆக அவனிடம் யாரும் நா மம்பட்டியாள் சித்தாள், கொத்தனார் என வீம்பு பண்ண முடியாது. ஆனால் வேலை முடிஞ்சதும் வெள்ளைக்காரனாக கூலியை வெட்டிவிடுவான்.

"ரோட்ட மறிச்சு ஒரு நாய் என்ட்ட கேள்வி கேக்கக்குடாது." அந்த அஸ்திரத்த வைத்துத்தான் பூங்கொடி ஆள்களை அவனுக்குக் கொண்டுவருவாள். "எந்த வேலன்னா ஒனக்கென்னா? வேலைய முடிச்சு சட்டியக் கழுவுனதும் கூலிய கைல வாங்கிக்கிட்டு நடத்தா" என்று வரிசை வரிசையாய் ஆள்களை, படைதிரட்டி வந்தாள். அப்படியான ஒரு நாளில்தான் குமார் கொத்தன் பூங்கொடியை முழுசாய் அடைந்தது.

அய்யாம்மாவும் குமார் வேலைக்கு வரும் வரை காங்கரீட்டு வேலையில் கொடிகட்டிப் பறந்தவள்தான். வீட்டுக்காரன் பொன்னுச்சாமி, கங்காணியாக இருந்தாலும் கணக்கு வழக்கு தெரியாது என்பதால் அய்யாம்மா உள்ளே புகுந்தாள். ஊரே மெச்சும்படி தொழில் செய்து காட்டினாள். குமார் தலையெடுத்ததும் தன்னளவில் சுருக்கிக்கொண்டாள். மகனை எல்லா இடத்திலும் முன்னால் நிறுத்தினாள். ஒரே பிள்ளை எனும் பாசமும் ஆசையாய்ச் செய்து வைத்த கலியாணமும் சரியாக அமையாமல் மருமகள் ராவோடு ராவாய் கிணத்தில் விழுந்து செத்துப்போன சோகமும் அவன் மீதான கரிசனத்தை அதிகரித்தது.

"ச்சீ என்னா செம்மமோ, விடுய்யா, வேலத் தளத்துல இதெல்லா வச்சுக்காதன்னு நானும் அனுசுல இருந்து சொல்லிட்டு வாரே. மனசு ஒப்பி எப்பிடி வேலையப் பாக்க? ஒருவா காப்பித் தண்ணி குடிக்கலாம்னு கூப்புட்ட, நம்பி வந்தவள இப்பிடி நாறடிச்சிட்டியே" உதறித் தள்ளி வேகமாய் எட்டுவைத்து கூரை செட்டைக் கடந்து வந்தாள். செட்டில் இவளுக்கான வடையும் காப்பியும் இருந்தன.

கலவை மெசின் நிற்காமல் ஓடிகொண்டிருந்தது. “அல்லாரும் டீ குடிச்சாச்சாக்கா” பிளாஸ்டிக் குடத்திலிருந்த தண்ணீரை மொண்டு குடித்துக் கொண்டிருந்த லட்சுமியிடம் கேட்டாள். கையில் பிடித்த தண்ணீர்ச் செம்புடன் ஆமெனத் தலையாட்டினாள் லட்சுமி.

“மிசின நிறுத்தாமலேயேவா?” ஆச்சர்யத்துடன் கேட்டபடி வடையைப் பிய்த்து வாய்க்குள் போட்டாள். காய்ந்து ஆறிப்போன வடை நாக்கை அறுத்தது.

“அல்லாம் அந்த கொசுவுப் பய பண்ற வேலதே. அஞ்சு நுமுசம் மிசுன நிப்பாட்டி ஓட்டுனா என்னாவாம்? டீசலு குடிச்சிருமாம். கங்காணிய என்னாமோ இவனுகதே விட்டத்துல தூக்கி நிறுத்துற மாதிரி ஆடுவாங்கெ. மனுச ஒரு நுமுசம் ஆற அமர பச்சத்தண்ணியக்கூட குடிக்க விடமாட்டேங்கிறாங்க... கொடும”

டீயைக் கையில் ஏந்தியபடி குடித்துக்கொண்டே வேலைத் தளத்துக்கு வந்தாள் பூங்கொடி. தடதடவென பெருத்த யானை போன்ற உருவத்தில் கலவை மிசின் ஓடிக் கொண்டிருந்தது, லிஃப்ட் மேலும் கீழுமாய் ஏறி இறங்கியது. சித்தாட்கள் தலையில் வேடு கட்டி ஜல்லியும் மணலும் அளந்து எண்ணிக்கை மாறாமல் கொட்டியபடி இருந்தனர், இன்னொரு பக்கம் நீரைச் சேமிக்கவும், சேமிப்பிலிருக்கும் நீரை மொண்டு கலவையில் ஊற்றவுமாய் வேலை துரித கதியில் நடந்தது.

“ஏம்மா பூங்கொடி இந்நேரம் வரைக்கும் எங்கம்மா போன, கொரங்கு வெரட்டிய வேற காணாம். வந்தான்னா என்னயவுல்ல காவு வாங்குவான்?”

கொசுவு பூங்கொடியை விரட்டினான். கள்ளப் பருந்தாய் தண்ணி டேங்கின் பின் பக்கமாய் நுழைந்து வேலைத்தளத்தை வந்தடைந்தான் குமார்.

“என்னாடா நடக்கிது?”

2

கருவேல மந்தைக்குள்ளிருந்து வெளியில் வந்த மாரியம்மாள் பாதையில் குத்த வைத்திருந்த கன்னியம்மாளைக் குரூரமாய்ப் பார்த்தாள். "ஏத்தா, உள்ளாற போய் பேண்டா ஓம் பவுசு கொறஞ்சு போம்மாக்கும்? பாத மேல இருந்து வச்சா இருட்டுல வாறவக மிதிச்சுதான போகணும்! பொச கெட்ட பொம்பளயா நீ?"

"ம்ம்? ஓரமாத்தானக்கா ஒக்காந்திருக்கே. பாத இந்தா போகுதில்ல" உட்கார்ந்திருந்த இடத்திலிருந்து இடுப்பை நெளித்துக் காட்டினாள்.

"ஆமாமா நடக்குறவக ஓம்மேல ஏறிக்கிட்டுத்தா நடக்கணும். உள்ளாற போய்த்தே ஒக்காரலாம்ல" சேலையை கொஞ்சம் உயர்த்திப் பிடித்தபடி அவளைக் கடந்தாள்.

"எப்பயும் உள்ளுக்குள்ளாறதே ஒக்காருவே. இருட்டுக்கட்டிப் போச்சா, முள்ளு மொடி பாக்க முடியாதுன்னு ஒக்காந்துட்டே!" மாரியம்மாளின் வேண்டுகோளுக்காக இன்னும் கொஞ்சம் பின்னரிச்சு உட்கார்ந்தாள்.

மந்தைக்காடு முழுக்க சீமைக்கருவேல மரங்கள்தான் குடைபிடித்த மாதிரி அந்தத் திடலை ஆக்கிரமித்து வளர்ந்திருந்தன. பகலிலேயே சூரிய ஒளி தரையில் கால் பதிக்க இயலாத நெருக்கத்தில் மரங்களின் வளர்ச்சி இருந்தது. வருசத்துக்கொருதரம் ஊர்ப்பொதுவில் ஏலம் விட்டு காள வாசலுக்கு வெட்டிக்கொண்டு போவார்கள். ஒரே மாசத்தில் தழைத்துவிடும். ஊர் புறம்போக்கு இடம் என்பதால் அது மந்தைக் காடாகிப் போனது. சம்சாரிகள் குப்பைகளைக் கொட்டி சேமித்து வைக்கவும், குடிமன்னர்கள் கூத்தடிக்கவும், சீட்டாடவும் ஏதுவாய் நடுவில் சுத்தம் செய்து வைத்திருந்தனர். ஆனாலும் ஆணுக்கும் பெண்ணுக்கும் லட்சுமணக் கோடு போட்டதுபோல எல்லை பிரித்து இரவும் பகலும் திறந்தவெளிக் கழிப்பிடமாகியிருந்தது.

“ம்ம்? இருட்டா இருந்திச்சின்னா ஓம் புருசென்ட்டச் சொல்லி ரைட்டப் போடச் சொல்லு” காத்துவாக்கில் புலம்பிக்கொண்டே பிரதான சாலைக்கு நடந்து வந்தாள். நகராட்சி அடிகுழாயில் ஏழெட்டு பிளாஸ்டிக் குடங்களுடன் மூன்று பெண்கள் நின்று கொண்டிருந்தனர். ஆளில்லாவிட்டால் காலைக் கழுவிச் சுத்தம் செய்துவிட்டுத்தான் போவாள். அதும் இரண்டுபேர் இருந்தால் மசங்கிய பொழுதில் அவசர அவசரமாய் ஆளுக்கொரு கைப்பிடித்து ஆள்மாற்றிக் கழுவிக் கொள்ளுவார்கள். ஏழு குடமும் நிரம்பிப் போகிற வரைக்கும் காத்திருக்க முடியாது. பாதத்தையாவது சுத்தம் செய்யவும் வகையில்லாமலிருந்தது.

“என்னாடீ மாரி? மந்தைக்கா வந்த?” தெக்குத்தெரு பவுனம்மாள் கெண்டங்கால் சேலையின் நுனி எடுத்து குனிந்து வாயோரத்து சலவாயைத் துடைத்தபடி கிழக்கிலிருந்து வந்தாள் பவுனம்மாள்.

“ம் ! நீ எங்க வேல கேக்கப் போனியாக்கும் ?” நெடுநெடுவென வளர்ந்திருந்த அவளது முகத்தை அண்ணாந்து பார்த்தபடி வந்த வேகத்தை அளந்து கேட்டாள் மாரியம்மாள்.

“வேலயா? செஞ்ச வேலைக்கே இன்னம் கூலி வரலேல்ல. அதக் கேட்டுட்டு வாரெ”

“ஆமா! மொச்ச மகெ பாண்டி வேலைக்கு நிய்யும் போனியோ? அங்கருந்து எனக்குமே இன்னியுங் கூலி

வரலியே" திடுமென ஞாபகம் வந்தவளாய் விழித்தாள்.

"க்கும்! இன்னியோட அஞ்சு நாளாச்சில்ல. இன்னம் காசு வரலேன்னு புருசனும் பொண்டாட்டியும் மூக்கால அழுகுறாக."

"இதென்னா கூத்தாவுல்ல இருக்கு. கான்ட்ராட்டுக்காரெ முழுஸ்சா வீட்டுக்காரகளயே நம்பி இருக்கலாமா, கைக்காசக் குடுத்துட்டு வந்தப்பறம் மாத்திக்கணும். என்னாதேஞ் சொல்றான்"

"நீதேம் போய்க் கேளு... கத்திக்கத்தி தொண்டத்தண்ணியச் செலவழிச்சிட்டு வந்திட்டேட. ஓம்புருசனும் அங்கதே இருக்காப்ல."

"அங்கதே இருக்கானா? காச வாங்குனா அவனுக்கு கண்ணுத் தெரியாதே!" வீட்டுக்குப் போகவேண்டும் கஞ்சி காச்ச வேண்டும் என்ற அவசரமெல்லாம் மாறி புருசனது கையில் கூலிப் பணம் சிக்காமல் காப்பாத்த வேண்டும் எனும் பதற்றம் சட்டெனப் பற்றிக் கொண்டது. கால் சுத்தம் கைச் சுத்தமெல்லாம் நினைவில்லை.

"சரி, நானும் போயி ஒரெட்டு பாத்துட்டு வாரே"

"போபோ முந்தில முடிஞ்சு வச்சு, ஒன்னயத்தே எதிர் பாத்துக்கிருக்கா?" ஏளனமாய்ச் சொன்னபடி நடக்கலானாள் பவுனம்மாள்.

தன் வீடு வடக்குப் பக்கம் இருக்கிறது. கிழக்கே திரும்பி நடக்கலானாள் மாரியம்மாள். இருட்டு முழுசுமாய் தலையை அவிழ்த்துவிட்டிருந்தது. தெருவிளக்குகள் ரெம்பவும் தூரதூரமாய் இருந்தன. அதிலும் ஒன்றிரண்டில் பல்புகள் இல்லை. ஆள் நடமாட்டம் ஆடு மாடு போக்குவரத்து சீராகவே இருந்தது. ஆனாலும் இருட்டுக்குள் தடுமாறித்தான் நடக்க வேண்டியிருந்தது.

கோட்டைச் சுவர் எழுப்பிக் கட்டியிருந்த, பருத்தி அரவை மில்லைத் தாண்டி பாண்டியனது வீடு இருந்தது. ரோட்டுக்கு வடக்கே சந்துக்குள் இறங்க வேண்டும். வானத்தில் நெலா வெளிச்சத்தைக் காணம். அது இருந்தாலாவது கால்பாவிக் கூச்சமில்லாமல் நடக்கலாம்.. ரோட்டை விட்டு இறங்கி சந்துக்குள் நுழையும்போதே பாண்டி போனில் யாருடனோ

சத்தம் போட்டுப் பேசிக்கொண்டிருப்பது கேட்டது.

"இல்ல கொமாரு. கூலியாளுக ரப்ச்சரு தாங்க முடியலீல."

"ஆமாய்யா, எவ்வளவு குடுத்தீங்க. குடுத்து இப்ப, எத்தன நாளாச்சு? சொன்னா ஆரும் கேக்க மாட்றாகய்யா. ந்தா நீங்களே பேசுங்க" போனை வைரவனிடம் நீட்டினான்.

"கொத்தனாரு பேசறாரு கேட்டுக்க ந்தா!" எதோ ஒரு பாரத்தை விடுவித்தவன் போல நிம்மதிப் பெருமூச்சு விட்டான்.

"பின்னே எத்தன பேருகிட்டதா ஏச்சும் பேச்சும் வாங்கறது? வேனா வெய்யில்ல ஆளுகளப் பூராம் கூட்டிக்கிட்டு மொட்டக் கரட்டுக் காட்டுல தண்ணியுமில்லாம வென்னியுமில்லாம நாயாப் பேயா ஓழச்சுப்புட்டு, கூலிய இன்னைக்கி பெறகுன்னு இழுத்தமேனிக்கி இருந்தா? எத்தன நாளைக்கித்தே வதுல் சொல்லிக்கிருக்கறது? ஓராளா ரெண்டாளா, பன்னண்டு பேர் பிச்சு எடுக்குறாங்கெ!"

வைரவன் போனை வாங்கியதும் உச்சஸ்தாயில் பேச்சைத் துவக்கினான்.

"என்னாங்க சார், எம்புட்டு நம்பிக்கயா வேலைய முடுச்சுக் குடுத்தோம். வேலையில எதும் கொறவாடு கண்டீகளா? அப்பிடிண்டாக்கூட நெஞ்சாறிப் போகுமே சார். வேலத்தளத்துல, குடிக்க தண்ணி இருந்துச்சா உஸ்சுன்னு ஒஞ்சு ஒக்கார எனலு இருந்துச்சா.. அப்பிடியாப்பட்ட எடத்துல ஏறிப்போயி வேலய முடுச்சுக் குடுத்ததுக்கு நல்லா கைத்தண்டிப் பழத்த சொருகிட்டீக சார்.

பின்ன என்னா சார்? நா ஒங்களக் கேக்கல. எங்களுக்கு எங்க கங்காணிதேம் பொறுப்பு. அந்தாளுதா சம்பளம் இன்னந் தரல தரலன்னு. ஒங்களத்தான கை காமிக்கிறான். கையில காச வச்சிக்கிட்டு வேலையப் பாக்கணும் சார். இளிச்சவாயெனுக எவனாச்சும் வேலைய முடிச்சுக் குடுத்துருவானுக... நாம இழுத்துக் கடத்தலாம்னு நெனைக்கிறிக. நா ஒங்கள எதும் பேசல. இவனத்தே எங்க கங்காணியத்தேஞ் சொல்றேன். இன்னிக்கி அல்லாருஞ்சேந்து அவனப் போலிஸ் டேசனுக்கு இழுத்துட்டுப் போகப் போறோம். பாருங்க ஆமா!"

வைரவனிடமிருந்து போனை படாத பாடுபட்டுப் பறித்தான் பாண்டி. "ச்சர் சர் சரிங்க சார், விடுங்க சார்.

அதெல்லா இந்தக் காதுல வாங்கி அப்பிடி விட்றணும் கொமாரு. சொன்ன மாரி நாலைக்கி பதினோரு மணிக்கு கொஞ்சம் ரெடி பண்ணீரும்... எதோ பத்துக்கு ஒரு அஞ்ச் குடுத்தீங்கன்னாக்கூட நெரவிக் குடுத்து சமாளிச்சிருவேன் நாம அறியாத ஓசனயா அப்பிடித்தான், அன்னாடம் கூலி வாங்குனாத்தா கந்தக்கட்டி கஞ்சிப் பொழப்பையும் பாக்கறவங்கதான, இத்தன நாள் தாக்காட்னதே பெரிசு.. அவெம் பேச்ச பெருசா எடுத்துக்காத. ரைட் ரைட்டு கொமார்.”

செல்போன் வண்ணாத்தி காங்கைப் பொட்டியாய் சூடேறி ஈரமாகவும் இருந்தது. வேட்டியின் நுனியில் அதனைத் துடைத்துக் கொண்டான் பாண்டி. இருட்டைப்போல அடர்த்தியான நிறமும் தேக்கு மரமான திண்ணென்ற உடவாகும் கொண்டிருந்தாலும் பேச்சில் இனிமையும் சாந்தமும் அவனது வட்ட வடிவ முகத்துக்கு ஒளி சேர்த்தது.

“ஏப்பா என்னக்காட்டியும் மூத்தாளுனு போன ஓங்கிட்டக் குடுத்தா, எதோ ரெண்டு வாத்த சுருக்குனு பேசிப்புட்டு போனத் தரமாட்டாம வரிஞ்சு கட்டிக்கிருக்க. நாளப்பின்ன நமக்கு ஆள் வேண்டாமா? ஸ்யய்யோ சாமி” படபடப்பு அடங்காமல் தலையைத் தொங்கப்போட்டான்.

“ஏம் பாண்டி, ஒனக்கு ஆள் வேணுங்கறதால எங்க வயத்தக் காயப் போடச்சொல்றியாக்கும்?”

மாரியம்மாள் தெருவிலிருந்து கேள்வியோடு இறங்கினாள். அந்த வீதி மட்டும் சிமெட்டிக்கல் பாவாமல் ஒதுக்கமாய் இறங்கி இருந்தது. திட்டுத்திட்டாய் ஆள் உயரத்திற்கு சுவரெழுப்பி தகரமும் கூரையும் வேயப்பட்ட வீடுகள் ஏழெட்டு குவியலாய் இருந்தன. ஆட்டுக்கல், அம்மிக்கற்களோடு ஒன்றிரண்டு வீடுகளில் ஆடுகளும் நாய்களும் வெளியில் கட்டப்பட்டுக் கிடந்தன. ஆடுகள் உடலை மடக்கி தலையை உயர்த்திப் படுத்திருக்க, நாய்கள் செல்லமாய்க் குரைத்தபடி நடந்து வந்து மாரியம்மாளின் காலடியைச் சுற்றின. காலை முகர்ந்து பார்த்த நாயை விலக்கி வேகமாய் வைரவனை அண்டி நின்றாள் மாரியம்மாள்.

“வா மதனி... நிய்யும் வந்துட்டியா சும்மா வா, நாய் ஒன்னுஞ் செய்யாது. புது ஆளுக வந்தா மோந்து பாக்கும். அடுத்தவாட்டி வாரப்ப அடையாளங் கண்டுக்கும்”

என்ற பாண்டி, “எனக்கென்னா கோவமில்லியா? வேலையாள்களுக்கு நா சவாப்புச் சொல்லிக்கிருக்கறது அவருக்கும் தெரியட்டுன்னுதே இவரப் பேசவிட்டே. அவ்ளதே தாங்க முடியாது சார். வெரசா குடுங்கன்னு முடிச்சுக்க மாட்டாம, போலீஸ்ல ரிப்போட் பண்ணுவோம், காசக் கையில வச்சிக்கிட்டு வேலையப் பாருங்கங்கறது எல்லாம் கூடுதலு. யாரும் வேணுண்டு இழுக்க மாட்டாங்க. அவக ஒரு கணக்குப் போட்டு இருப்பாங்க எதோ தவறுதல் ஆயிருக்கும். நமக்கு கிள்ளுது கேக்கறோம் தப்பில்ல. ஆனா, தொயந்து வேல குடுக்கறவக இல்லியா?”

“அத நிய்யில்ல ஓசிச்சு பேசவுட்ருக்கணும். இன்னைக்கி இவக பாடு தீந்துச்சுனு கம்பிய நீட்டிக்கிட்டுப் போயிருவாக. நாளைக்கி நமக்கில்ல ஆள் வேணும். மனுசனுக்கு ஒடம்புக்குத் தக்கன புத்தி வேலசெய்ய மாட்டேங்கிதில்ல. நானும் எம்புட்டுக்குத்தேஞ் சொல்றது.”

வீட்டுக்குள்ளிருந்து பாண்டியனது சம்சாராம் சரசு சட்டி கழுவிய தண்ணீரை ஆட்டுக் குளுதாணியில் வந்து கொட்டினாள்.

“இப்ப என்னத்தக் கேட்டுப்புட்டாரு இந்த மனுசெ? அந்த கொரங்கு வெரட்டியப் பத்தி ஊருக்குத் தெரியாதாக்கும்? இதேது அவக ஆளுக வேலன்னா சட்டியக் கழுவுன நுமுசத்துல கூலியக் குடுக்கறாப்லல்ல! அடுத்த கொத்தனுக்குப் பேசிவிட்டா கூலிய இழுப்பாராக்கும். இதெல்லா ஆளோட எளக்காரமல.” பவுனம்மாள் புருசனுக்குப் பரிந்து பேசினாள்.

ஊருக்குள் பழைய வீட்டை இடித்து சுத்தம் செய்து தருவது வானம் தோண்டிக் கொடுப்பது, இப்படியான அடிப்படை வேலைகள் பூராவும் கிழக்குத்தெரு ஆட்கள் ஒப்ப்ந்தம் பேசிச் செய்வார்கள். அஸ்திவாரக் கல்லுக்கட்டு வேலையும் பாண்டியின் தகப்பன் மொச்சை என்கிற முனுசாமி தன் காலத்தில் போயமார் கொத்தனார்களை மிஞ்சி வேலை எடுத்துச் செய்தார். காலத்தில் கல்லுக்கட்டு பூராவும் எர்த்து பீமாக, பில்லராக மாறுதல் அடைந்தபோது கொத்தன்கள், நிமிந்தாள்களாக, அரைக் கொத்தன்களாக ஆனார்கள். அவர்களிடம் வேலை பழகிய பெருக்கல், கூட்டல், சதுரக் கணக்கு, அடிக்கணக்கு தெரிந்தவர்கள் கொத்தனார்களாக உயர்த்திக்கொண்டார்கள்.

சுவரெழுப்ப, பூச்சு வேலைகளுக்கு அதிக ஆள்கள் தேவைப்படாது. பீம், பில்லர், பரத்தல் கான்கிரீட் வேலைக்கு நிறைய ஆட்கள் தேவைப்படும் அவர்களைக் கொண்டு வருகிற கங்காணிகளாக கீழத்தெருக்காரகள் அமைந்தார்கள். வயல் வேலைகளுக்கு நடவுக்கு, அறுப்புக்கு என ஆள் பிடித்துப் பழக்கப்பட்ட கைகள். அப்படித்தான் மொச்சையும் ஒருகட்டத்தில் கொத்தனார்களுக்கெல்லாம் வேலைக்கு ஆள்கள் அனுப்பும் பெரிய கங்காணியாக இருந்தார். அவரது வாரிசாக இப்போது பாண்டி, அய்யாவின் வேலையை எடுத்துச் செய்கிறான்.

இதில் பொன்னுச்சாமி கொத்தனின் சம்சாரம் அய்யாம்மா களத்தில் இறங்கியதுதான் பெரிய கதை. பொன்னுச்சாமிக்கு படிப்பு வாசனை கம்மி, வேலை செய்யுமிடத்தில் வீட்டுக்காரர்கள் தருவதுதான் கணக்கு. ஏற்கெனவே, அய்யாம்மா அவள் பிறந்த ஊரில் காட்டு வேலைகளுக்கு களை எடுக்க, முள்ளு வெட்ட, விதைப்புக்கு, அறுப்புக்கு என ஆண் பெண்களைத் திரட்டுகிற பழக்கம் இருக்கிறது. பொன்னுச்சாமியின் கணக்கு வழக்கும் அய்யாம்மா பார்க்க வந்த சமயத்தில் ஊருக்குள் சாதிக் கலவரம் நடந்து கீழத்தெருவும் மேலத்தெருவும் துண்டுபட, வேலைக்கு அசலூரை நாட-வேண்டி வந்தபோது, அய்யாம்மா தனது ஊரிலிருந்து ஆள்களைக் கொண்டுவந்து பழக்கினாள். பின்னாளில் அவளே கங்காணியாக ஊரில் பேரெடுத்தாள். எத்தனை பெரிய வேலைக்கும் அசராமல் ஆள்திரட்டி அனுப்பினாள். அவளைத் தொடர்ந்து அவளது மகன் குமார் ஆத்தாளை மிஞ்சி வளர்ந்தான். கான்கிரீட் வேலையில் வரும் புதுப்புது மிசின்களை வாங்கி நவீனமாக்க, பழைய ஆள்கள் பூராவும் விழுந்து போயினர்.

வீடு கட்டும் வேலையில் ஆரம்பித்து இடிப்பது, புதுப்பிப்பது, பெயின்டிங், கான்கிரீட் என அத்தனையும் வாங்கிப்போட்டுச் செய்யலானான். அதற்காக பாண்டி போன்ற பழைய கங்காணிகளை சப்-கான்ட்ராக்ட்களாக பயன்படுத்தி வேலை கொடுத்தான்.

“இதெல்லா ஆம்பளைங்க சமாச்சாரம்டீ, நீ வாட்டுக்கு என்னத்தியாச்சும் பேசி வேலைக்கு வேட்டு வச்சிராத.”

சரசு, மரியம்மாளைக் கையெடுத்துக் கும்பிட்டாள்.

“நிய்யென்னா சரசு இம்புட்டுக்கு பயப்படுற, இவக என்னா, அந்தக் கொத்தனவா டேசனுக்கு கூட்டிப் போகணும்னு சொன்னாரு. கங்காணின்னுதான வெளக்கமாச் சொன்னாரு. இதியும் கேக்காட்டி இன்னம் ரெண்டு மாசம் இழுத்துக் கடத்தட்டும் எங்களுக்கென்னா ? ந்தா ஒனக்கென்னா மதியா புடிச்சிருக்கு. நீ ஆருகிட்டத் துட்டக் கேக்கணுமோ அங்க கேக்காம என்னா மயித்துக்கு பெரிய்ய சீமதொர கணக்காப் போன்ல பேசுன. பகுமானமா?”

“ஏ அவெந்தாண்டி பேசச் சொன்னா?”

“அவெஞ் சொன்னான்னா கெணத்துல குதிச்சிருவியா? ந்தா, இப்ப ஒன்னால வேல போச்சுன்னு புருசனும் பொண்டாட்டியும் பதறுறாகள்ல. இது தேவையான்றே? ஒவ் வீட்டுக் கஞ்சியக் குடிச்சிட்டு ஊராங்கிட்டக்க ஏம் பேச்சு வாங்கணும் புத்தியில்ல?” மாரியம்மாள் குரல் உயர்த்திப் பேச, பாண்டி மறுபடி குறுக்கே விழுந்தான்.

“என்னா மதினி, நீ என்னத்தியாச்சும் ஊடால வந்து நண்ட விட்டுக்கிருப்ப. அவ என்னத்தியோ வீட்டுக்குள்ள இருந்தாப்ல கேட்டுப் பேசறான்னா நிய்யுமா? ஆரும் தப்பாப் பேசல. போதுமா” கையெடுத்துக் கும்பிட்டான் பாண்டி.

“நீ என்னத்துக்கு சாமி எங்களக் கும்புடுறவெ? நீ கங்காணி நாங்கதானப்பா ஒன்னியக் கும்புடணும். ச்செரிச்செரி இல்லேங்காம, நூர்ரூவா மட்டும் நவட்டிவிடு. அங்கன சேகரு பொண்டாட்டி அனத்தலு தாங்க முடியல. நிக்கெ விடமாட்றா ஒக்காற விடமாட்றா, மந்தைக்கிப் போனாக்கூட மறிச்சு நின்னுக்கறா.”

மந்தைக்கிப் போய் வந்த ஞாபகம் மாரியம்மாளுக்கு வந்தது. கண்கள் கொல்லையைத் தேடின.

“ஏண்டி மாரி, வம்பிழுக்கணும்னே வந்தியா? இம்புட்டு நேரம் அல்லாரும் இங்லீசுலியா பேசிக்கிருந்தாக... அவ்வளவும் கேட்டுப்புட்டு, கொஞ்சமும் நெஞ்சில ஈரமில்லாமப் பேசாதடி. என்னா நேரத்துல சனியம் பிடிச்ச அந்த வேலையத் தொட்டமோ அப்ப இருந்து அடுத்த வேலையும் காணோம். கையில இருந்த அல்லுசில்ல வச்சி ஒர்த்தர் ரெண்டுவேர் வாயக் கட்டுனோம். தெரிஞ்சவளுக

சொந்தபந்தக்காரவகன்னுதான உள்ள நெலைமயச் சொல்லிட்ருக்கோம். கெடக்கது கெடக்கட்டும் கெழவியத் தூக்கி மனையில வய்யிடின்னு பேசுனா என்னா சொல்றது?"

சரசு கீரைச்சட்டியை அடுப்பிலிருந்து தூக்கிவந்து ஆட்டுரலில் அண்டக்குடுத்து கடைந்தபடி பேசலானாள்.

"ச்செரி அதேன் நாளப் பதுனோர் மணிக்கு தாரேன்னுருக்கார்ல. பாத்துக்கலாம்."

வைரவன் சமாதானத்துக்கு வந்ததுபோலப் பேசினான். "அதென்னா சரசு, புளிச்ச கீரையா? இத்தன சொரண்டு சொரண்டுற?" புளிச்ச கீரையைப் பேசும்போதே நாக்கு சப்புக்கொட்டியது.

"ஆமா, சவட்டி முத்து மக புல்லறுக்கப் போன எடத்துல கெடந்துச்சுன்னு கொண்டு வந்தா" என்ற சரசு, "யே மாரி, அடுப்படில கொஞ்சூண்டு புளிய எடுத்துவா, அப்பிடியே ரெண்டு உப்புக்கல்லும் எடுத்தாந்திரு" என்றாள்.

சடாரென சிமென்ட்டுத் தொட்டியில் கிடந்த தண்ணீரை மொண்டு டப்பாவுடன் கொல்லைக்குள் நுழைந்தவள், சுத்தம் செய்துகொண்டு வீட்டுக்குள் போனாள். அடுப்பில் அரிசி குழைந்துபோனதுபோல கொரகொரவென நுங்கும் நுரையுமாய் சட்டியின் விளிம்பில் பொங்கிக் கொண்டிருந்தது. கரண்டியை எடுத்து பதம் பார்த்தாள்.

"யே சரசு, சோறு வெந்துருச்சுக்கா, வடிச்சு விட்றவா?"

"வேண்டா வேண்டா. அளவு தண்ணீதே வச்சிருக்கே. திய்ய மட்டும் பிரிச்சு விட்டு தட்டப்போட்டு மூடி விட்ரு. பொங்குனாத்தே ருசி."

உப்பும் புளியும் கொண்டு வந்த மாரியம்மாள், "நீ என்னா? வீட்டுக்கு வரலியா கெளம்பு." புருசனை விரட்டினாள்.

"நீ போ மாரி, பின்னாடி வாரெ" என்ற வைரவனை முறைத்தாள்.

"ரெண்டு பேரும் இருந்து சோறு தின்னுட்டுப் போங்க. அதேன் சோறு வெந்திருச்சில்ல" என மசிந்த கீரையை கொஞ்சம் கரண்டிக் காம்பில் எடுத்து உப்பு பார்க்கக் கொடுத்தாள்.

“எவ்வீட்டுச் சோத்த ஆருக்குப் போட? வீட்ல என்னா செஞ்சு வச்சிருக்குகளோ?” வீட்டு ஞாபகமும் பிள்ளைகள் ஞாபகமும் வர பரபரத்தாள் மாரியம்மாள்.

“ம், புளிச்ச கீரைண்டா ஒம் புருசனுக்கு ரெம்ப இஷ்டமாச்சே. பேருக்கு ஒருவா தின்னுட்டுப் போங்க” பதில் பேச்சுக்கு இடந்தராமல் வீட்டுக்குள் கீரைச் சட்டியோடு எழுந்தாள் சரசு.

“இதுகளுக்கு வெறுந் தொண்டையில சோறு எறங்காதுல்ல.” சாடைப் பேச்சில் புருசனையும் பாண்டியையும் வறுத்தெடுத்தாள் மாரியம்மாள்.

“அதுக்கெல்லா இன்னிக்கி வசதியில்ல மதினி. ஒம் முந்தானிய அவுத்துக் குடுத்தா அண்ணனும் நானும் ஆளுக்கொரு கட்டிங்கப் போட்டு வந்து ஆனந்தமா சாப்புடுவோம்.” பாண்டி அசடு வழிந்தான்.

“ம்? அச்சடிச்சு காயப் போட்ருக்கேன். எடுத்து வர மறந்துட்டேன். எகடாசி?”

3

“டே கொசுவு, எட்றா, சைக்கிள.”

வயசு, வாலிபத்தை மறந்து கெண்டங்கால் வரை வழிந்த சேலையை இன்னும் கொஞ்சம் ஒசக்கத் தூக்கி இடுப்பில் ஏற்றிச் சொருகிக்கொண்டு சைக்கிளின் கேரியரில் ஏறி நங்கென உட்கார்ந்தாள் அய்யாம்மா. வெய்யிலில் சிமெண்டும் ஜல்லியும் அள்ளிச் சுமந்து கிட்டித்துப் போன உடம்பு. அஞ்சடிக்கு சற்றே குறைவான வளத்தியும் ஈடும். அப்படியே அவள் அய்யா வார்ப்பு. அவர் காலத்தில், சட்டி பொறுக்க தொடங்கியவளுக்கு மகன் வந்தும் தீரவில்லை. தன் கருத்த மேனிக்கு இசைவாய் ஊதா நிறத்தில் சேலையும் கொஞ்சம் வெளுத்த ரவிக்கையும் அணிந்து மூக்கில் ஒத்தைக்கல் மூக்குத்தி மட்டும் அணிந்திருந்தாள். காதுகளில் துவாரம் தூர்ந்து போகாமலிருக்க சோளத்தண்டினைச் சொருகி இருந்தாள். வேலைக்கு வரும்போது தங்கச் சாமான்கள் உடுத்த மாட்டாள். கைகளில் ரப்பர் வளையல்களும், கழுத்தில் கருகமணியும் மினுங்க, ஓடுகிற சைக்கிளில் ஆண்களைப் போல குதித்து அமரும் கலையை அறிந்து வைத்திருந்தாள்.

கொசுவுக்கு பதினாறு வயசு. சாமிநாதன் என வீட்டில் பெயர் வைத்திருந்தார்கள். பள்ளிக்கூடத்துக்கு டிமிக்கி குடுத்து பொன்னுச்சாமி கையில் வேலைக்கு வந்தான். கொசுவு என பட்டம் குடுத்துவிட்டார்கள். மழுமழுவென்று மின்னுகிற முகம். மேல் உதட்டின்மீது மெல்லிய அரும்பாய் மயிர்களின்

துளிர்ப்பு. மோவாய் கீழே இழுத்து நீண்டிருக்க, குறுகிய நெற்றியும், இடுங்கிய கண்களுமாய், எந்நேரமும் சிப்பாணி நிறைந்த வாய். மூக்கும் காதுகளும் மட்டும் குவிந்த வடிவம் கொண்டிருக்கும். அய்யம்மாளுக்கு மகன் உறவு முறை. பெரும்பாலும் அய்யம்மாளை அண்டியேதான் கிடப்பான். சோறு தண்ணியும் அவளோடுதான். கையிலெடுக்கும் முதல் கவளமே “லே கொசுவு கையப் புடிடா” என வாஞ்சை கலந்து நீட்டுவாள்.

“ஆளுகதே பொருக்க இருக்குகள்ல அய்யம்மா! இன்னியும் என்னத்துக்கு ஆளத் தேடுறவ?” எல்லோருமே அவளை பெயர் சொல்லித்தான் பேசுவார்கள்.

“அளவான வேலடா, நீ வாட்டுக்கு வீச்சா எவன்ட்டயும் வாயக் குடுத்துறாத. மொத்தமே எட்டாள் இருந்தாப் போதும். ஆள் குமிஞ்சிடப் போறாங்கெ!” என நேற்றுச் சம்பளம் தரும்போதே குமாரும் சொல்லியிருந்தான். “இந்த ஆத்தா எதுக்கு இப்ப ஆளத்தேடுதுனு தெர்லயே?”

அய்யாம்மா சைக்கிளில் ஏறுகிறாளென்றால் தேனி லட்சுமித் தியேட்டர் வாசலுக்குத்தான் போகச் சொல்லுவாள். அங்கேதான் மம்பட்டி வேலையாள்கள், சோத்து தூக்கும் சும்மாட்டுத் துணியுமாய் குவிந்து கிடப்பார்கள். வருச நாடு, கண்டமனூர், வெங்கடாசலபுரம் போன்ற உள் காடுகளில் இருந்து வேலைக்கு வருகிற சம்சாரிகள், கங்காணிகள் தலை கண்டால் போதும் கொத்துக் கொத்தாய் எழுந்து ஓடி வருவார்கள்.

“அய்யாம்மா, குமாரு, எட்டாள் வேலன்னுதே சொன்னியா” கொரங்கு வெரட்டி என சொல்ல வந்த வார்த்தைகளை பொறுமையாக திருத்திக் கொண்டான்.

சைக்கிளின் கேரியரில் உட்கார்ந்திருந்த அய்யாம்மாள் சாயங்காலம் குமாருக்கு பெண் பார்க்கப் போகும் காரியத்தை மனசில் யோசனையாய் ஓட்டிக்கொண்டிருந்தாள்.

“இன்னிக்கி எப்பிடியும் பேச்சுவார்த்தைய முடிச்சுப் பொடணும். பூ வக்கிற மாதிரி இல்லாட்டியும் வெத்தல பாக்காச்சும் மாத்திட்டு வந்திட்டம்னா நிம்மதி. அவனுக்கும் வார ஆவணி வந்தா முப்பத எட்டுதுல்ல இவெஞ் சோடுதான, அந்த கஞ்சி களவாணி மகெ பூதம் ராமரு. அந்தப் பெயலப் பாரு ரெண்டு புள்ளைக்கித் தகப்பனாய்ட்டான்! பொட்டப்

புள்ளைகள வச்சிருந்ததால நாச் சென்டு போச்சு. இல்லாட்டி நாமளும் பேரெம் பேத்தியாளக் கைல எடுத்திருக்கலாம்."

வசதியாக குமாருக்கு முதல் கலியாணம் முடித்ததையும், அந்தப் பெண் அவனோடு மல்லுக்கட்டி கிணத்துக்குள் குதித்துச் செத்ததையும் மறந்தாள்.

"யே, அய்யாம்மா! என்னா ஒறங்கீட்டியா ? குமாருகிட்டக்கக் கேட்டியா, அவெம் பாட்டுக்கு ஆளக் கூப்பிட்டு வந்த பிறகு என்னிய வையப் போறியான், நேத்து ஒன்ட்ட என்னாடா சொன்னே, சோத்தத்தான திங்கிற? எதும் மாத்தி நரகலத் தின்னுட்டியா? ஒஞ் சம்பளத்தக் குடுடீன்னு" என்று மம்பட்டியைத் தூக்கி அடிப்பான். முந்தித்தான் கைக்கலவை இருவது முப்பது பேர் ஆள் வேணும். வேப்பர் மிசின் வந்த பிறகு பேருக்கு நாலு ஆள் மேவேல பாக்க இருந்தாப் போதும். சட்டிக்கும் மம்பட்டிக்குமே வேலையத்துப் போச்சு.

"ஏ பன்னிப்பலே, குமாரு ஒனக்கு எளயவனாக்கும்? அவெ இவென்னே பேசறவெ. அண்ணெண்டு கூப்புட்டுப் பழகு... இன்னொருக்கா சொன்ன கொமட்டுல குத்தீடுவெ. இன்னிக்கி அவனுக்கு பொண்ணுப் பேசி முடிக்கப் போறம் தெரியும்ல" என்றாள்.

"ஆமா, சொன்னியா.. . ஆவுகமில்ல. அதுக்குத்தே ஆளச் சேத்துக் கூப்புடுறியா?"

"ம்! வெரசுனு வேலைய முடுச்சுட்டு. வீட்டுக்குப் போய் ஆகறதப் பாக்கணும்ல. நீ அவன இன்னிக்கி அலுக்க வேல செய்ய வுட்றாத, மிசின ஓட்டி முடிச்சதும் வீட்டுக்கு அனுப்பிச்சு விட்ரு. மிசினத் தள்றது, சம்பளங் குடுக்கறதெல்லா கொஞ்சம் நீ பாத்துக்க"

"நீ எங்க போறவ, நிய்யும் கூடவேதான இருப்ப?"

"இருப்பே, திடுதிப்னு கௌம்பிட்டேன்னு வையி. அதுக்குத்தே ஒருவாத்த முன்னக் கூட்டியே சொல்றேன்."

போலீஸ் ஸ்டேசன் வாசலிலேயே இறங்கிக் கொண்டாள். அப்படியும் ஆள்கள் வேலை கேட்டு ஓடி வந்தார்கள்.

அய்யாமாவுக்கு மட்டுமல்ல, அல்லி நகரத்து கங்காணிகள் எல்லாரும் தனதாள் எனச் சொல்லப்படும் கூலியாட்களை வீட்டைச் சுற்றியே வைத்திருப்பார்கள். பெரும்பாலும்

சொந்தபந்தங்கள்தான். சண்டை சச்சரவு வந்தாலும் வேலையில் விட்டுத்தர மாட்டார்கள்.

ஊருக்குள் சட்டென ஆளக் கூப்பிட்டுவிட முடியாது. முதல் வாய்ப்பு சொந்தக்காரன். “ஏம் மச்சாம் மகெ வேலை, அம்மள நம்பி ரேட்டுப் பேசி இருப்பியா. இன்னிக்கி நா போகலேன்னா பாவம், மெத்தக் கட்டப்படுவான்! நாங்கல்லாம் இருக்கம்னு தான வேலயப் பேசறான். அந்த நெனப்புல மண்ணள்ளிப் போட்ட மாதரி ஆய்ப் போம்ல! வேணா அவென்ட்ட ஒருவாத்த சொல்லிப்பிட்டு நாளைக்கி வாரென்.”

இதெல்லாம் போக கூடுதல் ஆள் தேவைப்பட்டால் முதல் நாள் இரவே ஊருக்குள் வீதி வீதியாய் அலசி ஆளச் சொல்லி வைப்பார்கள். அம்மச்சியாபுரம், அரமணைப்புதூர் வரைக்கும் ஆளத் தூதுபோகும் இதெல்லாம் மீறி ஆள் பற்றாக்குறை வரும்போதே, லட்சுமி தியேட்டரை நாடி வருவார்கள். அருகிலிருக்கும் கிராமத்திலிருந்து விவசாயம் பொய்த்துப்போன சம்சாரிகளும் விவசாயக் கூலிகளும் சோத்துச் சட்டியுடன் காத்துக்கிடப்பார்கள். சம்சாரிகள் என்பதால் வேலையில் கூடுதல் வாஞ்சை இருக்கும். பாவம், வட்டி வாசிக்கி வாங்கி வீடு கட்றாக என்று வீடு கட்டுபவர்கள் மீது ஒரு கரிசனம் வைத்து தனது ஆளப்போல வேலையில் ஏமாற்றமாட்டார்கள்.

“நா ஒராள்தே!” ஓடிவந்தாள் ஒரு பெண்.

“போனவாட்டி கூட்டியாந்தேன்ல அந்தப் பிள்ளைக மூணு வேர் நிக்கிறாக. சேத்து இழுத்து வரவாணே?” தோளில் மண்வெட்டி தொங்க தார்ப்பாய்ச்சிய வேட்டியோடு சைக்கிளைப் பிடித்தபடி கேட்டார் ஒரு வயசாளி.

“முந்தாநேத்து பதினஞ்சி ருவ்வா பாக்கி வச்சிருக்கீக, ஆவுகமிருக்கில்ல.”

நிமிந்தாள், சித்தாள், கொத்தனார், உடைப்பாள் என வகை வகையாய் ஆள்படை வந்து அலைமோதியது.

“நமக்கு ரெண்டே ரெண்டு பேர் மட்டும் வேணும்.” கொசுவு பெரிய மனுசனாய் நின்று ஆளத் தோது பார்த்தான்.

“நானு?” கனத்த உடம்போடு வந்தவனை ஏற இறங்கப் பார்த்த கொசுவு, “ஒன்னியக் கூட்டுக்குப் போனா நீ சட்டம்

பேசுவியே! வக்கீலுக்கு நா எங்க போறது? யே பெரியாளு, நீ வாரியா” தாவினான்.

பேசிக்கொண்டிருக்கும்போதே, ஒரு பெரிய மனுசன் கொசுவின் கையைச் சுரண்டினான். “இங்கவாரு சும்மா என்னிய தொந்தரவு பண்ணாத ஆமா! ஒனக்கு பீடி குடிக்கவே நேரங் காணாது, வீட்டுக்காரருக்கு நா வதுல் சொல்ல ஏலாதே!”

“ஏ செவல நீ வாப்பா.. இதானப்பா சம்பளம், இது கான்ட்ராக்ட்டு வேல, அத்தக் கூலியா செய்றப்ப சேத்து வாங்கித்தாரே! வாரதுனா சைக்கிள்ல அப்புடியே அல்லிநவரம் போயமார் தெருவுக்கு வந்து நில்லு. போகும்போது மார்க்கட் வீதில ராவுத்தர் கட தெரியும்ல அங்க ஒரு மூட்டச் சிமென்ட ஏத்திக்கிட்டுப் போயிறணும். ஆமா!”

காலை எட்டு மணியிலிருந்து மாட்டுத்தாவணி போல விறுவிறுப்பாக ஆள் தேர்வு நடக்கும். ஒன்பது மணிக்கெல்லாம் டீக்கடையில் பேப்பர் பார்க்கக் கூட ஆளிருக்காது. சமயத்தில் ஓராள்கூட சிக்காது. வந்தது போனது என்று நின்றுகொண்டிருக்கிற ஆள்களைப் பூராவும் தள்ளிக்கொண்டு போகவும் நேரிடும்.

“என்ன கங்காணிம்மா, ஒனக்கும் ஆள் பத்தாக்கொற வந்திருச்சா?” அய்யாம்மாளைக் கண்டதும் பொடிச் சரத்தினை எடுத்து கிழிக்கலானார். கடைக்காரர்.

“நா மட்டு என்னா டாட்டா பிர்லாவாங்யா?”

“என்னாம்மா இப்பிடிச் சொல்லீட்ட ஓம்மகெ எம்புட்டுப் பெரிய கான்டாட்ரு, சொன்னாலுஞ் சொல்லாட்டியும் டாட்டாதாம்மா”

இடுப்பில் சொருகிய முந்தானையின் முடிச்சை எடுத்து நுனிப்பல்லில் கடித்து அவிழ்த்தாள். பெட்ரோல் பங்க் நாயினா கிளப்புக்கடையில் பெட்டிக்கடை போட்டிருக்கும் ராஜாவிடம் வாங்கும் மூக்குப் பொடிதான் காரசாரமாய் இழுவைக்கு வரும். வேற கடைப்பொடி அவ்வளவு சொரத்து இல்லை. மழுமழுவென மண்ணாக இருக்கும்.

“இன்னிக்கி எங்கண்ணனுக்கு பொண்ணுக் கேக்கப் போறாங்க. வெரசுனு வேலையாகனு அதேன்.” கொசுவு மிட்டாய் ஜாடியைத் திறந்து தேன்மிட்டாய் இரண்டை எடுத்தான்.

“யே நீ என்னாடா கவுட்டுக்குள்ளருந்து வாரவெ. ஆளக் கூப்புட்டாச்சா?” கொசுவினை விரட்டிய அய்யாம்மா திரும்பினாள். ஆணும் பெண்ணும் கொசுவின் சைக்கிளுக்குப் பக்கம் நின்றிருந்தனர். ஆளை அளந்தாள்.

“கான்கரட் வேலம்மா, கொஞ்சம் கைய வீசி வேலயப் பாக்கணும். சாரத்துல ஏத்திவிட்டாலும் நிக்கெணும். சரித்தான...” வந்தவர்களிடம் எச்சரிக்கையாய் பேசினாள்.

“அதெல்லா முன்னக்கூட்டியே சொல்லித்தே கூட்டியாந்தே!” ஒரு மிட்டாயை வாயில் அதக்கியபடி பதில் சொன்னான் கொசுவு.

“ணே முட்டாய்க்கி அவென்ட்ட காசு வாங்கிக்கங்க.”

“மகனுக்கு பொண்ணுப் பாக்கப் போற புள்ள, அல்லாத் துக்குமில்ல முட்டாய் வாங்கித்தரணும் பாவம், ஒத்த ரூவ்வாய்க்கி முட்டாய் வாங்குனத கணக்குச் சொல்லிக்கிருக்க...” மிட்டாய்க்கும் சேர்த்து எடுத்துக்கொண்டே மீதியைக் கொடுத்தார் ராஜா.

“இதென்னா புள்ளகுட்டி இல்லாத பணமுன்னு நெனச்சீகளா, கண்ட பயலுகளுக்கு எறைக்கணுன்னு.”

“ஆரு கண்டபய, அய்யம்மா, ஒஞ்சொத்துல எனக்கும் பங்கு இருக்கு. கேஸ் போட்ருவே ஆமா! என்னாண்ணே...” மீதி மிட்டாயையும் வாயில் போட்டுக் கொண்டு சைக்கிளின் ஸ்டாண்டை விடுவித்தான்.

“நேர வந்துருங்க, அவக ரெண்டு பேருக்கும் வழியைச் சொல்லிட்டியாடா?” கேட்டுக்கொண்டே அய்யம்மாள் கேரியரில் ஏறிக்கொண்டாள்.

“ஏ அய்யம்மா, பொண்ணு எந்த ஊரு ? பாதில விட்டுட்டுப் போற.”

கடைக்காரர் ஆவலாய்க் கேட்டார்.

“உள்ளூர்தே மொதலாளி. சாயங்காலத்துக்கு மிச்சத்த வந்து சொல்றேன். மிசினெல்லா வேலத் தளத்துக்குப் போயிருச்சி. லேட்டாகிரும்.”

கேரியரில் ஏறி அமர்ந்ததும் சத்தமாய்ப் பதில் சொல்ல, சைக்கிள் வேகமெடுத்தது.

4

மணல் ட்ராக்டர் தெருவுக்குள் திணறித் திணறி வந்தது. முன்னும் பின்னுமாய் இரண்டு பேர் வழிநடத்தினர். ட்ரைவர் இருக்கையில் உட்காராமல் பிரேக்கிலும் ஆக்சிலேட்டரிலும் உட்கார்ந்திருந்தான். ஸ்டேரிங்கை சுழற்ற முடியவில்லை. தெருவின் ரெண்டு பக்கமும் பைக்குகளும் ஸ்கூட்டர்களுமாய் கால் சாய்த்து நின்றுகொண்டிருந்தன. அவற்றை எடுத்துவிட்டால் வண்டி கடகடவென வந்துவிடும். வண்டிகளை நேர்செய்து நிறுத்தியும் சாய்த்துப் பிடித்தும் ட்ராக்டரை நகர்த்த வேண்டியிருந்தது.

“இதே வழிலதான திரும்பணும், வண்டிகள ஓரமா இழுத்து விடுங்க, வாரப்ப ரிவர்ஸ்ல வேற வரணும்...” அந்த வெறிச்சியிலும் ட்ரைவர் ஆலோசனை சொன்னான்.

“நல்ல தண்ணிக் கொழா பைப்புல ஏத்திடாதீகப்பா!” மாடியிலிருந்து மலக்காரம்மாள் வைத்த கண் மாறாமல் பார்த்துக்கொண்டிருந்தார். “சின்ன தெருவுக்குள்ள இவ்வளவு பெரிய வண்டியெல்லாமா கொண்டு வருவாக? பெரிய வண்டிக வந்து வந்து தெருவே பள்ளமாப் போச்சு. சரக்குகள அளவளவா கொண்டுக்கு வரலாம்லப்பா.”

“ஒண்ணும் ஆகாதுங்க. பாத்துதா வாரோம்...” குரங்கு விரட்டி குமாருக்கு தெருவுக்குள் பதில் சொல்லியே மரத்துப் போய்விட்டது. இதுக்குத்தான் அஞ்சு, ஆறு மணிக்கு ஆளுக கண்ணு முழிக்கங்குள்ள சரக்க எறக்கிவிட்றணும்ங்கறது.

ஏற்கெனவே குவித்திருந்த ஜல்லிக் கல் குவியலை ஒட்டி மணலைச் சரித்துவிட்டார் . குடை வண்டி சாய்ந்தாப்போல ட்ரெய்லரை குப்புறக் கவுத்த, கரகரவென நிமிசத்தில் மணல் சரிந்து தெரு அடைத்துப் போனது.

“வரட்டூ வரட்டூ வரட்டூ வரட்டூ” வழிப்போக்காளியின் வழிகாட்டலில் ட்ராக்டர் வந்த வழியே பின்னகர்ந்து சென்றது.

உடனடியாக தெருவுக்குள் பால்காரனும், கீரைக்காரனும் எதிரெதிராய் வந்து ஆரன் அடித்தனர்.

“கொத்தனாரே! கொஞ்சம் பாதைய ஒதுக்கிக் குடுங்க”

“ஆமா இவக வீடு கட்றதும் போதும் வீடு வாசலெல்லா மண்ணாத்தேங் கெடக்கு. சின்னப் புள்ளைக வீதில எறங்க வகையில்ல. என்னைக்கித்தே வேலய முடிக்கப் போறாகளோ படச்சவனுக்குத்தே வெளிச்சம்!”

வாசல் தெளிக்க வந்த கனக லட்சுமி இதுதான் வாய்ப்பென பேசினாள்.

எப்போதும் மணல் வண்டி வரும்போது நிமிந்தாட்களையும் சேர்த்து அனுப்பிவைப்பான். மணலைக் கொட்டியதும் ஆட்டோ போகும் அளவு மணலை ஏற்றிக் கோதிவிட்டு வழி செய்துவிட்டுத்தான் வருவார்கள். இன்று கான்கிரீட் போட இருப்பதால் கொஞ்ச நேரத்தில் கான்கிரீட் ஆட்கள் வந்து வேலையைத் தொட்டால் சரக்குகள் சீக்கிரத்தில் காலியாகி விடும் என்பதால் நிமிந்தாட்களை சொல்லவில்லை.

“ந்தா ஓர் நிம்சம்...”

சட்சடவென வேலை நடக்கும் கட்டடத்துக்குள் ஓடிச்சென்று மண் வெட்டியை எடுத்து வரப்போனான். அதற்குள் கட்டடத்துக்காரர்களும் வந்து நடக்க வழி கிடைக்காமல் நின்றிருந்தனர்.

“இன்னம் ஆள் வரலியாய்யா! சல்லி மணல் இப்பிடி பாதைய மறிச்சுக் கெடக்குறது நமக்கே செரியில்லீல்ல.

வெட்டியா தெருக்காரவுக வாய்ல விழணும், டக்குனு இழுத்துவிட்டு ஆள் போக்குவரத்துக்கு வழிபண்ணுங்க."

வீட்டுக்காரர் முகம் சுளிப்பதுபோல பேசினார்.

ஊரில் எல்லோரும் ஊருக்கு வெளியில் இடம் வாங்கி விஸ்தாரணமாக வீடுகட்டிக் கொண்டிருக்க, பூர்வீகத்து இடமென இந்த தெருவுக்குள் விரும்பி வந்தார். சுற்றிலும் ஒரே சொந்தபந்தங்கள். பிறந்து வளர்ந்து விளையாடிய இடம்; தனது மூதாதையர்கள் வாழ்ந்து களித்த மண் என்ற பெருமிதம் வழிய வீட்டைக் கட்டலானார். தெரு முழுசும் சொந்தக்காரர்கள் என்றாலும் உள்ளுக்குள் பொருமலும் செருமலும் இருந்தாலும் அதையெல்லாம் சகித்துக் கொண்டு தான் மாசக்கணக்கில் மணலும் சல்லியும் தெருவை அடைத்துக் கிடக்க சம்மதித்துக் கொண்டிருக்கிறார்கள். ரெம்பவும் படுத்தக்கூடாது.

அவருக்குப் பதில் சொல்லி நேரத்தைப் போக்காமல் சரசரவென மணலை வெட்டி இழுத்துப் போட்டான் குமார். சரக்கு கூடுதலாய் இருந்தது. ஓரளவுக்கு மேல் உயரம் ஏற்ற முடியவில்லை. சரிந்தது. அள்ளி இடம் மாற்றாமல் வழிகிடைக்காது. ஆள் நடமாடவும் இருசக்கர வண்டிகள் போய்வரவும் வழி செய்தால் போதும்.

"ஏன்யா ஒத்தாளா வேலையப் பாத்துக்கிருக்கீக. இன்னைக்கொருனா ஆளுகளச் செத்த வெள்ளன வரச் சொல்லியிருக்கலாம்ல..."

வீட்டுக்காரரது தாயார் கொத்தனாரின் சிரமத்தைக் கண்டுவிட்டார்போலிருக்கிறது.

"வேறொரெடத்துல காங்கரீட் போட்டுக்கிருக்காகம்மா. நமக்கு பத்தர மணிக்கு மேலதான. அதனால வெள்ளனமே ஒரு வேலயப் பாக்கப் போய்ருக்காக கரெக்ட்டா. பத்து மணிக்கு மிசினோட ஆளுக பூராவும் வந்துருவாக."

"நானும் இவென்ட்ட அதத்தான் சொன்னே. பிரம்ம மூர்த்தத்திலயே காங்கரிட்டப் போடுறான்னே! நாம சொல்றத எங்க கேக்கறா. எவனோ ஒரு அய்யெஞ் சொன்னானு இப்பிடித் திரியிறான். இந்நேரம் பாதி வேல முடிஞ்சிருக்கும்ல ஊர் வாய்லயும் விழவேண்டிதில்லல ஹூம்!"

பின் கொசுவம் தலையாட்ட அசைந்தபடி காலெடுத்து வைத்து ஜல்லி மண்ணைக் கடந்து புதுக்கட்டடத்துக்குள் நுழைந்தார்.

வீட்டுக்காரர் கொஞ்சம் ஐதீகவாதி. ஒவ்வொண்ணையும் சாஸ்திரப்படிதான் செய்ய வேண்டும் என்பதில் ரெம்பவே பிடிவாதமாய் இருப்பார். கூடவே மஞ்சள் பை பிராமணர் நெற்றியில் கோப்பாலமிட்டபடி அவரது பைக்கில் தொங்கு சதையாய் எந்நாளும் தொங்கியபடியே திரிகிறார். யார் ஓனர் என்று ஐயப்படுமளவு அய்யரது குரல் ஒலிக்கும்.

"உலகத்தப் படச்ச ப்ரம்மாவே வேதங்கள் சொன்ன தர்ம சாஸ்தரப்படிதான் உயிர்கள் அத்தனையும் படச்சான். அவனை விடவா நாம ஒசத்தி? அவனுக்குத் தெரிஞ்சதக் காட்டிலும் நமக்கு அதிகமாத் தெரிஞ்சிடுமா?"

பதில் சொல்லத் தயங்குகிற கேள்விகள், கேள்விக்கு பல உப கேள்விகள் எனப் பேசிப் பேசி எதிராளியின் காதுகளை அடைத்துக்கொண்டே இருப்பார். தனக்குக் காதுகள் இருப்பதை நம்பாத அல்லது காதுகளே இல்லாதவரோ எனும்படியான ஆசாமி அவர்.

பூமி பூஜையில் வந்து நின்றவர் வானம் தோண்டும்போது, பில்லர் நடுகிறபோது, சுவர் எழுப்புகிற நேரம் என்று ஒவ்வொன்றுக்கும் நாள், கிழமை, நேரம் குறிப்பதோடு எந்தத் திசையில் நின்று வேலையைத் தொடவேண்டும் என்றும் உத்தரவு சொல்லுவார்.

"கட்டுன பொண்டாட்டி என்னையவிட அந்த அய்யர் கூடத்தே அவர் குடும்பம் நடத்தறார் கொத்தனார் அண்ணே..." என்று அவரது மனைவிகூட ஒருநாள் ஆற்றாமை தாங்காமல் புலம்பினார்.

அவர் மட்டும் இல்லாதிருந்தால் வெய்யில் புறப்படுவதற்கு முன்னதாக கான்கரீட்டைப் போட ஆரம்பித்திருக்கலாம். இந்நேரத்துக்கு பாதிச் சரக்கு தீர்ந்து தெருவில் ரயில்வே கேட்டைத் திறந்துவிட்ட மாதிரி போக்குவரத்து ஓடிக் கொண்டிருக்கும். அடுத்தடுத்த வேலைக்கும் ஓடியிருக்கலாம். காலை பத்தரைக்கு மேல் நல்ல நேரம் வந்தாலும் ஏதோ ஒரு ஓரையைக் கணக்கிட்டு, ராகு, கேது, எமகண்டம், குளிகை குறுக்கிடாத பொழுதாகக் குறித்துக் கொடுத்தார்.

கிட்டத்தட்ட பதினோரு மணியை நெருங்கியிருந்ததால் காங்கரீட் போடும் கங்காணிகள் இதை முடித்து அடுத்த வேலைக்குப் போகமுடியாது. நேரமிருக்காது என்பதாலும் ஒரே வேலைங்கறதாலயும் கொஞ்சம் கூடுதலாய் சம்பளம் எதிர்பார்த்தனர்.

அந்த நேரம்தான் சந்திரன் வந்தான். போன முறை லாப்ட் கான்கரீட் பாண்டியனைவிட ஆயிரம் ரூபாய் குறைச்சலாய் போட்டுக் கொடுத்தான். அப்போதே சீலிங்குக்கு வாய்ப்புக் கேட்டிருந்தான். சந்திரனைக் கூப்பிட்டால் ரெண்டாயிரம் மூவாயிரம் வரை மிச்சமாகும். உண்மையிலேயே அப்படித்தான் கேட்கவும் செய்தான். உடனடியாய் ஆயிரம் ரூபாய் முன்பணத்தைக் கொடுத்து உறுதிப்படுத்திவிட்டான்.

"மறந்திரக் குடாது சந்திரா, எவன்ட்டயும் இதே நாள்ல அடுத்த வேலைக்கு அட்வான்ஸ் வாங்கீராத."

படித்துப் படித்துச் சொல்லியிருந்தான்.

"ஆளுகள எப்பயும்போல ஒம்பது மணிக்கே கூட்டி வந்திரு. சரக்குகள ஏத்தி வச்சுக்கிட ஏதுவா இருக்கும். வேல ஆரம்பிக்கும் முன்னாலேயே காப்பி வடைக்கு ஏற்பாடு பண்ணீருவோம். பாவம் சாப்புட்டுப் போகட்டும்" என பேசிவைத்திருந்தான்.

எல்லாவற்றுக்கும் சரி சரி எனத் தலையாட்டியவன், நேற்று இரவு திடுமென போன் செய்து பிரம்ம முகூர்த்தத்துக்கு ஒரு வேலை வந்துள்ளதாகவும், அதிகாலை ஆறு மணிக்கெல்லாம் அங்கே போய் முடித்துவிட்டு சரியாக பத்து பத்தரைக்கெல்லாம் இங்கே ஆஜராகிவிடுவதாகவும் குண்டைத் தூக்கிப் போட்டான்.

"வேல அருந்தலான சமயம்ணே, ஆள்களுக்கு பத்து நூறு சேத்துத் தந்தம்னாத்தே ஆளுகளத் தக்கவெக்க முடியும்! வேலைக்கி ஆள் அருந்தலாயிப் போச்சுல்லணே" என வாயை அடைத்தான்.

அப்படி இப்படிப் பேசி பத்து மணிக்குள் சில பேரை முன்னதாக அனுப்பிவைக்க ஒப்புக்கொண்டிருந்தான். அய்யாம்மாவுக்குத் தெரியாது, அவளுக்குத் தெரியாமல் நடக்கும் வேலைகளில் இது ஒன்று. தெரிஞ்சாகூட ஆளனுப்பி

விடுவாள். கேள்விப்பட்டால் சந்திரனும் தொலஞ்சான். சமாளிப்போம்!

“நீ பழச மறந்திட்ட குமாரு! சமயத்துக்கு ஆளத் தேடுற, பாத்து முழிப்பா இருந்துக்க. அவ்வளவுதே நாஞ்சொல்வே.” காலையில் டீக்கடையில் பாண்டி சொன்ன வார்த்தை ஏனோ இப்போது எதிரொலித்தது. அந்தச்சொல் மண்டைக்குள் ஏறி நின்று பதற்றத்தை விதைத்தது.

இனி இங்கே ஆட்கள் வந்த பிறகுதான் வேலை. அதுவரை பிசிபட்டி கோழிக்கடை வேலையைப் பார்த்து வரலாம் என நினைத்திருந்தான். போனில் விசாரித்தால் போதும், நிலவரம் தெரிந்துவிடும். ஆனால், அது வேலையாட்களுக்கு பயமத்துப் போகும். அதனால் பேசிக்கொண்டிருக்கும்போதே திடுமென ஸ்பாட்டில் போய் நிற்பான். கொத்தனார் எந்த நேரமும் வந்து நிற்பார் எனும் எண்ணம் வேலையாட்களிடம் இருந்துகொண்டே இருக்க வேண்டும். வீட்டுக்காரருக்கும் ஒவ்வொரு கட்டத்திலும் கண் பார்வையோடு இருக்கிறார் என்ற அபிப்ராயம் விழவேண்டும். அப்போதான் தொழிலில் நிற்க முடியும்.

இப்போது ஏனோ இந்த இடத்தை விட்டுப் போக மனசு வரவில்லை. பதினோரு மணிக்கு முதல் சட்டிக் கலவை சீலிங்கில் கொட்டப்பட வேண்டும். அதற்கு கலவை மெசின்கள் வந்து, ஜல்லி, மணல் பிரித்து அளந்து கொட்டி, ஆட்களை சாரத்தில் நிறுத்தி தயார் செய்ய குறைந்தது பத்து மணிக்காவது கலவை போடும் ஆட்கள் வந்து நிற்க வேண்டும்.

மணி ஒன்பது.

5

"**வ**டை எப்போ கொண்டு வரச்சொல்லலாம் கொத்தனார்? ஆடர் தந்தாச்சி டயம்தா சொல்லணும். அதுபோல மதியச் சாப்பாடு வெஜ்ஜுதான் சொல்லியிருக்கேன். வீட்டாளுக பத்து பேர் வருவாகன்னு நெனைக்கிறேன். ஒரு ஒன்னரை ரெண்டு மணிக்குக் கொண்டு வந்தாப் போதும்ல" வீட்டுக்காரர் துல்லியமான திட்டத்தில் நின்றார். பூமி பூஜை செய்தாற்போல மேல்தளம் கான்கரீட் போடும் நிகழ்வையும் சொந்த பந்தங்களை முன்னிறுத்திக்கொண்டு செய்யப் பழகிவிட்டனர். கான்கரீட் போடும் தொழிலாளர்களுக்கு மதிய உணவு போடும் பழக்கம் வந்திருந்தபடியால் அவர்களோடு சேர்த்து சொந்த பந்தங்களுக்கும் விருந்துக்கு ஏற்பாடு ஆகியது.

"மதியத்துக்கு டயமெல்லா வேண்டா சார் வேலைய முடிச்ச நேரத்துலச் சாப்பாட்டக் குடுத்துக்கலாம்" சொல்லும்போதே முகம் ஏனோ வியர்த்தது.

"வீட்டாளுகளுக்கு?"

"எல்லாரும் என்னா விருந்துக்கா வந்திருக்காங்க? வேல பாக்கறவகளே லேட்டாச் சாப்புடுறாங்கன்னா

இவங்களுக்கும் அப்புடித்தே. பசிக்கிதுங்கறதுக்காக வேலைய நிறுத்தி பந்தி பரிமாறவா முடியும்?" வீட்டுக்காரரின் தாயார் முந்திக்கொண்டு பதில் சொன்னார்.

"இல்லம்மா நா என்னா சொல்றேன், வேலக்காரங்களே லேட்டாயிருச்சுன்னா சாப்ட்டு வேலயப் பாக்கட்டுமே! வயித்துல பசியோட என்னாத்துக்கு வேலையப் பாக்கணும்?" வீட்டுக்காரரது கரிசனம் குமாரைப் பயமுறுத்தியது.

"இல்ல சார், அதெல்லா சரிப்படாது. வேலயப் பிடிச்சா சூட்டோட ஒரே பிடியா வேலய முடிச்சிரணும். நின்னு நின்னு வேலயப் பாக்கற அளவுக்கு இது பெரிய ஏரியா இல்ல"

"ரைட் ஆள் வந்ததும் எண்ணிக்கையச் சொல்லுங்க"

"எத்தினி பேர்ணே கூட்டுப் போக?" பி.சி பட்டியிலிருந்து போன். சட்டென இங்கிருந்து அந்தக் கட்டடத்துக்குத் தாவ வேண்டியிருந்தது. "நேத்து நா ஆளச் சொல்லியிருக்கே வந்துருவாங்கெ சொன்னத மட்டுஞ் செய்யி. நிய்யா ஆரயும் கூப்புட வேணாம். சரக்கு மட்டும் பத்தாக்கொற வராமப் பாத்துக்க. எதும் அப்புடி ஒருமாதரி தெரிஞ்சதுனா சட்டுன்னு போன் பண்ணு செரியா. என்னயவே எதிர்பாத்துக்கிருக்காத"

பி.சி. பட்டியில் இடிப்பு வேலை நடந்துகொண்டிருக்கிறது. ரெண்டு பேர்களை வரச் சொல்லியிருந்தான் நேரில் போய் வந்தால் வேலை சூட்டிகையாய் நடக்கும். இந்தப் பதற்றத்தில் போனால் சிக்கலாகிவிடும். கொசுவு எங்கேயிருக்கான் போன் பண்ணினால் அய்யாம்மாக்குத்தான் போகும்.

மம்பட்டி எடுத்து இன்னும் கொஞ்சம் ஓரமாய் அள்ளி மணலை ஏத்திவிட்டான். இரு சக்கர வண்டிகளும் ஆள்களும் போக பிரச்னை இல்லை. ஆட்டோ போகமுடியாது. பார்த்துக்கொள்ளலாம். சித்தாள்கள் வந்துவிட்டால் சரக்கை கட்டடத்துக்கு மாத்தச் சொல்லிவிடலாம். பத்து முப்பது தட்டு எடுத்தாலே ஆட்கள் பார்வை மத்துவப்படும்.

"என்னா கொத்தனாரே, சந்துங்கவும் சல்லி மணலல்லா இப்பிடி அடஞ்சு வச்சுட்டீக! வண்டிவாசி வச்சிருக்கவெ எப்பிடித்தேம் போறது?" கடேசி வீட்டு வாத்தியார் பல் தேய்த்தபடி வந்து கேட்டார்.

“காங்கரீட் போடறம் சார். ஆளுக வந்ததும் அஞ்சு நிமிசத்தில தீந்திரும்” சொல்லிக் கொண்டே மண் வெட்டியை கட்டத்தில் வைக்கப் போனார். சென்ட்ரிங் ஆசாரியும் எலக்ட்ரீசியனும் மேலே இருந்து மாடிப்படி வழியாய்க் கீழே இறங்கிக்கொண்டிருந்தனர். “அடப்பெல்லா கீளீராப் பாத்தாச்சு.. முட்டும் வேணுங்கற அளவுக்கு குடுத்துருக்கு. கான்கரீட் போடறப்ப எங்கிட்டாச்சும் ஒழுகுச்சுனாப் பாத்துக்குவம். அப்ப, நாங்க எத்தன மணிக்கு வர?”

“என்னாயா அத்தக் கூலிக்காரெம் மாதரி கேக்கற. வீட்டுக்குப் போயிட்டு வெர்சா வந்துரு. ஆளுக வந்ததும் சடார்னு ஆரம்பிச்சிடலாம்ல. யேப்பா ஒனக்குந்தே. பைப்பு வச்சாச்சின்னு போயிற வேணாம். ஆளும்பெருமா இருந்து வேலைய முடிக்கலாம்” இன்றைக்கு இவர்களுக்கு தனிச் சம்பளம் உண்டு. அதற்குத் தக்கபடி வேலை வாங்காமல் எதுக்கு சும்மா விடுவானேன்? வீட்டுக்குப் போனதும் வந்திர்ரே! இரண்டு பேரும் ஒரே குரலில் சொல்லிக் கிளம்பினார்கள்.

டீ குடிக்க வேணும் போலிருந்தது. மம்பட்டி வேலை அசத்திவிட்டது. ரோட்டுப்பக்கம் போனால் கிடைக்கிற ஆளைக் தள்ளிக்கொண்டு வந்துவிடலாம். வேலைக்கு வரவேண்டிய கொத்துக்காரர்கள் வந்தாலாவது ஒரு ஐடியா கிடைக்கும். அவர்களையும் காணோம், போன் போட்டான், “வந்திர்ரேண்ணே. சொல்லீட்டீகள்ல. அரமணி நேரத்துக்கு முன்னாடியே வந்து நிப்பேண்ணே” அலோ சொல்வதற்குள் சொல்ல வேண்டியதைச் சொல்லி வைத்துவிட்டான். மட்டம் பார்க்க அழைத்திருந்த கொத்தனார்.

ரோட்டுக்குப் போகும் எண்ணத்தில் கட்டடத்தை விட்டுக் கீழிறங்கினான் குமார். மஞ்சள் பை அய்யர் கட்டடத்தை நெருங்கி வந்தார். “பரவால்ல, வேலக்காரன்னா இப்பிடித்தான் எண்ணெயா நிக்கணும். இருப்பீகளோ என்னமோன்னு சந்தேகத்துல வந்தே.”

“காலைல ஆறு மணிக்கெல்லா மணல் வண்டியோட வந்து நின்னுட்டார் சாமி” வீட்டுக்காரர் மலர்ந்த முகமாய்ப் பேசினார்.

“ம் ! சந்தோசந்தான. சரிங்க கொத்தனாரே, இப்ப வேலய கன்னி மூலைல இருந்துதான ஆரம்பிப்பீங்க?”

"அதான வழம சாமி?"

"எங்க? அந்த எடத்துல பூச நடத்தனும்ல. இந்த சாமானெல்லா அங்கன கொண்டுப்போய் சேத்துருங்க" கையிலிருந்த பைகளை நகர்த்திவிட்டார்.

"அதெப்பிடி சாமி மேல வச்சி பூச செய்ய முடியும்? சென்ட்ரிங் கட்டுமானம் கால்ல கம்பி குத்தும், ஆளுக மிதியில பலகைக எடம் மாறும்?" யாரும் செய்யாத புதுவித பூச வகையா இருக்கிறது. ஆனாலும் மனம் நோகாதபடிக்குச் சொன்னார்.

"ஓ! அப்போ நீங்கள்ளாம் தளத்த மிதிக்காம ஹெலிகாப்டர்ல பறந்த படிக்கி கான்கரிட் போடுவியலோ?" அய்யரது பேச்சில் மெல்லிய கோபமும், சின்ன எகத்தாளமும் மின்னியது.

"அப்பிடியும் போடலாம் சாமி. மிசினு இருக்கு கொண்டு வரவா" என்ற குமார், "சாமீ நாங்க முட்டப் பாத்து மிதியக் குடுப்போம். அதும் எல்லாரும் ஏறமாட்டம்ல"

"அப்ப பூஜை வேண்டாம்ங்கறீகளா?"

"அப்பன்னா, சாமிய மட்டும் மேல கூட்டிப் போங்க. நாங்கெல்லா படியிலயோ கீழவோ நின்னுக்றோம்" வீட்டுக்காரர் சுலபமான வழியைச் சொன்னார்.

"இல்ல இல்ல நாம கீழ்ப்புறத்தில, கன்னி மூலைல ஒக்காந்துக்குவோம். பூஜைய கீழயே முடிச்சுட்டு தீபாராதனையும் தீர்த்தத்தையும் மட்டும் மேல அனுப்பிக்குவோம். கொத்தனார் சொல்றதிலயும் ஒரு லாஜிக் இருக்கு" என அய்யர் பிரச்னையை முடித்து வைக்க பூஜைப் பொருள்கள் கீழேயே தங்கின.

அதற்குள் வீட்டுக்காரரது விருந்தாளிகள் பூஜைக்கு வரத் தொடங்கினார்கள்.

குமார் மட்டம் பார்க்கும் கொத்தனாரை மறுபடி அழைத்தான். "நோழி மகெங்க இன்னக்கின்னு பாத்துத்தே எல்லாப் பயகளுக்கும் பேய் புடிச்சிக்கும்!"

"என்னாண்ணே! ந்தா வந்துட்ருக்கேண்ணே, சந்திரெ வந்துட்டானா? மிசின வந்து எறக்கிட்டானாண்ணே?"

"யேன், எல்லா மயிருகளும் வந்து சேந்தாத்தே நீ கௌம்பி வருவியோ? மணி பத்தாகப்போது இன்னம் வேலைக்குக்

கௌம்ப மனசில்லியா. நா இங்கன ஒத்தாளா நின்னு மாரடிச்சிக்கிருக்கே ஒங்களுக்கெல்லா மேட்டுமோளம் போடுதும் ?" வரிசையாய் போன் செய்யலானான்.

"பக்கத்துலதாண்ணே இருக்கே!"

"ஒர் நும்சம்"

"பதுனோர் மணிக்கின்னீகளா..."

சந்திரன் தானாகவே போன் செய்தான். "என்னாண்ணே செய்றீக?"

"ம்? மணி ஆட்டிக்கிருக்கே. பத்து மணிக்கு பாதி ஆள் வந்துரும்னு சொன்னவெ?"

"அதத்தாண்ணே..." என பதில் சொல்லிக் கொண்டிருக்கும் போது "மணி சார் வீடு இதான, வடையும் டீயும் ஆடர் சொல்லியிருந்தார். அம்பது வடை இருக்குண்ணா. பேப்பர் பிளேட் இந்த கேரிப் பைல இருக்குண்ணா. டீ பத்துப்பேர் சேத்து சாப்பிடலாம். எங்க வக்கெட்டும்?" எக்ஸ் எல்லில் வந்து டீயையும் வடைப் பார்சலையும் இறக்கி வைத்தான் ஒரு வாலிபன்.

"வையி, எடுத்துக்கறோம்" என கை சாடையில் சொன்னபடி சந்திரனது பதிலைக் கேட்டார். "அதத்தாண்ணே வேலய வெரசா முடிக்கனும்னு பாத்தப்ப எஞ்சின்ல டீசல் அடச்சுக்குச்சு"

"என்னாது எஞ்சின் ரிப்பேரா?"

"இல்லண்ணே சரி பண்ணீயாச்சு ஓடுது. வந்துருவோம். ஒரு தாக்கல் சொல்லத்தே" வார்த்தைகளை முழுங்கியபோதே குமாருக்குப் புரிந்துபோனது. "ங்கவாரு சந்துரா ஒன்னோட கிருத்திரிய வேலையெல்லா எங்கிட்ட வச்சிக்காத கொள்ளைக்கிக் கடுப்பாகிரும். ஏதோ ஒன்னிய நம்புனேம் பாரு. அந்த நம்பிக்கையக் கெடுத்தறாத, அப்பறம் நானும் ஆருங்கறதக் காமிக்க வேண்டி வரும்.... வேணாம்!" அடுத்த சத்தம் கொடுக்கத் துவங்குவதற்குள் சந்திரன் தனது போனை அணைத்து விட்டான்.

"தம்பி, நீங்கதே காங்கரீட்டுக்கார்ரா?" மாரியம்மன் கோயில் பூசாரி வந்தபோது, கலவை மெசின் வருவதற்கான பாதையை கைக்கொத்தனார்களை வைத்து இடம் ஒதுக்கிக்

கொண்டிருந்தான். வெய்யில் உறைக்கத் தொடங்கியிருந்தது.

“ஆமா பூசாரி, அம்ம வேலதே. சொல்லுங்க”

“திருவுழா சாட்டியாச்சு இன்னிக்கி பொட்டி தூக்கி வரணும் கொரணாவுக்குப் பெறவு இந்த வர்சந்தே ஆத்தா வெளிய வாரா இப்பிடி தெருவ அடச்சுப்போட்டு வச்சிருக்கியே நல்லாவா இருக்கு?” துப்பாக்கியை நீட்டுவது போல கையை நீட்டிப் பேசினார் பூசாரி.

சந்தை மாரியம்மன் மூலஸ்தானம் ஊருக்குள்தான் இருக்கிறது. பெரிய கோயிலுக்கு ஊர்வலமாக இங்கிருந்துதான் கிளம்புவார். அதேபோல வீரப்பய்யனார் மூலஸ்தானக் கோயிலும் இங்கேதான் இருக்கிறது.

“இன்னிக்கி ராத்திரி பொறப்பாடா?”

“ஆமாயா, பொட்டி தூக்கி கொட்டு மொழக்கோட ஆத்தாள அழச்சிட்டுப் போவணும்ல. தெருவு கழுவிவிட்டாப்ல பளிச்சுன்னு இருக்கணும். நதிம்பிட்டு ஜல்லி மண்ணு கண்ணுல படப்பிடாது ஆமா!”

“அதெல்லா பளிச்சினு கிளீன் பண்ணிடுறேன் பூசாரி”

“ஆமா, தெய்வத்தப் பகச்சிக்காத”

அந்த நேரம் தெய்வம்போல தனது சிவப்பு சைக்கிளில் வந்து இறங்கினாள். பூங்கொடி. அவளைப் பார்த்ததும் குமாருக்கு அத்தனை பரவசம் பொங்கியது.

“யே கருவாச்சி..!”

இனி எதையும் பாக்கலாம்.

நிறுத்திய சைக்கிளில் ஸ்டைலாகச் சாய்ந்துகொண்டு அவனைப் பார்த்தாள். பச்சை நிறச் சுடிதாரும், கழுத்தில் மப்ளராகச் சுற்றியிருந்த கருப்பு நிறத் துப்பட்டாவும், அவளது நிறத்தை இன்னும் அடர்த்தியாக்கிக் காண்பித்தது. “என்னா புது மாப்ள, மண்ண நோண்டிக்கிருக்காரு” என்ற கேள்வியில் அவளது அன்றைய ஆட்டத்தைத் துவக்கினாள் பூங்கொடி.

தனக்குப் பெண் பார்க்கப் போகும் சேதி யார் வழியாகப் போனது எனும் குழப்பத்தில் இருந்த குமார். அதைவிட இப்போதைய பிரச்னையைத் தீர்க்க பூங்கொடி ஒருத்தி போதுமென சந்தோஷப்பட்டான். கொசுவைக் கூப்பிட நினைத்த மனம் பூங்கொடியை யோசிக்காமல் விட்டதே என

குறைபட்டான். ஆனாலும் மீசையில் மண் ஒட்டவில்லை என்பது மாதரி, "ஓனக்கு ஆயுசு கெட்டி பூங்கு. ஒன்னிய இப்பத்தே நெனச்சேன் டகார்னு வந்து குதிக்கிற" என்றான்.

சைக்கிளை எதிர்ப்புறத்துச் சுவற்றில் சாய்த்துவிட்டு அவன் பக்கம் வந்தவள், "இல்லியே மூஞ்சியப் பாத்தா பேதிக்குப் போன பெருச்சாளி மாதிரி சுண்டிப் போய்க் கெடக்கே? காலையிலயே எவகிட்டயும் மாட்டி வாங்கிக் கட்டிக்கிட்டியா" குமார் வேலையாட்களை மட்டும் குரங்காக விரட்ட மாட்டான். உடன் வேலைக்கு வரும் பெண்களையும் கையாள்வதில் சமர்த்தன். ஆனால் பூங்கொடியிடம் மட்டும் மீள முடியாத நெருக்கத்தைக் கொண்டிருந்தான். பூங்கொடியும் அவனை தாலி கட்டாத புருசனாக வரித்திருந்தாள். அவனது சில்லரைத்தனங்கள் தெரிந்தாலும் தன்னை பாதிக்காதபடி அந்தந்த சமயத்தில் கத்தரி போட்டு விடுவாள்.

"லூசு முண்ட, நானே வேலக்கி வாரேன்ன மாப்ளைகளக் காணாம்னு காலேல ஆறு மணிலருந்து இங்குன ஒத்தக் கொரங்கா அவதிப்பட்டுக்கிருக்கே, பொண்ணுப் பாக்கப் போறாகளாம்!"

"இங்கவாரு, அப்பிடியே நடிக்காத அல்லாந் தெரியும். சந்திரெ வல்லேன்னதும் தெரியும், அதேசமயம் சாயந்தரம் நீ பொண்ணுப் பாக்கப் போறதும் தெரியும். கேட்டுப் போலாம்னுதே வந்தே. நானும் வரவா பொண்ணப் பாக்க"

ஊரில் எஞ்சினியர் படிச்ச பயல்களுக்கே வருசக்கணக்காக பொண்ணு அமையாம கெடக்கு. இதில, அஞ்சாப்புக்கூட ஒழுங்கா வாசிக்காத அதும் பொண்டாட்டி சாகக்குடுத்த மகனுக்காக ஊரெல்லாம் பெண்தேடி அலயிறா அய்யாம்மா. ஆனாலும் ஆத்தாளது தேடலில் குறுக்கிடுவதுமில்லை. கொண்டாடுவதுமில்லை.

"அய்யாம்மா ஒரு லூசுன்னா நீ அதக்காட்டியும் பெரிய மெண்டலு. அவ இன்னைக்கா பாக்கறா வருசமெல்லா பொண்ணு பாத்துட்டுதே அலயிறா. எப்பயாச்சும் நா போயிருக்கனா, இன்னைக்கிம் போ மாட்டேன். எனக்கு வேல முக்கியம். வேணும்னா அய்யாம்மாக்கு தொணைக்கி நீ போய்ட்டு வா" கோபப்படுவது மாதிரி பேசி, மறுபடி போனை நோண்டினான். உண்மையில் குமாருக்கு முதல்

கலியாணத்தில் பட்ட கசப்பும், இப்ப இருக்க சுதந்திரமும், கூடவே பூங்கொடியின் நெருக்கமும் கலியாணத்தில் பெரிய ஆர்வத்தை உண்டாக்கவில்லை.

இன்னும் சந்திரன் லைனில் வரவில்லை. “செத்த இங்கன நிக்கறியா, பூங்கொடி அந்த சந்திரெம் பயல வண்டில கட்டி இழுத்து வாரே. விட்டா நம்மள கழுத மேல ஏத்தி கரும்புள்ளி செம்புள்ளி குத்தி சந்தி சிரிக்க வச்சுருவான்போல” போனை சட்டைப் பையில் வைத்துக் கொண்டு பைக்கை எடுக்க நகர்ந்தான்.

“செத்த நில்லு” என்ற பூங்கொடி, “கொத்தெ என்னிக்கும் வேலக்காரன மட்டும் நம்பிக்கே இருக்கக் குடாது. களத்துல வரிஞ்சு கட்டி எறங்குனாத்தே வேலைக்காரனுக்குப் பயம் வரும். இன்னிமே நீ சந்துரனத் தேடிக் கண்டுபிடிச்சு இழுத்து வந்து எப்ப வேலைய ஆரம்பிக்க? பார்ட்டிக்காரவக ஒன்னைய அவத்தப் பயல்னு நெனைக்க மாட்டாகளா? ஓம் மிசின ஏன் எடுத்து வரல? சரிவிடு, நா வந்துட்டேன்ல அவனத் தேடிப் போற நேரத்துல ஒருமூட்டைய மட்டும் இப்பதக்கி கைக்கலவை போட்றலாம். அதுங்குள்ள ஆள் வந்துருவான்” சொல்லிக்கொண்டே இருக்கிற ஆட்களைக் கூப்பிட்டு ஜல்லி மணலை அளந்துபோடச் சொன்னாள். மம்பட்டியை எடுத்து தானே கலவையைக் கிண்டத் தொடங்கினாள் பூங்கொடி.

சரியாக பன்னண்டு மணிக்கு சந்திரன் மெசினோடு அரக்கப் பரக்க வந்து நின்றான்.

6

அதேநேரம் போயமார் தெருவில் அய்யாம்மாவின் லிப்ட் மேலும் கீழுமாய் ஏறி இறங்கிக்கொண்டிருந்தது.

வேலை நினைத்ததைவிட சூட்டிகையாய் போய்க் கொண்டிருந்தது. வெய்யிலும் காத்தும் பிரச்னை இல்லாமல் சேர்ந்து வந்து கலவை செட்டாக ஏது செய்து கொடுத்தது. “நல்லாக் குத்தி விடப்பா கம்பிக் கட்டுக்கு கீழ சரக்கு எறங்கிரணும்” பரசுக் கொத்தனார் கலவையைப் பரசி விட்டபடி அருகிலிருந்தவனை ஏவிக்கொண்டிருந்தார்.

“ணே! கோயிந்தே நின்னு கட்டிவிட்டுப் போனான்ணே, பலகைல முக்காலிஞ்சி கேப் விட்ருக்கான் பாருங்க”

“அவெ விடுவானப்பா, காத்தடிப்புக்கு கலவை இறுகீரும் அதனால குத்திவிட்டாத்தே சரக்கு கீழ விழுகும்றே!”

“கலவைய செத்த எளக்கமா போடச் சொல்லுங்கண்ணே! லே, கொசுவு!” கம்பியை ஓங்கிய வாக்கில் திரும்பி கீழே, கலவை போட்டு அனுப்பிக் கொண்டிருந்தவனுக்கு அழைப்புவிட்டான்.

“ந்தாவாரு, வெளக்கப் பொருத்தறது அமத்தறது இந்த வேலையெல்லா நாங்க பாத்துக்கிறம். நாஞ் சொல்றத மட்டும் செய்யி, என்னா? சமயத்தில நா ஓங்கிட்டக்க வேல பாக்றனா நீ என்கிட்டக்க வேல பாக்கறயான்னே சந்தேயமா இருக்கு!” பரசு, சற்றே கடுமையாய் வார்த்தையை வீசினார்.

'கீச்சுகீச்சுகீச்சு' எனும் சப்தத்தோடு லிப்ட்டில் கலவை வண்டி மேலே வந்தது. லிப்ட்டை விட்டு இறக்கி கம்பி கட்டிய பரத்தலில் ஓடு பாதை விரித்திருந்த தகரத்தின் வழியாய் உருட்டிக்கொண்டு வந்த கலவையை மறித்த பரசு, மட்டம் பார்ப்பவனை எழுப்பிவிட்டான் "கலவைய நெரந்து கொட்டிவிடு. பையெ புதுசு போல சளக்குன்னு ஒரே குமியா குமிச்சிட்டுப் போறான்"

குத்திக்கொண்டிருந்த கம்பியை வைத்துவிட்டு வேட்டியை ஏறக்கட்டியபடி வந்தவன், "ங்கவார்ரா கலவைய சளக்குன்னு சாணிய குப்பக் கெடங்குல கொட்டுன மாதரி கொட்டீட்டு ஓடக்குடாது. கவுத்து, கவுத்தினியா, அப்டியே பெறவாக்ல மெதுவா இழு. எப்டீ? தாரு ஊத்துன மாதிரி கலவ எறங்குதா. இப்டி வேணுங்கற அளவுக்கு சாய்ச்சு எறக்கணும்" நிமிந்தாளைப் பக்கத்தில் வைத்துக்கொண்டே அவனது கையைப் பிடித்தே பரத்தலில் கலவையை பரசிவிடும் பாடம் சொல்லிக் கொடுத்தான்.

தகப்பன் சாமியிடம் வேதம் வாங்கும் சீடனைப்போல கைபொத்தி வாய்பொத்தி நின்று கேட்டான். "சரிங்ணே சரிங்ணே"

"லேய், கீழே டீ வந்திருச்சா?" பரசு கொத்தனார் நாத்து நடும் பெண்ணாய் இடுப்பினை குனிந்து பரசியபடி கேட்டார்.

"இன்னம் வர்லண்ணே" காலியான வண்டியைத் தள்ளி ஓரமாய் ஒதுக்கிவிட்டு நின்றான்.

"மணி பதினொன்னரை ஆச்சு ஆள் அனுப்புச்சி விட்டாகளா ? வீட்டுக்காரரு எங்க இருக்காரு? அய்யாம்மா கீழ இருக்காளா?" கேள்விகளை தொடர்ச்சியாய்க் கேட்டார்.

"ரெண்டுவேருமே கீழதா இருக்காகண்ணே!"

"அய்யாம்மாவக் கூப்புடு"

கொத்தனது அழைப்புக் கேட்ட நிமிசத்தில் அய்யாம்மா அடுத்து வந்த கலவை வண்டியோடு லிப்டில் மிதந்து வந்தாள்.

"என்னாச்சு? எதுக்கு அவயம் போட்டு கூப்புட்டீக?" கொத்தனாரைக் கேட்டபடி ஓடுபாதையில் கலவை வண்டியோடு நடந்து வந்தாள்.

"கீழ எஞ்சினியரு இருக்காரா?" கொட்டப்பட்ட கலவையைப் கொத்தனார் பரத்தியபடி கேட்டார்.

"இருந்தா வந்திருக்க முடியிமா? இப்பத்தே நகல்ராரு" என்றவள், "ஆரு மட்டம் பாத்து குத்தறது? ஓரக்காலப் பாக்கறதில்லியா! ஈசானில மப்பா எந்திரிச்சு நிக்கிது பாருங்க"

"யே அய்யம்மா, வந்தா ஒஞ் சோலி என்னான்னு கேட்டு வாங்கீட்டுப் போய்ட்டே இருக்கணும். அங்க எந்திரிச்சு நிக்கிது இங்கன பொடப்பா இருக்கு அங்கன மப்பா இருக்கு. இதெல்லா ஒரு பொம்பள பேசப்படாது. பொடப்பா மப்பா இருக்கதப் பாத்து குத்துப் போடத்தே வந்துருக்கம்". மட்டம் பாக்க வந்த கொத்தனாருக்கு வேகம் வந்துவிட்டது. பின்ன, எங்க வந்தாலும் ஆம்பளத்தனத்தோடதே பேசிட்ருக்கா!

"அய்யாம்மாள என்னாண்டு நெனச்சிட்ட? கலவ மட்டும் போட்டு அனுப்பறவன்னு ஈசியா கணக்குப் போட்றாதப்பா, எந்தெந்த எடத்துல கலவ எப்பிடி எப்பிடி எறங்கும் எங்கன எங்கன தேங்கி நிக்கிம் எப்பிடி எப்பிடிக் குத்துனும், எங்கன ஆட்டணும் எல்லாத்தியும் அவகிட்டக்க கேட்டுத் தெரிஞ்சிக்க. என்னா அய்யம்மா, நா தப்பாச் சொல்லலியே!" பரசு கொத்தனாரது பரிகாசத்தில் பரத்தல் மேல் நின்றிருந்த வேலைக்காரர்கள் அத்தனைபேரும் ஒருசேர சிரித்தனர்.

"ம்? எல்லாமே கரெக்கட்டுதா? இப்ப எதுக்கு என்னிய கூப்ட்டீக. வேல இருக்கு கீழ போவணும்" இந்த ஆம்பளை களிடம் வார்த்தையில் எப்பவும் சிக்காமல் தப்பித்து விடுவாள். அதையும் மீறி எங்காவது இடறிவிடுகிறது.

"கலவய கொஞ்சம் எளக்கமா போடச் சொன்னாரு" அருகிலிருந்த நிமிந்தாள் கொத்தனாருக்காக பேசினான்.

"இதக்காட்டியுமா எளக்கம் வேணும்? மம்பட்டிக்கி ஒட்டாம கரெட்டாத்தான இருக்கு. இதுக்கும் கூடுதலாப் போனா அதுவாட்டுக்கு பரத்தலுக்குக் கீழ தண்ணியா ஒழுகி எஞ்சினியரு என்னப் புடிச்சு வையவா? சரியாத்தே இருக்கும் பாருங்க எப்பிடி ஓடி அடையிது" பக்கத்தில் வந்து கலவையின் நகர்வைக் காட்டிப் பேசினாள்.

"அதுசரி, மணி என்னாச்சி? இன்னமும் டீயக் காணம். நீ மட்டும் கீழ நிண்டு வாங்கிச் சாப்பிட்டியாக்கும்?"

"அந்தக் கண்றாவியக் கேக்கறீகளா? கீழ எஞ்சினியருக்கும்

வீட்டுக்காரருக்கும் ஒரே போட்டி. டீ நீ வாங்கு நா வாங்குன்னு கச்சுக் கட்டி, இப்பத்தே ஆளனுச்சிருக்காக”

“கங்கரட் போடற அன்னைக்கி வீட்டுக்காரவுகதான வேலையாள்களுக்கு வட டீ, மத்தியானச் சாப்பாடு போடணும். அதான வழம”

“ம்! வீட்டுக்கார்ரு மொத்தக் கான்ட்ராட்டு வுட்டாச்சுல்ல அதனால அல்லாமே ஒம்பொறுப்புதான். மண்டயக் குலுக்கரார். எஞ்சினியரு கிய்யா மிய்யாங்கறார்... இனி மத்தியானக் கஞ்சிப்பாடு என்னா நெலமையாகப் போவுதோ” சொல்லிகொண்டே படி வழியாய் கீழே இறங்கினாள்.

“ஆர் பொறுப்புன்னாலுஞ் செரி நமக்கு, டீ வந்ததும் வெரசா அனுப்பி விடுத்தா...”

அய்யாம்மாள் கீழே வருகையில் சித்தாள் ஒருத்தி வீட்டின் ஒரு சிறு அறையில் நின்றமானைக்கி சிறுநீர் கழித்துக்கொண்டிருந்தாள். “ஏண்டி ஏய் கட்டடத்துக்குப் பொறவாக்ல போகவேண்டிதான” நிற்காமல் நடந்து கொண்டே சத்தம் போட்டாள்.

“கட்டடத்தச் சுத்தி வீடுகளா இருக்கு அய்யாம்மாக்கா. எங்குட்டுப் பாத்தாலும் ஆம்பளையாளுக குமிகுமியா நின்னுக்கிருக்காக. அதேன் பாத்து ரூம்புல இருந்தே” அவளும் அய்யாம்மாளைப் பின்தொடர்ந்து வந்தாள்.

“ம்! அது ஒனக்கு பாத்து ரூமாக்கும்?”

“சின்னதா இருக்குல்ல”

“சின்னதா இருந்தா? அது சாமி ரூம்முடீ! வெறுவாக்யளங் கெட்டவ” வேகுவேகென முட்டுக் குச்சிகளைத் தட்டி விட்டுவிடாம அதேசமயத்தில் முட்டின் வலுவையும் சோதித்த வண்ணம் வெளியில் வந்தாள்.

கலவை எஞ்சின் கூப்பாடு போட்டுக்கொண்டிருந்தது. யாருடைய பேச்சும் தெளிவாகக் கேட்கவில்லை. குப் குப்பென புகை கக்கியபடி எஞ்சின் ஓடியது. கொசுவு கம்பி நுழைத்து டீசல் சரிபார்க்க குனிந்தபடி இருந்தான். அருகில் நிற்பவர்கள் மீது ஆயில் சிதறிக் கொண்டிருந்தது.

“டெ, அங்க என்னத்த உத்துப் பாத்துக்கிருக்கவெ. மேலெல்லா ஆயிலு தெறிக்கிதுடா. லே கொசுவு, இவன

எங்கடா? கொமார! காலைல புடுச்சு ஆளக்காணாம்? ஒங்கிட்டக்க எதும் சொன்னானா? வேலத்தளத்துக்கு வந்தம் நின்னம்னு நெனப்பு இருக்கா, இன்னிக்கி பொண்ணுப் பாக்கப் போறதாச்சும் தெரிமாடா? வேற எதும் வில்லங்கமான சோலில நிக்கப் போறயான்" அய்யாம்மாவுக்கு உதறலாய் இருந்தது. இந்தப் பொண்ணை முடிச்சுவிடலாமென தரகர் சொல்லியிருந்தார். உள்ளூர் என்பதால் படிப்பைவிட வேலையும் சொத்து பத்தும் அவர்களுக்குப் பிடிக்கும் என நம்பிக்கை சொன்னார். வெளியூர் சம்மந்தம் நூறுக்கு மேல் பார்த்தாயிற்று. படிப்பு, ரெண்டாந்தாரம், கொத்தனார் என்றும் சாதகப் பொருத்தமும் கூடவில்லை. உள்ளூரில் பெண்கள் விசயத்தில் குமாரது பலவீனம் சிக்கலாக்கும். அதுகூட ஊருக்குள் பொம்பளைகளே தொடுப்பு வைக்கும் போது சித்தாள்களோடு பழகும் கொத்தனாரை பெரிசாக பார்க்க மாட்டார்கள். ஆனால் பூங்கொடியுடனான நெருக்கமே அய்யாம்மவைப் பயமுறுத்தியது. பொண்ணு வீட்டில் சரிக்கட்டின நேரத்தில் அந்தக் கருவாச்சி மேல இருக்க மோகத்தில இவெ எதும் மொரண்டு பிடிச்சான்னா, பொண்ணுப் பாக்க வாடா நாயேன்னா எம்புட்டு கெராக்கி மயிரு . . அத நெனைக்க வில்லங்கம் மாதரிதான தோணும் ஆனாலும். அப்படியெல்லாம் தன்னை மீறிச் செய்யமாட்டான் என்றாலும் காரியம் முடியுமட்டும் வாதையாய் இருக்கிறதே.

"அதெல்லா ஓம் மயென்ட்ட அல்லாத்தியும் படுச்சுப் படுச்சுச் சொல்லியாச்சி. நோளி மவனே வேலத்தளத்துல இன்னிக்கி நீ ஒரு ஆணியும் புடுங்க வாணாம். பெஞ்சியப் போட்டு கன்னிவாடி சமீந்தாராட்டம் இரிக்கப் புடுச்சு ஒக்கார்ரா சாமி ஒங்க ஆத்தா சொல்லீருக்காண்டு ஒன்னுக்கு ஏழு தடவ சொல்லியாச்சி. எதோ வேற எடத்துல வேல இருக்குன்னான். வந்துர்ரான்னுட்டே பொலம்பாம இரு. ஒருதரஞ் சொல்லலாம் ரெண்டுவட்டம் சொல்லலாம் கேக்கலேண்டா நானா பொறுப்பு? ஒவ்வளப்பு அப்பிடி!"

லிஃப்ட்டிலிருந்து கீழே இறங்கிய கலவை வண்டியில் ஒட்டியிருந்த சாந்தை சித்தாள் ஒருத்தி சுரண்டி எடுத்தாள். அதைக்கண்ட அய்யாம்மாள், கலவை ஒட்டுதா?" உற்றுப் பார்த்தாள். "தண்ணிய ஊத்திக் கழுவி விடுடீ. சொரன்றவ." வண்டியின் உள்புறம் காய்ந்துபோய் இருந்தது. "யே கொசுவு,

கலவ மிசினுக்கு ஒரு காக்கொடம் தண்ணியச் சேத்துவிடச் சொல்லுடா நைப்பு காணல" என உத்தரவிட்டாள்.

"ஆமா அய்யம்மா நானே சொல்லணும்னு இருந்தே, மணலு ரெம்ப இசிக்கி மண்ணா இருக்கு" வேலம்மாள் தண்ணீர்க் குடத்தோடு வந்து அய்யாம்மாளிடம் சொல்லிவிட்டு நகர்ந்தாள். மணலை எடுத்து பிசைந்து பார்த்த அய்யாம்மா. "மணலக் கம்மியாப் போட்றாதப்பா. ஒருதட்டு சேத்துப் போட்டாலுந் தப்பில்ல. செரியா?" மணல் அளந்து போட்டவனிடம் கிசுகிசுப்பாய்ச் சொன்னாள். "எஞ்சீனியரு வேல. அந்தாளுக்கு ஒரு மூட்டச் சிமுண்ட மிச்சம் பண்ணித் தந்தம்னாத்தே நாளப்பின்ன வேல குடுப்பாப்ல. புரியிதா?" அதே வாசகத்தை கொசுவிடமும் ஒப்பித்தாள். "எடங்கண்டு வண்டிய ஓட்டணுண்டா சாமி"

டீ யும் வடையும் வந்தது. மிசினை அய்யம்மாள் நிறுத்த வேணாமென்றாள். "நொப்பன எங்க?" திடுமென வீட்டுக்காரனைத் தேடினாள்.

"எஞ்சினியரு கூடவே தொடுக்குப் புடுச்சுப் போச்சில்ல. இன்னம் வரல" கொசுவு பதில் சொன்னான். வடையை ஆள்களுக்குப் பந்தி வைக்க முந்திக்கொண்டு வந்தான்.

"இந்நேரத்துக்கே மூத்தரத் தண்ணி குடிக்க தோது பாத்துட்டானாக்கும். வர்சமெல்லா இவனோட இந்தப் பாடா ஆய்ப் போச்சே. தலமேல காரியத்த வச்சுக்கிட்டு. இப்பிடி தப்பிளி முண்டயாத் திரியிறானே. என்னைக்கித்தே திருந்தப் போறானோ நானறியே" என்றவள், "சரி, நாங் கெளம்பறே. மதியச் சோத்து நேரத்தில வேல முடிஞ்சிரும். சோத்த வாங்கித் தந்துப்பிட்டு, சட்டி மம்பட்டியெல்லா கணக்குப் பாத்து வாங்குனப் பெறவு அல்லாருக்கும் சம்பளத்தக் குடு. முன்னக்கூட்டியே குடுத்துறாத. என்னா? சட்டி எத்தன எடுத்து வந்தான்னு பவுனு கிட்டக்கக் கேட்டுக்க. நா எஞ்சீனியர்ட்டச் சொல்லிட்டே. வரட்டா? யேய் ஆளில்லேண்டு கும்மர்ச்சம் போட்டுக்கிட்டு வேலய நீட்டாதீக" ஆளுகளுக்கும் எச்சரித்துவிட்டு தலையில் கட்டியிருந்த வேடுவைக் கழட்டி உதறியவள் தன் பங்குக்கு நாலு வடையை மடியில் கட்டிக்கொண்டாள்.

7

“ஒங்க ஆத்தா மடியிலதான பால் குடிச்ச? இல்ல கழுத மூத்தரத்தக் குடிச்சு வளந்தியா? கேக்கற கேளுவிக்கி மூஞ்சியப் பாத்துப் பேசணும். இல்ல மூஞ்சிய வழிச்சு மூளியாக்கிப் புடுவே” பூங்கொடி மேல்மூச்சு வாங்க மூக்கு விடைக்கப் பேசினாள். ஆவேசத்தில் அவளுக்கு உடம்பெல்லாம் வியர்த்தது. கருகருவென வளர்ந்திருந்த சுருட்டை முடிக்குள்ளிருந்து உற்பத்தியாகி நெற்றிச்சரிவில் உருண்ட வியர்வைத் துளி, இமைகளுக்கு நடுவிலும் ஓரக் காலிலும் இறங்கி மூக்கு நுனியிலும், காதோரங்களிலும் நின்று சொட்டியது. அவளது அகன்ற கூர்மையான கண்ணுக்குள் அசைந்த விழிகளின் திரட்சி குமாரைப் பயமுறுத்தின. குவிந்த சிறுத்த உதடுகள் வழியே வெளியான வார்த்தைச் சரங்கள் அய்யாம்மாளையே குத்திக் கிழிப்பது போல் பாய்ந்து வந்தன. மொத்தத்தில் தெற்குத் தெருவின் அந்த வீதி அந்த அந்திப் பொழுதில் விசேச கவனம் பெற்றது. கிழக்கிலிருந்து சந்தனக் குழம்பில் மூழ்கி எழுந்தவனாய் சந்திரனும் மேலுயர்ந்து நின்று பார்த்துக் கொண்டிருந்தான். வீதி விளக்குகளும் பளிச் என வெளிச்சமிட இராப்பொழுது

தனது ஆட்சிக் கட்டிலில் அமர்ந்துகொண்டது.

"யே பொத்துடீ, இப்ப என்னத்த நீ தேடுனதக் கொண்டுக்குப் போய்ட்டாகன்னு காளி வேசம் தருச்சிச்சு வந்து ஆட்டம் போடுறவ?" ஒருகட்டத்திற்குமேல் பொறுமை காக்க முடியவில்லை அய்யாம்மாவால், ஊரையே அடக்கி வேலை வாங்கி வரும் தன் வீட்டில் நின்று தன் காலை நக்கி கூலி வாங்கும் சின்னச் சிறுக்கி வீடு நுழைந்து சண்டமாருதம் படித்தால், பாக்கற பயலுகளுக்கெல்லாம் லேசு கண்டு போகுமே!

அய்யாம்மாளின் அந்த அதட்டலுக்கு மசியாதவளாய் பூங்கொடி பார்வையை குமார் மீது நிறுத்தியிருந்தாள். வீட்டுக்குள் நுழைந்துகொண்ட குமார், வெளியில் வர தைரியம் இழந்திருந்தான். பூங்கொடி இப்படி வந்து நிற்பாளென யாரும் எதிர்பார்க்கவில்லை. வருவாள், கெஞ்சுவாள், அழுவாள் சமாளித்து விடலாம் என்றுதான் அய்யாம்மாளும் அவனுக்கு உறுதி கொடுத்திருந்தாள்.

ஆனால், பொண்ணைப் பார்த்துப் பேசி பூ வைத்துவிட்டு வந்த கால் ஆறவில்லை. உஸ்ஸென உக்காரவில்லை. அவுத்துவிட்ட சல்லிக்கட்டுக் காளையாக மூஸ்மூஸ் என்று முட்ட ஆள்தேடிக் கொண்டிருக்கிறாளே! வீடு எங்க இருக்கு வாசல் எங்க இருக்கு? எங்க வந்து ஆரப் பாத்து மல்லுக்கட்ட வாரா! இதுக்குத்தே அப்பவே அடிச்சிக்கிட்டே, பழகும்போது ஆளப்பாத்துப் பழகணும், நடக்கும்போது காலப் பாத்து நடக்கணும்னு சொன்னே. இல்லாட்டி ரெண்டுமே கவுத்து விட்டும். அது சரியாப் போச்சா? வேலத்தளத்துக் கணெக்கெல்லா வீதியிலேயே முடிச்சு விட்டுடடான்னு சொன்னாக் கேக்கணும். இந்த வந்துட்டாள்ல வேகாளம் பிடிச்ச காளியா!

"ஏண்டீ? எங்கருந்து எங்க வந்து என்னா பேச்சுப் பேசிக்கிருக்கவ? வீதி வழியே இப்பிடி நைட்டியோட அசிங்கமில்லாம திங்குதிங்குன்னு வந்திருக்கயே அப்பிடி என்னத்த நடந்து போச்சுன்னு வெலமெடுத்து வாரவ?" அய்யம்மாளுக்கும் வெலம் குறையவில்லை. வீட்ல வந்து தாவந் தீர ஒருமடக்கு தண்ணி வெண்ணி குடிக்கல.

“வீதில அவுத்துப் போட்டுட்டா நடந்து வாரெ? ஆரும் எனக்கு புத்தி சொல்ல வேண்டிதில்ல.. எங்க ஆத்தா எனக்கும் சூடு சொரணய ஊட்டித்தே வளத்திருக்கா”

சுருளிப்பட்டி பூலாண்டியின் மகள் பூங்கொடி, அய்யாம்மாவும் பொன்னுச்சாமியும், சுருளித் தீர்த்தம் ரோட்டு வேலைக்கு இங்கேயிருந்து இருவது பேர் திரட்டிப் போய் பள்ளிக்கூடத்தில் கஞ்சி காச்சி படுத்து எந்திரிச்சி ஒரு மாசத்து தங்கல் வேலையை முடித்து வந்தார்கள். அய்யாம்மா கான்ட்ராக்ட்தான். அதில் ஒரு சித்தாளாய் கிழக்குத் தெருவிலிருந்து அன்னைக்கி வந்தவள் முத்துப்பேச்சி, நல்ல வேலைக்காரி. ஆள் பத்தாக்குறைக்கு உள்ளூர் சுருளிப்பட்டியிலும் அஞ்சாரு பேரை பொன்னுச்சாமி கூப்பிட்டிருந்தான். அப்படி வந்தவன்தான் பூலாண்டி. சித்து உடம்புக்காரன் என்றாலும் எந்த வேலையும் தட்டாமல் செய்யக்கூடியவன். அவனது வேலைச் சுத்தமும் பழக்க வழக்கமும் எல்லோருக்கும் பிடித்துப் போனது. தங்கல் வேலை முடிந்ததும் அவனை அங்கேயே விட்டுவிட பொன்னுச்சாமிக்கும் அய்யாம்மாளுக்கும் பிரியமில்லை. “அல்லிநாவரம் வந்திடுறியாப்பா தொயந்து வேல பாக்கலாம்” என ஆளும் பேருமாய்ப் பேசி ஊரைவிட்டு நகட்டிக் கூப்பிட்டு வந்தார்கள். வந்த சோருக்கு முத்துப்பேச்சியைக் கைப்பிடித்து விட்டான். சுருளிப்பட்டியிலேயே ரெண்டு பேருக்கும் மனசு இஷ்டப்பட்டு இருந்திருக்கிறது. அவன் ஊரைவிட்டு வந்ததற்கு முத்துப்பேச்சி முக்கிய காரணம் என்பதை அறிந்துகொண்ட அய்யாம்மாள் தானே முன்னின்று வீரபாண்டி கோயிலில் வைத்து கலியாணத்தை முடித்து குடும்பமாக்கினாள். நாலு பிள்ளைகளைப் பெத்து பெரிய கம்மாய்க்குப் பக்கமாய் குடியிருக்கிறார்கள். அதில் மூணாவதாய் வாய்த்தவள் பூங்கொடி. எட்டாவதோ ஒம்பதாவதோ பள்ளியொடம் போயிருக்கிறாள். அப்பனைப் போல செட்டான ஒடம்பு. முத்துப் பேச்சியோடு வேலைக்கு வந்தாள். குமாரும் அவளும் எளவயசுப் பழக்கம் என்பதால் ரெண்டு பேரும் எங்க பாத்தாலும் சிரிச்சுப்பேசி மல்லுக்கட்டிக் கொண்டிருப்பாள் எதோ வயசுப் பிள்ளைக போக்குதான என்ன கண்டும் காணாமல் இருந்தாள். இப்ப, வளத்து விட்டவ மாருலயே முட்டப் பாக்குறா? எம்புட்டு ஏத்தம்!

பேசிக்கொண்டிருக்கையிலேயே வேலி தாண்டி வெள்ளாமைக்குள் வாய்வைக்கும் வெள்ளாட்டங் குட்டியாய் மளாரென வீட்டுக்குள் பாய்ந்து குமாரின் நெஞ்சுச் சட்டையை கொத்தாகப் பற்றினாள் பூங்கொடி. உள்ளே நின்றிருந்த பொன்னுச்சாமி, கொசுவு இருவரும் செய்வதறியாது முழித்தனர்.

“என்னா? புது மாப்ள வேசம் போட்டாப்ல ஆச்சா? அப்பிடியா நெஞ்சுக் குழிக்குள்ள வெக்கமத்துப் போகும்? எம்புட்டுக்கு நம்பிக் கெடந்தே இப்பிடி தலைல மண்ணள்ளிப் போடப் பாக்கறயே” விட்டால் கொரவளையைக் கடித்துத் துப்பிவிடுவாள்போலிருந்தது பூங்கொடியின் அந்த அவயங் கேட்டு பக்கத்து வீடுகளில் இருந்து கஞ்சி காச்சிக்கிருந்தவர்களும், குடித்துக் கொண்டிருந்தவர்களும் பதறிப்போய் ஓடிவந்தனர். குமாரின் நிலமை பரிதாபத்துக்குள்ளானது. தன்னிலிருந்து பூங்கொடியின் கையை விலக்க இயலாமலும் பதில் சொல்ல வாய் வராமலும் விழித்தான். சட்டெனத் துளிர்த்த ஆண்மையின் ஆவேசத்தில் கோபம் தலைக்கேற அவள் கன்னத்தில் ஓங்கி அறை விட்டான். பூங்கொடிக்கு தலை கிறுகிறுத்தது.

அதேசமயத்தில் வெளியில் தன்னோடு நின்று பேசிக் கொண்டிருந்த நிமிசத்தில் தன்னை விலக்கிவிட்டு வீட்டுக்குள் புகுந்துவிட்டாளே எனும் பிரமிப்பும் மெல்லிய அச்சமும் அய்யாம்மாளிடம் வெளிப்பட்டது. இதை இன்னுமொரு அதிரடியால்தான் நீக்க முடியும் என்பதால் அதே வேகத்தில் தானும் வீட்டினுள் புகுந்து பூங்கொடியின் பின்பக்கச் சடை முடியையும் நைட்டிக் காலரையும் சேர்த்துப் பிடித்து இழுத்தாள். “விடுறி அவன ந்தா ஏய் எம்புட்டு ரப்பூ, என்னா நெஞ்சழுத்தம்? முழுத்த ஆம்பளப் பெயல வீடேறி வந்து சட்டயப் பிடிச்சி இழுக்கறாளே!” வேடிக்கை பார்க்க வந்த பெண்களில் சிலரும் வீட்டுக்குள் நுழைந்து இருவரையும் பிரிக்க முற்பட்டனர். “விடு அய்யாம்மா, நீ இங்கிட்டு வா பிள்ள” கொஞ்சம் சின்னதான ஒரு தள்ளுமுள்ளு வீட்டுக்குள் நடந்தது.

“எம்புட்டுத் தகிரியம் பாருடி இவளே. பட்டப்பகல்ல அதும் பொன்னுசாமி கங்காணி வகையறா வீட்டுக்குள்ள கால்வழியா மோளுற பொட்டச் சிறுக்கி நொழஞ்சி

என்னா மனியம் பண்ணுறா" அய்யாம்மாள் பூங்கொடியை மொட்டையடிக்கத்தான் துடித்தாள். இவள இப்பிடியே விட்டா அப்பறம் ஊருக்குள்ள அல்லாரும் அய்யாம்மாவ லேசுகண்டு போவாளுக.

"நீயெல்லா வாயி வழியாத்தான் மோளுவியாக்கும் இல்ல அதுக்குன்னு வேற எதும் துண்டா அடிச்சு வச்சிருக்கியா" என பதில் சொன்ன பூங்கொடியை அடிக்கக் கை ஓங்கினாள் செவந்தி. அய்யாம்மாவின் வீட்டுக்கு நாலு வீடு தள்ளி குடியிருக்கிறாள். "வாயில போட்டேன்னா! பெரிய மனுசி பேசினா ஒரு வாத்த தாந்து விட்டுக் குடுத்துப் போகணுண்டி சரிக்குச் சரியா பேசுவாக." ஆளுக்கொரு பக்கமாகப் பிடித்து நிறுத்திவைத்தார்கள்.

"பெரிய மனுசிங்கறத விடு அனுசும் ஒனக்கு வேல தார ஒரு கங்காணி வீட்டுக்குள்ள நொழஞ்சி ரவுடித்தனம் பண்றியே, நாளப் பின்ன இந்த ஊர்ல ஒன்னால பொழைக்க முடியுமான்னு ஓசிச்சுப் பாத்தியா?" பவுனம்மாள் ரெம்பவும் உக்கிரத்தோடு கேட்டாள். பூங்கொடி செய்தது சரியென்றாலும் முறையாக பெரியாள்களோடு வந்து பேசி இருக்க வேண்டும் என்பது அவள் கட்சி.

"திங்கறத விட்டுக் குடுக்கலாங்கா உங்கறத விட்டுக் குடுக்கலாம் காசு பணத்த, வார வேலயக்கூட விட்டுக் குடுக்கலா, அதுக்காக பொழப்ப உட்டுக் குடுக்க முடியுமாக்கா? ஒனக்குத் தெரியாதா நானும் இந்த மனுசனும் பழகுன பழக்கம்! அத உடுன்னா அது நாயமா? நேத்து வரைக்கும் அப்பிடியெல்லா இல்ல பூங்கொடிண்டு கையில அடிச்சு சத்தியம் செஞ்சவெ இன்னிக்கி புது மாப்புள்ளயா வந்து நிக்கிறானே. எனக்கு ஈமான் துடிக்குமா இல்லியாக்கா?" கண்களில் கண்ணீர் துளிர்க்க ஆவேசம் சற்றும் குறையாமல் கேட்டாள் பூங்கொடி.

குமாரும் பூங்கொடியும் ஒருத்தருக்கொருத்தர் பிரியமாய் இருப்பது வேலைத் தளத்தில் இருப்பவர்களுக்கு நல்லாவே தெரியும். அதைவிட இரண்டு குடும்பத்திலும் இது சம்பந்தமாக உரசல் அவ்வப்போது வந்துபோவதுண்டு. "கூர் தீட்டுன மரத்தையே பதம் பாக்கறீகளா? காடே பரதேசம்னு அலஞ்சு கெடந்த ஒன்னயு ஓம் புருசனையும் குடும்பமாக்கி வச்சதுக்கு இதே நீ தார வெகுமானமாக்கும்?

எவ்வீட்டுக்கே சம்மந்தம் பண்ண வாரவ? பண்ணீருவியா?" பல இடங்களில் அய்யாம்மா, முத்துப் பேச்சியை பேசாத பேச்செல்லாம் பேசினாள். "அமட்டி வெக்கிறே ஆத்தா" என அடக்கமாகவே முத்துப்பேச்சியும் பதிலுரைப்பாள்.

பூங்கொடி கேட்டால்தானே. "மொதல்ல அவக வூட்டுத் தீய அமத்தி வெக்கச் சொல்லு" சிலுப்பிக்கொள்வாள். ஆனாலும் முத்துப்பேச்சிக்கு மனசு ஓர்மைப்படாது. "வேணாம் மகளே, நமக்குன்னு ஒரு பட்சிய பகவான் படச்சிருப்பான் அத அண்டிப் பொழப்போம். அய்யாம்மா வாய்க்கெல்லா அவுல் போட ஒன்னால ஏலாது"

"இங்கோருமா ஏ பிள்ள பூங்கொடி. ஏ இம்பிட்டுக்குப் பதறுற. வீட்டுக்குப் போம்மா. நானும் நல்லபடியா பல தடவ சொல்லி இருக்கேன். வயசுப்பிள்ள இன்னியாச்சும் கோளாறா நடந்துக்க" பொன்னுச்சாமி தனது மௌனம் கலைத்துப் பேசினான். அப்போது அவனது புலன்கள் அய்யாம்மாவின் எதிர்வினையை எதிர் நோக்கியே இருந்தன.

"எப்புடி பதறாம இருக்கச் சொல்றீக? நேத்துக்கூட ஓம்மயெ என்ட்ட என்னா சொன்னாண்டு கேளுங்க. இப்ப பாதி கலியாணத்த முடிச்சிட்டு வந்து நிக்கிறாக. இதுக்கு மேல நா என்னத்தக் கோளாறா நடக்க? நீங்கதேஞ் சொல்லிக் குடுக்கணும்" அத்தனை ஆங்காரமும் பொன்னுச்சாமிவைப் பார்த்த கணத்தில் வடிந்து ஓலமாய் உருவெடுத்தது.

வீட்டுக்கு வெளியே இன்னும் கூட்டம் சேரத் தொடங்கியது. ஆளுக்காள் தலையை எட்டி எட்டிப் பார்த்துக்கொண்டு நின்றனர். உள்ளே நுழைய யாருக்கும் தெம்பில்லை. அய்யாம்மாவின் ஆகிருதி லட்சுமணக்கோடாய் வாசலில் நின்றிருந்தது. பொழுதும் மெள்ளமெள்ள தன் வெம்மையை இழந்து இரவை கருக்கொள்ளத் தொடங்கியிருந்தது. சாயங்காலத்து நேரத்துக்கான பால் ஏவாரி வீதியெங்கும் மணியடித்து "பால்மா பால்" என வாடிக்கையாளர்களை அழைத்துக் கொண்டிருந்தார்.

"அல்லாருக்கும் இந்த அய்யாம்மா தொக்காப் போய்ட்டா இல்ல? இவ என்னமோ எம் புள்ளைய பருசம் போட்டு கட்டிக் கிட்டு வந்தவ கணக்கா பவுசு பண்றா. எங்க திரிஞ்ச சிறுக்கியோ ஏவ்வீட்ல வந்து கால்ல சலங்க

கட்டாம ஆட்டமாடிக்கிருக்கா. இத்தன நாள் பொறுமையா திரிஞ்சேன்னா எளவட்டப்பய வயசுக் கோளாறுன்னு வுட்டேன் இன்னிக்கி ஊரக்கூட்டி தாலி கட்டிக் கொணாந்திருக்கேன். இது ஏவ்வம்சம், இதுல எவளாச்சும் நோண்டிப்பாத்தா, உண்டு இல்லேன்னு பண்ணிப்புடுவா இந்த அய்யாம்மா. பொறுமைக்கும் ஒரு லெக்கு இருக்கில்ல?" ஒற்றை விரலை உயர்த்தி நாக்கைத் துருத்தினாள் அய்யாம்மா.

அய்யாம்மாளின் அந்த கூத்து குமாரரை அப்படியே அமுக்கியது. ஊம் கொடுக்கக்கூட குரல் எழுப்ப முடியவில்லை. பூங்கொடியிடம் அத்தனையும் நேத்திக்கி எடுத்துச் சொல்லி இருந்தான். இதெல்லா சும்மா, ஏதோ ஆத்தா பேச்சு வாக்கில பொண்ணுக் கேட்டு வாரதா சொல்லிப்புட்டா பேருக்கு போய்ட்டு வந்திருவெ. நீ ஒண்ணியும் மனசில வச்சிக்காத பாத்துக்கலாம்னுதான சொன்னே இப்பிடி வந்து வயக்காட்டுல கொல மிதிக்கற மாதரி நையி நையின்னு மிதிச்சிக்கிட்டிருக்காளே. ஆம்பள பேச்சுக்கு ஒரு மருவாத வேணாம். இப்ப கிட்டில மாட்டின எலியா சிக்கிக்கிச்சு. இது அய்யாம்மா நேரம் முழு ஆட்டத்தில் இறங்கிவிட்டாள் இப்பதக்கி என்னா பேசுனாலும் அய்யாம்மா கிட்ட தப்ப முடியாது.

தனது பேச்சுக்கான எதிர்வினையை அவதானித்தவளாய் பாரவையால் அளந்த அய்யாம்மா, மறுபடியும் பூங்கொடியின் பக்கமே திரும்பினாள். "இன்னம் என்னா மசுத்துக்கு இவள இங்கன நிப்பாட்டி வச்சிருக்கீக. நிய்யாப் போறியா வெளக்கமாத்த பிய்யில தொவட்டி அடிச்சு வெரட்டணுமா" என உருமியதும், பூங்கொடியைப் பிடித்திருந்த பெண்கள் மெள்ள மெள்ள அவளை வாசலுக்கு நகர்த்திக் கொண்டு போனார்கள். பூங்கொடி விசும்பினாள். அவளது பிடறியைப் பற்றி வெளியே தள்ள எத்தனித்த சமயம் முத்துப்பேச்சியும், பூலாண்டியும் வாசலுக்கு வந்து சேர்ந்தார்கள்.

"அண்ணே?" பூலாண்டியின் உரத்த குரலைக் கேட்ட மாத்திரத்தில் பொன்னுச்சாமி எழுந்து நின்றான். சண்டை வேற மாதரியாய் திரும்பப் போகிறது என யூகித்தான். கடைக்குப் போய்வந்தால் சரியாக இருக்கும். இல்லாவிட்டால் பேச்சு கோர்வையாக வராது. பிசிறடிக்கும். தனது மனசைத் தெரிந்த நபர் என்ற அளவில் பூலாண்டிக்கும் இது தெரியும்.

இத்தனை நேரமும் தொண்டையைக் காயவிட்ட சரித்திரம் பொன்னுச்சாமிக்கு இருந்ததில்லை. யாரைக் கடைக்கு அனுப்ப...

"நீ எதுக்குடி இங்கனக்க வந்து கெடக்கவ? சொன்னா சொன்ன பேச்சு கேக்கமாட்டியா?" முத்துப்பேச்சி பூங்கொடியின் தோளைத் தடவிக் கேட்டாள்.

"ம், நல்லாருக்குடி நாடகம், அல்லாரும் டிவிப் பொட்டிக்குள்ள வந்து நடிச்சா நிய்யி நேருக்கு நேராவே ஆளக் கூட்டிக்கு வந்து கூத்து நடத்துறியே இதுதா ஒங்கள சேத்து வச்சதுக்கு நீ செய்யும் நன்னியாக்கும்?" அய்யாம்மாவும் வாசலுக்கு வந்தாள்.

"ஒரு பெரிய மனுசியா இருந்துக்கிட்டு வீட்டுக்கு வந்த ஒரு சின்னப் புள்ளைய இப்புடியா தள்ளிவிடுவ ஒம்புள்ள வேற, இவ வேறயா? ஒன் நெனல்ல வளந்த செடிதான" முத்துப் பேச்சி பூங்கொடியின் தோளை அணைத்துக் கொண்டாள்.

"என்னா என்னாடி சின்னப்பிள்ள? நேத்துப் பொறந்து இன்னிக்கித்தே கண்ணு முழிச்சி வந்திருக்காளாக்கும்? ஒங்க திட்டமெல்லா இந்த அய்யாம்மா கிட்டக்கப் பலிக்காதுடீ ஆமா! என்னமோ எம்மகெ தீட்டுக் கழியாத கொமரிப் பொண்ணக் கூட்டுச் சேத்து, அவள தீத்துவிட்ட மாதிரில்ல ஆளாளுக்கு கூத்துக் கட்டறீங்க ! என்னாதே மூடி மறச்சாலும் அவ, வாழாக்குடியா ஒவ்வீட்ல வந்து கெடக்கறத ஊரு மறக்காதுடீ" அய்யாம்மாளது பேச்சில் புது வேகம் பிறந்தது. தனது மகனுக்கு ஏற்பாடு செய்த நிச்சயத்தைக் குலைக்க பூங்கொடி வீட்டார் வரிந்து கட்டிக்கொண்டு நிற்பதாகப் பட்டது. இனி லேசுமாசுப் பேச்செல்லாம் இல்லை. வெடிக்கிற வெடியில் குடும்பமே பூண்டோடு பொசுங்கிப் போகணும்.

பூங்கொடி வாழாக்குடியாய் வீட்டில் இருப்பது ஊரறிந்த சேதிதான் என்றாலும், அதையும் தெரிந்துதானே குமார் அவளோடு பழகினான். இப்போது அவளைப் பழித்து அசிங்கப்படுத்துவதைப் பூலாண்டியால் பொறுக்க முடியவில்லை.

"பொன்னுச்சாமிண்ணே, அய்யாம்மா பேச்ச அளவாப் பேசச் சொல்லுங்க"

"என்னத்த அளந்து பேச, உள்ளதப் பேசுனா ஒரைக்கிதா?"

"எது உள்ளதப் பேசிட்ட ஆத்தா? எம் மகளாச்சும் பொச கெட்ட பயலுக்கு வாக்கப்பட்டு போடா பொண்டுகான்னு அவன ஒதறிப்புட்டு வாழாக்குடியாத்தெ வீட்ல வந்து இருக்கறா, ஒம் மயே? கட்டுன பொண்டாட்டிய காணாப் பொணமாக்கிட்டு கச்சேரி டேசன்னு போயி குடும்பமே வாரண்டுக்குப் பயந்து ஊரூரா ஒளிஞ்சு திரிஞ்ச கத ஒர்த்தருக்குந் தெரியாதாக்கும்" முத்துப்பேச்சியும் துணிந்து மல்லுக்கு நின்றாள்.

அவ்வளவுதான் ஆலைச்சங்கு ஓலமிட்ட ஓசையாய் அந்தத் தெருவே அலறியது. பெண் வீட்டுக்கு எடுத்துப் போயிருந்த தட்டு வரிசையினை எடுத்து வைத்து ஒழுங்குபடுத்திக் கொண்டிருந்த கொசுவோடு நின்றிருந்த அய்யாம்மா, அவன் கையிலிருந்த தம்பாளத்தட்டு ஒன்றைப் பிடுங்கி விசிறியடித்தாள். அது போட்ட அவயத்தில் விட்டின் முன்னால் குழுமியிருந்த அத்தனைபேரும் திடுக்கிட்டுப் போனார்கள். குமாருமே எழுந்திருந்து வெளியில் வந்து விட்டான்.

கொசுவு ஏதும் அறியாதவன்போல அத்தனையையும் வைத்து விட்டு, ஆப்பிள் பழம் ரெண்டை டவுசர் சேப்பில் திணித்துக்கொண்டு எல்லோரையும் தள்ளி ஒதுக்கி விட்டு வெளியேறினான். பூங்கொடி, நிதானமாய் நின்று சொடக்குப் போட்டு "இதுக்கும் மேல கலியாணங்காச்சின்னு எதுனாச்சும் நடந்துச்சு வைபி அப்றம், கலியாணப் பந்தல் விட்டத்திலேயே நாண்டுக்கிட்டு தொங்கிருவேன் ஆமா" என மூக்கை விடைத்தபடி பேசினாள்.

"அதவேதா நானுஞ் திருப்பிச் சொல்றேன் கேட்டுக்க, இதுக்கு மேலயும் இந்தப் பக்கம் மறந்தும் காலடி எடுத்து வச்சீகன்னு வையிங்க. ஒரொர்த்தரா மந்தைல வளந்து கெடக்க வாவரங்காச்சி மரத்துல அடிச்சுத் தொங்க விட்ருவே. அது ஆணா இருந்தாலுஞ் சரி பொண்ணா இருந்தாலுஞ் சரி ஆமா" குமாரின் பின்னால் நின்றிருந்த பொன்னுச்சாமி ஆரிடமோ சொல்வதுபோல சொல்லிவிட்டு வீட்டுக்குப் பின்னிருந்த கொல்லைக்குள் நுழைந்து கொண்டான்.

"நீ என்னத்துக்குடி நாண்டுக்கணும்? விதியா? மேல ஓர்த்தெ இருக்யாம் பாரு, அவனுக்குத் தெரியும் அல்லார் பொச்சு வகுசியும். ஏந்திரிச்சு வீட்டுக்கு வா!" முத்துப்பேச்சி, பூங்கொடியைக் கைப்பிடியாய்ப் பிடித்து அழைத்துப் போனாள்.

அய்யாம்மாளது சத்தம் தெருவைத் தாண்டிக் கேட்டது. "எவளாச்சும் இன்னொருக்கா இந்தப் பக்கம் காலடி எடுத்து வச்சி வந்தான்னா ஒண்ணவிட்டு ஒண்ண அறுத்து புடுவே அறுத்து" எனப் பயமுறுத்துவது மாதரி நாக்கைத் துருத்தினாள்.

முத்துப்பேச்சியின் பின்னே செல்லும் பூலாண்டியைப் பின்தொடர்ந்து நகர்ந்து வந்தான் பொன்னுச்சாமி.

தெரு வெளிச்சம் மறையும்பொழுதில் கீழ்வானில் வெள்ளை நிலா சோபை இழந்து சுற்றித் திரிந்தது. மெள்ள அய்யாம்மாவின் வீதியையும் எட்டிப் பார்த்து ஒரு மேகத்துக்குள் தன்னை மறைத்துக் கொண்டது.

8

கலியாண வீட்டுத் தோரணம்போல பிள்ளையார் கோயில் சுவரில் காலைச் சூரியனின் வெளிச்சம் வெள்ளியும் மஞ்சளுமாய் ஒழுகியது. கோயிலின் கோபுரத்தை உரசிக் கொண்டு கிளிக்கூட்டம் வளையமிட்டு என்னத்தியோ விவாதித்தபடி வீரெனப் பறந்து சென்றன. வெளிர் நீல வானத்தில் தீட்டுத்துணிபோல வெண்கறை பாறை பாறையாய் தடவிக்கிடந்தன. கோயிலில் இழுவைக் கதவு மூடி பூட்டுத் தொங்கியது. கருவறைக்கும் அதே கதவுதான். திரைச்சீலையின் போர்வையில் விநாயகர் தன்னை மறைத்திருந்தார். கதவைத் திறக்க வட புதுப்பட்டியிலிருந்து குருக்கள் வரவேண்டும். முகூர்த்த விசேசக் காலங்களில் கல்யாண வீடுகளுக்கு, புது மனைகளுக்கு யாகம் வளர்க்கப் போய்விடுவார். அவ்வப்போது பித்ருக்களுக்கு தர்ப்பணம் பண்ணவும் அழைப்புவரும். அப்படியானபோதில் அவரது சிஷ்யப் பிள்ளைகள் வந்து பிள்ளையாரைக் கவனித்துக் கொள்வார்கள்.

“ட்டும்ம்ம்”

தார்ச்சாலை அதிரும்படி வேட்டுச் சத்தம் பஞ்சாரக்கூடை அளவுக்கு புகையைக் கக்கி வெடித்தது. சாலையில் போய்க்கொண்டிருந்த வாகனாதிகள் ஈரக்குலை பதற திடுக்கிட்டுப் போனார்கள். ஒரு ஆட்டோக்காரர் மெனக்கிட்டு வண்டியை நிறுத்தி சத்தம் போட்டார். "நானும் ரஜனி ரசிகந்தானப்பா. எல்லாத்துக்கும் ஒரு அளவு வேணும். ரோட்ல மனுசங்க நடக்கறதா விழுந்து சாவறதா?"

யாரிடம் சொல்கிறார், யாருக்கு சொல்கிறார் என சொன்னவருக்கே விளங்கவில்லை. அத்தனை பேர் அந்த சின்னஞ்சிறு கீற்றுக் கொட்டகைக்குள் அடைந்து கிடந்தனர். அவ்வளவும் இருவது வயசுக்குக் கீழ்ப்பட்ட பையன்கள். செவ்வக வடிவ பந்தலில் முன்புறம் இடுப்புயரத்துக்கு தடுப்புக் கட்டி மறைத்திருந்தது. பின்புற மறைப்பு முழுவதும் ஆளுயர ரஜினிகாந்தின் விதவிதமான படங்கள். அதற்கு பூமாலை, ஜிகினா மாலை, காகிதச்சுருள் மாலை அணிவித்து அலங்கரித்திருந்தனர். உள்ளேயே மைக் செட்டின் ஆம்ப்ளிஃபயரும், ரிக்கார்ட் ப்ளேயரும் மைக்கும் இருந்தன. செட் போடுபவனும் பையனாகவே இருந்தான். கொட்டகையின் முன்புறத்தில் ஒன்னரை ஆள் உயரத்துக்கு எட்டு ஸ்பீக்கர் கொண்ட பெட்டிகள் ஒட்டகமாய் நின்று தொண்டை கிழியப் பாட்டுப்பாடிக் கொண்டிருந்தன.

அந்தச் சத்தத்தில் கீற்றுக் கொட்டகைக்குள் இருப்பவர்களுக்கு வேட்டுச் சத்தம் பெரிசாகக் கேட்கவே இல்லை. இதில் ஆட்டோக்காரரின் புத்திதானா கேட்கும். நின்று சொல்லி விட்டு அவர் நகர்ந்ததும் அடுத்து ஒரு 'ட்டும்ம்ம்' வீதியை முழுங்கி எழுந்த புகையைக் கண்டு ரசிகர் கூட்டம் ஆரவாரித்தது. "ஹெ ஹெ ஹெ ஏ ஏ ஏ"

பைக்கில் வந்து இறங்கிய குமாரைக் கண்டு மேலும் சிலர் கூக்குரலிட்டனர். புதுச்சட்டை கலர் வேஷ்டி உடுத்தி 'பேட்ட' பட ரஜினி கெட்டப்பில் இருந்தான். பைக்கின் பின் இருக்கையில் எந்திரன் சிவா கட்சிக்கொடியை முன் நெற்றியில் கட்டி பின்பக்கம் முடிச்சுப் போட்டிருந்தான். அவன் கையில் பிறந்த நாள் கேக் இருந்தது. குமார் ஸ்டாண்டு போடுவதற்குள் பின்வாக்கில் காலைச் சுழற்றி இறங்கி வந்த சிவா, "நாங்க வரங்குள்ள எதுக்குடா வெடியப் போட்டீக?" என வேகமாகக் கேட்டபடி கொட்டகைக்குள்

தலையை நீட்டினான். அவன் கையிலிருந்த கேக்கை வாங்க பலரது கை நீண்டது. எவரது கைக்கும் சிக்காமல் பையை லாகவமாய் விலக்கி விலக்கி தக்கவைத்துக் கொண்டவன், "செயலாளருக்கு இதே மருவாதையா?" கோபம் குறையாமல் கேட்டான். அதற்கும் யாரும் பதில் சொல்லும் நிலையில் இல்லை. குமாரை பாட்டுக்கு ஏற்ப ஆடுவதற்கு அவனது கையைப் பிடித்து இழுத்தனர்.

"ஹெ ஹெ பாட்ட நிப்பாட்றா மைக்கப் போடுடா. செயலாளரு வந்துட்டாரு, பெறந்த நாள் கேக் வெட்டப் போறம்னு மைக்ல அனவ்ஸ் பண்றா?" என உத்தரவிட்ட சிவா, "வெடிபோடச் சொன்னது ஆர்ரா?" என்ற கேள்வியை மறுபடியும் கேட்டான்.

"யே வெடிக்கத்தான வெடிய வாங்கி வச்சிருக்கு? அப்பாதருந்து ஆர் வெடிச்சா ஆர் வெடிச்சான்னு கத்திட்டே இருக்க? வெடிச்சத்தம் கேட்டாத்தே பயலுக வருவாங்கெ! நாங்க என்னா லூசா?" இருப்பதில் நெடுநெடுவென உயரமான ஒருத்தன் வெடுக்கெனப் பேசினான்.

"ச்செரி விட்றா விட்றா" குமார், சிவாவை சமாதானப்படுத்த ரேடியோச் சத்தம் அணைக்கப்பட்டு மைக் அவன் கைக்கு வந்தது. ஆனாலும் சிவாவுக்கு மனசு ஆறவில்லை. தன் கையால் வெடிபோடும் திட்டம் தவறிப்போனதே! "நீ ச்சும்மாரு கொமாரு, காஸ் போட்டு வாங்கி வாரது ஒருத்தே, வுடுறது ஓர்த்தனா?" அவனது கோப வார்த்தைகள் மைக்கில் எதிரொலித்தன.

"இப்போது இந்த சூப்பர் ஸ்டாரின் பிறந்த நாள் விழாவை பாராட்டி தர்பார் நற்பணி மன்றச் செயலாளர் அண்ணன் யெந்திரக்குமார் என்ற கொத்தனார் குரங்கு வெரட்டி குமார் அவர்கள் சிறப்புரை ஆற்றுவார். அவர் பேசி முடித்ததும், கேக்கு வெட்டி பிறந்த நாள் கொண்டாடப்படும். சூப்பர் ஸ்டாரின் சொந்த உடம்பிறப்புக்கள் ரசிக பெருமக்கள், தாய்மார்கள், பொதுமக்கள் அனைவரும் வந்து கலந்து கொள்ளுமாறு அம்புடன் கேட்டுக்கொள்கிறேன்"

சட்டென தன்னை உருமாற்றிக் கொண்ட சிவா மைக்கை கையில் வாங்கி குமாரை முன்மொழிந்தான்.

"இந்தா பேசு, கொமாரு, கேக்கு வெட்ட டேபிள்

இருக்காப்பா?” அடுத்த வேலையைக் கவனிக்க தயாரானான் சிவா.

மைக்கைக் கையில் வாங்கிய குமார், கொஞ்சநேரம் அதைக் கையில் உருட்டி தன்னைத் தயார் செய்துகொண்டான். சில உருமல் செருமல், மைக் செக்கிங் எல்லாம் முடித்துவிட்டு பேசத் தொடங்கினான்.

“தலைவா, எங்கள் வருங்கால பாரதப் பிரதமரே ! நாளைய முதலமைச்சர் தர்பார் நாயகனே, பேட்டத் தளபதியே, எந்திரன் ட்டூ சிங்கமே! எங்களது படையப்பா, நீ வாழ்க! இந்தப் பிறந்த நாள் எங்களுக்கு மருந்து நாள். உன்னோட படம் வெளிவராத ஒரொரு பிறந்த நாளும் சிறந்த நாளல்ல (ஹே... கைதட்டல்) தர்மத்தின் தலைவா, பில்லா, ரங்கா, மூன்று முகமே, தமிழ் சினிமாவின் முரட்டுக்காளை நீதான், ஜானியே, இமயமலை பாபாவே, எங்களுக்கு வரம் தரும் ராகவேந்திரா, பதினாறு வயசிலே புறப்பட்டு மூன்று முடிச்சிலே உருவாகி மன்னனாய், முத்துவாய், தொழிலாளியாக் வரம் தந்த தலைவா, காலா, தில்லு முல்லு செய்தவர்களை எல்லாம் கதம் கதம் செஞ்ச பாபா, என்றென்றும் உனக்கு இளமை ஊஞ்சலாடும், ஆறிலிருந்து அறுவது வரைக்கும் உனக்காக வாழுவோம்.

ஒவ்வொரு படத்தின் பெயரைச் சொல்லச் சொல்ல கைதட்டல் எழுந்தது. குமாரின் ஏற்ற இறக்கமான அந்தப் பேச்சு சாலையில் சென்றவர்களது கவனத்தை ஈர்த்தது. சிறு பசங்கள் கீற்றுக்கொட்டகை முன் வந்து கூடி நின்றனர். கொடியும் தோரணமுமாய் அரசியல் நிகழ்ச்சிபோல களைகட்டி நடந்தது.

கிட்டத்தட்ட அரைமணி நேர பிரசங்கத்தின் பின் தொண்டைக் கரகரப்பில் கொஞ்சம் இடைவெளி விட்டான். அந்த நேரம், சிவா பிறந்த நாள் கேக்கை வெட்டுவதற்கு டேபிள் கிடைக்காத கொடுமையில் பாடிக்கொண்டிருந்த ஆம்ப்ளிஃபயர் மேல் பகுதியை டேபிளாக்கி கேக்கை விரித்து வைத்து கோஷங்கள் கொடுத்தான். மைக்கைப் பிடுங்கி “அண்ணன் தலைமை மன்றத்தின் செயலாளர் எந்திரக் குமார் அவர்கள், கேக்கு வெட்டி சுப்பர் ஸ்டார்ரது பிறந்த நளைக் கொண்டாடுவார்” என முழங்க, குமார் கழுத்தில் மாலையுடன் கேக் வெட்டியபோது மறக்காமல் பத்துக்கும்

மேற்பட்ட செல்பி, புகைப்படங்கள் எடுக்கப்பட்டன. கேக் விநியோகம் நடைபெற்றுக்கொண்டிருக்கும்போது, நடுத்தெருவிலிருந்தும், ஸ்டாலின் தெருவிலிருந்தும் வந்திருந்த பசங்கள் தங்களது தெருவுக்கும் வந்து சிறப்புரையாற்ற குமாரைக் கெஞ்சினர். குமாருக்கும் இப்போது விட்டால் மறுபடி அடுத்த வருசம்தான் மைக் பிடிக்க முடியும். சில இடங்களில் மாலை மரியாதையும் செய்வார்கள். போன வருசம் நாலு இடத்தில் பேசினான். இப்படி கூச்சமில்லாமல் கோர்வையாய் பேச ஊரில் இன்னும் ஆள் அமையவில்லை. இதனாலேயே, தலைவர் போன வருசம் கட்சி ஆரம்பித்தபோது நகரச் செயலாளர் பதவிக்கு கூப்பிட்டார்கள். செலவு செய்ய அப்போது பணத்தோது இல்லாததால் கமிட்டி உறுப்பினராக, பகுதிச் செயலாளராக நியமித்தனர்.

இப்போ சுக்குவாடம்பட்டியில் வேலை ஓடிக் கொண்டிருக்கிறது. ஆத்தா போயிருக்கிறாள். அஞ்சு நிமிசத்தில் வந்து விடுவேன் என வாய்தா வாங்கி வந்திருந்தான். குமார் எப்போதும் இந்த நாளில் வேலை பேசமாட்டான். ஒன்னு மறுநாள் தள்ளிவைத்து விடுவான். இது ஆத்தா பேசிவிட்டாள். தள்ளிப்போட முடியவில்லை.

கேக் வாயில் ஊட்டியபடி ஒரு போட்டோவும், தலைவர் படத்துக்கு முன் ஒரு குழுப் புகைப்படமும் எடுத்துக் கொண்டு வெளியில் வந்தான். மூணு பேர் தங்கள் பகுதிக்கு இழுத்துக்கொண்டிருந்தனர்.

“பக்கம்ணே! ரெடியா இருக்கு போன வர்சம் பேசி அலப்பற குடுத்து தெறிக்கவிட்டீக. அதுபோல இந்தவட்டம் ஒரு அஞ்சு நும்சம் அப்டியே அனல் பறக்கட்டும். எதிரிக செத்தாங்கெ! அப்டியே வர்சயாப் போவலாம்.”

குமாருக்கும் அது ஆசைதான். டீ டயம் எத்தனை மூட்டை ஓடியது என தெரியவில்லை. இன்னவரைக்கும் ஆத்தாளிடமிருந்து போன் வரவில்லை. என்ன பிரச்னை? தன்னை மறந்துவிட்டதா இல்லை பேசப்போவட்டும் என்று அனுமதித்தாளா? கொசுவுக்கு போன் போட்டான். இரண்டு மூன்று முறை போட்டும் எடுக்கவில்லை. கொஞ்சம் பதற்றமாகவும் இருந்தது.

கொசுவு ராகவா லாரன்ஸ் ரசிகன். அதனால்கூட எடுக்காமல் இருக்கலாம். எல்லாத்திலும் இவன் கூடவே அட்டையாய் ஒட்டித் திரிகிறவன், இந்த விசயத்தில் மட்டும் விலகிப்போனான். ஆரம்பத்தில் தன்னோடுதான் இருந்தான். யார் அவனை மடைமாற்றியது என விளங்கவில்லை.

இன்னொரு முறை போன் போடப்போனபோது அய்யாம்மாவிடமிருந்து போன் வந்தது. மைக் செட்டை கொஞ்சம் நிறுத்தச் சொன்னான். “என்னாத்தா! ந்தா வந்துட்ருக்கே! எடத்து மாலு முடிஞ்சிச்சா?”

“வெளக்கமாறு பிய்யப்போது, ரெம்ப அக்கற? மிசின ஓட்டி விட்டுட்டு ஓடிப்போய்ட்டவெ, கொசுவுக்கு எதுக்கு போனப் போடுற அவனையும் தொணைக்கிக் கூப்புடுறயாக்கும். ஒழுக்கு மரியாதையா சட்டுன்னு வந்து சேரு. ஆமா!” குமாரைப் பேசவிடாமல் பேசி முடித்தாள் அய்யாம்மாள்.

பிரச்னை இல்லாமல் வேலை ஓடிக்கொண்டிருக்கிறது. அதனால்தான் இதுவரை ஆத்தா கூப்பிடவில்லை. இன்றைக்கு மைக்கில் பேசுவது அவளுக்கும் தெரியும். இது அவளும் ரசித்துக் கேட்பாள். அதனால்தான் இத்தனி நேரம் விட்டு வைத்திருக்கிறாள். கொசுவின் பொறாமையால்தான் இப்போ போன் போட்டிருக்கிறாள்.

“இன்னம் ஒரே ஒரு எடம் மட்டும்த்தா அர நும்சம் பேசுனதும் வந்துருவேம்மா. மாலை எல்லா வாங்கி வச்சிருக்கானுகளாம். ஓடிப்போய் மைக் பேசிட்டு வந்திர்ரே” சந்தோசமாய்ச் சொல்லிவிட்டு அடுத்த மைக்குக்கு பேச விசயத்தை யோசித்தபடி பைக்கைக் கிளப்பினான்.

9

“இந்தத் தட்டு நம்மளுது இல்ல மாறி வந்திருக்கு” கடையில் இறக்கிவைத்த சாந்துத் தட்டுகளை எண்ணிச் சரிபார்த்த கடைக்காரர் விளிம்பு உடைந்திருந்த தட்டு ஒன்றைத் தனியாக எடுத்து ஒதுக்கி வைத்தார்.

தட்டுகளை இறக்கிப்போட்ட சித்தாள்கள் யாரும் பதில் சொல்லாமல் நகர்ந்து போனார்கள். கடைசி சுமை இறக்கிய பெண் செல்வி மட்டும் கடைக்காரர் எண்ணிச் சரிபார்க்கும் வரை நின்றுவிட்டு, “நாப்பது தட்டு சரியா இருக்கில்லண்ணே. ரைட்டு! கிழிஞ்சிருக்கு ஓட்டையாகிருச்சுங்கறதெல்லா கங்காணி கிட்டக்கக் கேட்டுக்கங்க. காசு குடுக்க வருவாருல்ல புடுச்சு கட்டிப்போடுங்க. எங்க வேல முடிஞ்சிது! வாத்தா நாம போவம்.”

ஆத்தா கன்னியம்மாளின் கைப்பிடித்து அழைத்துச் சென்றாள் செல்வி. தலையில் சுமந்து வந்த சுருமாட்டை உதறி ஸ்டைலாக தோளில் போட்டுக்கொண்டாள். நல்ல கருப்பாக இருந்தாலும் அளவான வளத்தியில் செஞ்சு வச்ச பொம்மி சிலைபோல களையாய் இருந்தாள். அவள் மூக்கில் குத்தியிருக்கும் ஒத்தக்கல் மூக்குத்தி சின்ன வெளிச்சம்

பட்டாலே மின்னி அவள் புன்னகையைக் கூட்டியது. நிமிந்தாள்கள் தோளில் சுமந்து வந்த மண் வெட்டியைத் தந்து கணக்குக் கொடுத்தார்கள்.

கடைக்காரர் சட்டிகளைப் பூராவும் தண்ணீர் வடிய குப்புறக் கவிழ்த்து வைத்தார். ஒரு ஆள் மணல் சலிக்கும் பெரிய சல்லடையை தோளில் சுமந்து தூக்க முடியாமல் திணறிக்கொண்டு வந்து இறக்கினார். "ஏண்ணே இத்தன பெரிய கட்டையில போட்டு எங்க உசுர வாங்கறீங்க. சிம்பிளா இரும்பு ஆங்கில்ல போடுங்கண்ணே" இறக்கி வைத்ததும் கொஞ்சம் மூச்சு வாங்கிப் பேசினார்.

பணத்தை வாங்கி வரவு வைத்துக் கொண்டவர் அந்தாளை வைத்தே சல்லடையை கடைக்குள் கொண்டு சென்றார். தூக்க முடியாத கனத்தில்தான் இருக்கிறது. 'அடுத்தது இரும்பில் செய்துவிடவேணும். ஆனால் சல்லடை டெம்பர் கிடைக்காது தொய்யலாக இருக்கும்; சீக்கிரம் கிழிந்து போகும். பாக்கலாம்!'

இருப்பை சரிபார்த்தார். நாலு சல்லடை, பதிமூணு தண்ணி ட்ரம், எண்பத்து மூணு சாந்துச் சட்டிகள், எட்டு மம்பட்டி, திம்ஸ் மூணு, பிக்காச்சி ரெண்டு, சம்மட்டி மூணு, கடப்பாரை ஆறு, கோக்காலி சிறுசு அஞ்சி, பெருசு மூணு...

"ப்ரபண்ணே தார்ப்பாய் இருக்கா?" அவரது கவனத்தைக் குலைத்து ஓராள் வெளியில் நின்று அழைப்பு விடுத்தான். கேள்வி வந்தவுடனேயே கண்கள் பதிலைத் தேடிக் கண்டுபிடித்தன. "இருக்குப்பா! என்னா வேலைக்கு பொத்தவா, விரிக்கவா?"

"வீடு கான்கரீட் போட்டுக்கிருக்காக மழக்கோப்பா இருக்கில்ல அதேன், ஒரு சப்போட்டுக்கு கேட்டு வச்சுக்க லாமேன்னு"

"இருக்கு! முந்திக்கிட்டாத்தே சொன்னேங்கறதுக்காக வச்சுக்கிருக்க முடியாதுல்ல"

"அது சரித்தேண்ணே! போட்டு முடிச்சதும் வந்திர்ரேன். விட்டா சிமிண்டு கரஞ்சு போம்ல" வந்தபடிக்கே நகர்ந்தான்.

"யே அட்டுவான்ஸ் குடுத்துட்டுப் போப்பா" கடைவாசலில் உட்கார்ந்திருந்த பெருசு, போனவனைத் தடுத்து அழைத்தார். அவன் கேட்காததுபோல நடந்தான். "யே பெர்சு, வாய

வச்சிட்டுச் சும்மாருக்க மாட்டியா? அட்வான்ச வாங்கி வெச்சுக்கிட்டு இவெ எப்ப வருவான்னு, வெட்டியாக் காவக் காத்துக்கிட்டு ஒக்காந்துருக்கவா? வேணுங்கறவெ வருவான்ல" கடைக்காரர் அதட்டினார்.

"அதுஞ்சரித்தே, நா வார ஏவாரத்த விட்றவேணாமேண்டு பாத்தேன். கணக்காப்பிள்ள வம்சம்ல வெவரத்துக்கு பஞ்சமா? ரைட்டப் போடுங்க. இருட்டுக்கட்டீருச்சுல்ல. மணி ஆறாகுமா?"

பொழுது குளிர்ந்துபோயிருந்தது. காற்றும் இல்லை ஆனாலும் வானில் மழை வரும் தோற்றம் மிகுந்திருந்தது. கடையின் உட்புறம் விளக்கை எரியவிட்டார். வீதியில் பகல் வெளிச்சம் மங்கவில்லை "மணி அஞ்சே கால்" மணிக்கட்டைப் பார்த்துச் சொன்னார். அந்த நேரம் மேல் சட்டையைக் கழற்றி தோளில் போட்டுக்கொண்டு துண்டை கழுத்தில் பாம்பாகச் சுற்றவிட்டு கிந்திக் கிந்தி நடந்து வந்தார் கங்காணி மச்சக்காளை. மழுமழுவென்றிருந்த தாடையில் நாடியில் மட்டும் ஒட்டுப்புல்லாய் நாலைந்து வெளுத்த மயிர்கள் தாடியாய் ஒட்டிக்கொண்டிருந்தன. வாயின் மேல் வரிசையில் ஒரே ஒரு பல் மட்டும் நீளமாய்த் தெரிய எப்போதும் சிரித்த முகம் கொண்டவராய் தெரிவார். தலையில் ஒரு சாந்துச் சட்டியைக் கவிழ்த்திருந்தார். அவரை ஒட்டி ஓயக்கா. மச்சக்காளையை உரித்து வைத்த மாதிரி உயரம், நிறம், ஓட்டைப்பல், நீண்ட முகம். கட்டையான மீசையும் அடர்த்தியான முடியும், வயசும் வித்தியாசப்படுத்தியது மச்சக்காளையின் அண்ணன் மகன். அவன்தான் மச்சக்காளைக்கு மேனேஜ்மெண்டு. கூலி பேசுவது, வீட்டுக்காரரிடம் அளந்து கூலி வாங்குவது, வேலையாள்களுக்கு சம்பளம் பிரித்துக் கொடுப்பது சாராயக் கடைவரை சித்தப்பனோடு இருப்பான்.

"கடக்கார அய்யா, ஞ்சாமானெல்லா சரியா வந்து சேந்துருச்சில்ல?" ஓயாக்கா மச்சக்காளையை பின்னால் தள்ளிவிட்டு வந்து கேட்டான். கடைக்காரர் பதில் சொல்லு வதற்குள் மச்சக்காளை அவனை ஒட்டி வந்து நின்று "துட்டக் குடுத்துர்ரா" என்றார். "எந்தத் துட்டக் குடுக்கச் சொல்ற? ஒங்கைல இருக்கதக் குடு. இது வேற கணக்கு. ஆளுகளுக்கு சம்பளங் குடுக்க வேணாமா?"

தனது புகாரைத் தெரிவிக்க வந்த கடைக்காரர், இருவருக்கு மிடையிலான சச்சரவில் வேடிக்கை பார்த்து நின்றார். இருவரது முகமும் வேட்டைப் பூனையாய் கறுத்துச் சுருங்கியது கண்டார். ஆக ரெண்டு பேரிடமும் தட்டுக்காசு இருக்கிறது. தனக்கு மோசமில்லை. அய்யாம்மா கோஷ்டி, வந்தால்தான் கிறங்கடித்துவிடுவான்கள். மச்சக்காளை பாவம் அடாதுடியாய் பேச வராது. அதுபோல பெரிய வேலைகளைப் பேசவும் மாட்டார் கணக்கில் தடுமாறும் வீட்டுக்காரர்களும் எஞ்சினியர்களும் ஏமாற்றிவிடுவார்கள். வேலையாள்களுக்கு சம்பளம் தர முடியாமல் சண்டை வந்துவிடும். “வெரலுக்குத் தக்கன வீக்கமிருந்தாப் போதும்” என லிஃப்ட், கலவை மெசின் போன்ற நவீனங்கள் வந்தாலும் சாரம் கட்டிய வேலைக்கும் கைக் கலவைக்குமே ஆட்களை ஏற்பாடு செய்வார்.

“லே ஓயக்கா, பொய் பேசாதடா, வீட்டுக்காரர்ட்ட சட்டிக்கினு நாந்தானடா வாங்கிக் குடுத்தே. அத நீதான கை நீட்டி வாங்குனவெ. ந்தா பார் இந்த பித்தலாட்டந்தே ஒங்கிட்டக்க இன்னம் மாறமாட்டேங்கிது” கடைக்காரர் இருவரையும் கூர்ந்து பார்க்கக் கண்டதும் இறுக்கத்தைத் தளர்த்தினர்.

“இதாங்யா இவென்ட்ட ஆகாத வழக்கம். நாந்தே வாங்கித் தந்தே முழுஸ்சா முழுங்குறாம் பாருங்க. குட்றா”

“அய்யா, அத நா இல்லேண்டு சொல்லல. அது வேற கணக்கு. நா பரத்தல அளந்து கணக்குப் போடும்போது சட்டிக் கணக்கும் சேத்து ஒங்கிட்ட வாங்கிக் குடுத்துருக்கே. மொத்தக் காசக் கணக்குப் பாரு. இது சட்டிக் கணக்குன்னு சொல்லி எங்களுக்கு தண்ணி சாப்டக் குடுத்தது.”

“வீட்டுக்காரரு நல்ல மனுசன்யா. ரெம்ப காலத்து வழக்கம், அவக அண்ணெந்தம்பி வீடுக் பூராம் வானந்தோடுறதுலருந்து அம்புட்டு வேலையும் நானில்லாமச் செய்ய மாட்டாரு. சாப்பாடெல்லா எம்புட்டு ஆக்கிப் போட்டாருங்கறீங்க. அல்லாரும் கௌப்புக் கடைல பொட்டலம் வாங்கிக் குடுப்பாங்க. இவரு வீட்ல அந்த ஆயியவே ஆக்கச் சொல்லி முட்டக் கொழம்பெல்லா வச்சுப் போட்டாங்கய்யா. இந்தப் படுவா வாரப்ப தனியாப் பேசி தண்ணிக்கு காசு வேற வாங்கியிருக்கான்.”

"யே நாங்கேக்கலப்பா அவராத்தே இங்கவா ஓயக்கான்னு கூப்புட்டுக் குடுத்தாரு. ச்சீச்சீ அதெல்லா நாம் போய்க் கேப்பனா?" ஓயக்கா அப்படியே நடித்தான்.

"அடச்சீப் போடா ப்ராடுப் பயலே! ஒன்னப்பத்தி எனக்குத் தெரியுண்டா"

"என்னப் பெத்த சித்தப்பனுக்கு தெரியாதா! ஒந்தலையில தான மோள்றது பேழ்றது அல்லாமேயே ஆத்தா சொல் வாள்ல" மச்சக்காளையின் இடுப்பில் நிமிண்டி கேலி செய்தான். அவனது அந்தச் செய்கையில் கூச்சமடைந்த அவர், அவனது அந்தப் பேச்சில் ஈர்ப்பானார். "ஆமாங்யா ந்னொப்பனோளி சிறு வயசில ஆளு கொழுக்மளுக்னு குண்டுகுண்டா இருப்யான்யா, ஆசயாத் தூக்குனம்னா மூஞ்சி மேல சர்னு மூத்தரத்தப் பேஞ்சி விடுவான்யா" தனது ஒட்டப்பல் தெரிய சிரித்தவர், "பேச்சிவாக்கில சோத்தக் கொழய வுட்றாத. அய்யாக்கு சட்டிக்காசக் குடுத்துட்டு வா, பொம்பளையாள்களுக்கு சம்பளத்தக் குடுக்கணும். ஆளக் காணாம்னு தேடிவந்துடப் போறாளுக!"

"சொன்னா ஒரு பேச்சில கேக்க மாட்டியா" கிசுகிசுப்பாகப் பேசிய ஓயக்கா வலக்கையை உயர்த்தி அதன் முழங்கையைத் தொட்டு "பாட்லு வாங்கக் குடுத்துவுட்டே, அவெ வேற வந்திருவான். குடுத்திட்டு வா"

அந்தப் பதிலில் திக்குமுக்காடிப்போன மச்சக்காளை, மடியிலிருந்த பணத்தை எடுத்து கடைக்காரரிடம் கொடுத்தார். "சரியாங்யா!"

பணத்தை வாங்கிக்கொண்ட கடைக்காரர், கிழிந்த சட்டியைத் தூக்கிக் காண்பித்தார். "புதுச் சட்டியாத்தான குடுத்து வுட்டேன். ஒரு சட்டி மாறி வந்திருச்சு பாரு. இப்பிடி தெனத்துக்கு ஒண்ணொன்னா மாத்தி எந்தலையில துண்டப்போட வெச்சிருவீக, இல்ல?" கொஞ்சம் கோபமாகத் தான் பேசினார். தன்மையாகப் பேச்சுக் கொடுத்தால் "எங்கள என்னா களவாணிப் பயகன்னு நெனச்சுப் போட்டீகளா" என எதிராள் எகிறி வருவான்.

"ஓயாக்கா நாஞ்சொல்லல, ஒரு சட்டிய விட்டுட்டு வந்துட்டாளுகண்டு. எவளோ பழய சட்டியப் பெறக்கி தந்திருக்கா. அய்யா இதான ஒங்கள்து. பாத்தே, கைகழுவற

எடத்தில விட்டுட்டு வந்துட்டாளுக. சட்டி புதுசா இருக்கக் கண்டுதே எடுத்தாந்தே. பழசு ஆருன்னு தெரியலியே! ஏண்டா கட்டடத்துக்காரவகளுதா இருக்குமா?” சட்டியை வாங்கித் திருப்பித் திருப்பிப் பார்த்தார்.

“நாந்தெ சொன்னன்ல அவக சட்டி ரெண்டு கெடக்குன்னு”

“அப்ப இன்னொண்ணு?”

“நீ என்னா லுசா, ஓம் மருமக சோத்துப் பொட்டலத்த எடுத்துப் பகுமானமாக் கொண்டுக்குப் போறாய்யான்னு எத்தனதரஞ் சொன்னே!”

“ஆரு சொலச்சானாவா?”

“அவ பேர நீதே மெச்சிக்க”

“சே இது கெட்ட வழக்கமாச்சே. அந்த கூறுகெட்ட கழுதைக்கி எத்தன தேரந்தே படிச்சிப் படிச்சிச் சொல்றது. அடுத்தவக பொருள சொல்லாமக் கொள்ளாம எடுக்கக் குடாதுண்டு. பாவமில்லியா காசு போட்டு வாங்குனவங்க சங்கட்டப்படக்கூடாதுல்ல. போய் நாலு குடுப்பு குடுத்து கட்டடத்துல போட்டுட்டு வரச்சொல்லணும்” எனக் கிளம்பியவர். “அய்யா நாள மறுநா ஒரு முப்பது போதுமாடா, முப்பத்தஞ்சு சட்டி ஒதுக்கி வச்சிருங்க. இதே மாதிரி புதுசாவே இருக்கட்டும். பழசுன்னா பொம்பளப் புள்ளீக கையக் கிழிச்சிருது.”

10

ஒரு வருசத்துக்கும் மேலாக டில்லி கோட்டைக்கு முனனால் சோறாக்கி சாப்பிட்டு எலும்பைத் துளைக்கும் பனியிலும் சதையை உருக்கும் வெயிலிலும் வெட்ட வெளியில் கிடந்து ‘நாங்க வெளைய வெக்கிற பயிர் பச்சைக்கி வெல வக்கிற உரிமைய எங்களுக்கு வேணும்’னு கேட்டு போராடுற விவசாயிகள வந்து ஒரு எட்டுப் பாத்து என்னான்னு விசாரிக்காத அரசாங்கத்தப் போல வீரப்பய்யனார் கோயில் மலை அத்தன கெம்பிரிக்கமாக எதிரில் உக்கார்ந்திருந்தது.

கலிங்க ஓடை வளைவில் குமாரின் பைக் அவனைப் போல தலைகுனிந்து நின்றுகொண்டிருந்தது, சில்லென அலையாடிக் கொண்டிருக்கும் சின்ன குளத்தின் கரையில் பூங்கொடியின் கையைத் தன் மடியில் வாங்கி வைத்திருக்க, அழுது வடிந்த முகமாய் பூங்கொடி உட்கார்ந்திருந்தாள். வேப்ப மரத்தின் காற்றசைவில் பூங்கொடியின் கூந்தல் மயிர், முகத்தில் வழிந்து ஆடிக்கொண்டிருந்தது. அவ்வப்போது ஆள்காட்டி விரலால் காதோரம் ஒதுக்கிவிட்டுக் கொண்டாள்.

“சாப்ட்டியா?” ஒருபொழுது அமைதிக்குப் பின்னால் குமார் கேட்டான்.

“ப்ச்” முகத்தை நிமிர்த்தாமல் உச்சுக் கொட்டினாள். அதில் பசியிருந்தது.

“ஸ்ஸோ!” அக்கறைமிக்கவனாய் அவள் கையை விட்டு விட்டு எழுந்து கரையின் வலப் பக்கமிருந்த வழிக்கடையில் தக்காளிச்சாதப் பொட்டலம் ஒன்றை வாங்கி வந்தான். அஞ்சு ரூபாய் தண்ணிப் பாட்டிலும் ஞாபகமாய் எடுத்துக் கொண்டான். மேற்கே கோயிலுக்குப் போகிறவர்கள், தோப்பு துரவுகளுக்கு வேலைக்குப் போகிற நபர்களை நம்பி இருக்கிற கடை அது.

“நிய்யும் கொஞ்சம் தின்னு” சம்மணமிட்டு அமர்ந்து கொண்டவள், கைப்பிடிச் சோற்றை அள்ளி அவனது வாய்க்கு நேராய் ஊட்டிவிடுவதுபோல நீட்டினாள்.

”வேணா, இப்பத்தா வேலத் தளத்தில சாப்டேன்” முகத்தை விலக்கிக்கொண்டான். “நீ எப்டி இங்கன வந்த? வேலயக் கேட்டு வெசாரிச்சு வந்தியாக்கும்.”

“நீ இங்கிட்டு வருவேண்டு தெரிஞ்சுதா ஒக்காந்திருந்தே”

நிச்சயமாய் பூங்கொடி தன்னை தினசரி வேவு பார்த்து வருகிறாள் என்பது குமாருக்கும் தெரியும். அதனால் அவள் இங்கே வந்து காத்திருந்தது ஆச்சர்யமளிக்கவில்லை. அன்னைக்கி வீட்டில் அத்தனை ரசாபாசம் ஆன பிறகு எங்கேயும் கூடிப்பேசவில்லை. ஒருவாரம் ஓடிவிட்டது. இத்தனை நாள் பார்க்காமல் இருந்ததும் கிடையாது. பொண்ணுப் பாக்கப் போனதில் - அதும் அவளுக்கு அது தெரிந்துபோனதும், நேரில் வந்து களரி கட்டியதும் பூங்கொடி மேல் பயம் ஏற்பட்டுவிட்டது. இம்புட்டுக்கு ஆங்காரம் போங்காரமானவள் என்பதை நம்பவே முடியவில்லை. தன்னுடைய ஆத்தாதான் அவன் இதுவரை கண்டிருந்த சண்டைக்காரி. வில்லங்கம் வரும் இடமெல்லாம் விலகிப் போனது என்றால் அது, அய்யாம்மா மகன் என்கிற காரணத்துக்காகவே. அவளது ஆகிருதியே! அவளது இடத்தையே ஆட்டம் காணச்செய்கிற மாதரி பூங்கொடி கும்மர்ச்சம் போட்டதை அவனால் நம்பவே முடியவில்லை. சொல்லப்போனால் அவளைப் பார்க்க வரவே ஒருவிதத்தில் பயமாகவும் இருந்தது.

இனி ஆட்டத்தை வெனாவா ஆடணும்போல.

"என்னா அன்னிக்கி, அம்புட்டுக்கு ஆட்டம்போட்டு அய்யாம்மாளயே நடுங்க வச்சிட்ட" சொல்லும்போதே அவனுக்குள் நடுங்கம் நெளிந்து அடங்கியது.

பாதிச் சோறு வாயில் இருந்தபடி ஒருகணம் அவனைப் பார்த்தாள். கண்கள் விரிந்து அக்னிப் பார்வையாய் உருமாறியது. வாயிலிருந்த சோற்றை தூ என கரைமீது துப்பினாள். "வேற என்னா செஞ்சிருக்கணும்ற? ஒனக்கும் நோத்தாளுக்கும் அரப் பவுனுல ஆளுக்கொரு மோதரம் வாங்கிவ ந்து மொய் செஞ்சு கஞ்சி குடிச்சிட்டு போகணும்னு நெனச்சியாக்கும்"

"யேய், ந்தா நா அப்பிடியா கேட்டே! இப்ப எப்டி அப்ராணியா சத்தமில்லாம சந்தோசமாப் பேசற, ஹ அன்னிக்கி தெருவே ஆடிப்போச்சு, சாமி வந்த மாதிரி திங்கு திங்குன்னு ஆடற? ஆனானப்பட்ட அய்யாம்மாவயே பயங்காட்டிட்ட? மிச்சத்தியும் தின்னு" தண்ணீர் பாட்டலைக் குடிப்பதற்கு ஏதுவாய்த் திறந்து வைத்தான்.

மடமடவென சோற்றை அள்ளித் தின்றவள், தொட்டுக் கொள்ள வைத்திருந்த ஊறுகாயை அழுத்திச் சாறை இழுகி இழுகிச் சுவைத்துவிட்டு கெட்டியான தோல் பகுதியை கடவாய்ப் பல்லில் கொடுத்து அரைத்து புளிப்பு பல்லைக் கூசுவதற்குள் மென்று முழுங்கினாள். பொட்டலத்தைச் சுருட்டி புதருக்குள் எறிந்துவிட்டு கைகழுவி தண்ணீரைக் குடித்து, சேலைத் தலைப்பபால் வாயைத் துடைத்து ஆசுவாசப்படுத்திக்கொண்டாள். "அதக் கேட்டுப் போகத்தே இப்ப வந்தே" சீரான சுவாசத்தில் அவளது மூக்கு அவ்வப்போது விடைத்துச் சுருங்குவதைக் கண்டான்.

"கேட்டுப் போக வந்தியா? என்ன... என்னியவா? புரியல" குமாருக்கு குரல் உதறியது. அவள் மிச்சம் வைத்திருந்த தண்ணீரைக் குடித்து பாட்டிலை கைகளுக்குள் வைத்து உருட்டினான். அது, நறநறவென சப்தித்தது.

"எப்பக் கல்யாணம்?"

கொர வளையைப் பிடித்த மாதரி இருந்தது. உண்மையி லேயே ஆத்தா தேடுவாள். சாப்பிட்டதும் வண்டியில் ஒரு ரவுண்டு வந்து ஏதாவது நொறுக்குத் தீனியை அள்ளிப்

போட்டு வருவான். அந்த நேரம் முடிந்துவிட்டது அடுத்த கலவை ரெடியாகும் நேரம்.

"ஆருக்கு?"

"ம்... ஒனக்கு! நம்மளுக்கு இல்ல. ஒனக்கு" அழுத்திச் சொன்னாள். "அதே அன்னிக்கே பூ வெச்சிட்டு வந்தியே. நாளக் குறிச்சிருப்பீகள்ல"

"அது அது வந்து சும்மா, பொழுதீக்கும் பொண்ணப் பாக்கணும் அது இதுன்னு ஆத்தா பெணாத்திக்கிட்டே இருக்கும். அது வாயடைக்கப் போய்ட்டு வந்தம். மத்தபடி வேறெதும் இன்னம் பேசல. நீதே அன்னிக்கி வந்து பெரும் போடு போட்டீல்ல அதுப் பெறவு ஆரும் ஓசிப்பாகள்ல"

"அப்ப, அன்னிக்கி நா வல்லன்னா தேதியக் குறிச்சு கலியாணத்த முடிச்சிருப்ப?"

"ந்தா இப்பிடி வில்லத்தனமா எதியுங் கேக்கப்படாது. அதேஞ் சொன்னேன்ல. அய்யாம்மா வாய அடைக்கச் சும்மா போயாந்தேன்னு"

"இத நா நம்புணுமாக்கும். பேசி முடிச்சு பூ வச்சப் பெறகு விட்ருவாகளாக்கும். அதும் அய்யாம்மா அடங்கி இருந்துருவான்னு நம்பச் சொல்றியா?"

"கலியாணம் முடிக்கப் போறவெ நாந்தான. நாஞ் சொன்னா நம்பு. சத்தியமா" அவள் தலையில் அடித்தான்.

நம்ப முடியாமல் தலையசைத்தவள், "ச்செரி இம்புட்டு சத்தியம் பண்றவெ எதுக்கு பொண்ணுப் பாக்கப் போன? இன்னொரு பொம்பளைக்கி ஆச காட்டக்குடாதுல்ல"

"என்னா நீ, இப்பிடி வந்தா அப்பிடி வாற அப்பிடிப்போனா இப்பிடி வாற. எனக்கு ரேட்டாகுது. நா வேலத்தளத்துக்குப் போவணும். சாவாசமா அப்பறம் பேசிக்கலாம்."

விருட்டென எழுந்தவனைக், கையைப்பிடித்து உட்கார வைத்தாள். "இதுக்கு மட்டும் பதிலச் சொல்லிட்டுப் போ. ஏம் போன?"

"உள்ளதச் சொல்லட்டுமா? வரலேன்னா அரளிக் கொட்டைய அரச்சு செத்துப் போவேன்னு அழுதா அய்யாம்மா. என்னா செய்ய, செரி சும்மா போய்ட்டு வருவம்னு போனே. அங்க பூ வச்சிட்டாங்கெ என்ன பண்ணச்

சொல்ற பாத்துக்கலாம. விடு. என்ன நம்பு. நம்பிக்கதே வாழ்க்கன்னு ரஜினி சொல்லீர்க்காரு. நீய்யும் வெட்டியா சுத்திக்கிருக்காம எப்பவும்போல வேல வெட்டிக்கிப் போ, கண்டது கடியது நெனப்பு வராது” கையை விடுவித்துக் கொண்டான்.

“நீதே வேலக்கிக் கூப்புட மாட்டேங்கிறீள்ல!”

சொன்னவளை ஏறிட்டுப் பார்க்க இருவருக்குமே ஏக காலத்தில் சிரிப்பு வந்தது. அவளது கன்னத்தைச் செல்லமாகத் தட்டிவிட்டு பைக்கை எடுத்தான் குமார்.

11

அந்தச் சடை நாயின் உடம்பெல்லாம் தோல் சுருங்கித் தொங்கிக்கொண்டிருந்தது. முகத்திலும் தாடை வரை தொங்கலாகவும் காய்ந்த வாழைப் பழத்தோலாக கருத்து தீய்ந்த மாதிரியும் இருந்தது தோல். நல்ல நீளமான உடம்பு, மத்துவமான உயரம். வயிற்றுப் பகுதியில் வரிபோட்டிருப்பது அது, எலும்பா சுருக்கம் விழுந்த தோலா என நிதானித்துப் பார்க்க வேண்டியிருந்தது. உட்கார முடியாமல் நின்று கொண்டே உறங்கும் பாவனையில் தலையைத் தாழ்த்தி கண்ணிமைகளைத் திறக்கத் திறனற்றுத் திணறியது. அந்த வேப்ப மரத்து நிழலில் சுருட்டைப் புழுவாய் சுருண்டு கிடந்த செவலையன். சடையனை நோக்கித் தலையுயர்த்தி இன்னம் போவலியா என்பதாக உருமி ஒரு குலைப்பு குலைத்தது. ‘அங்கிட்டுப் போய்த் தொல, ஒஞ் சீக்கு என்னப் பிடிக்கப் போவுது’ சடையன் ஊருக்குள் பல இடங்களில் விரட்டுப் பெற்று பழக்கப்பட்டதால் மானம் வெட்கம் ரோசத்தை எல்லாம் கடன் கொடுத்துவிட்டு, காது கேக்காமல் நின்றது.

வெயில் முற்பகலிலிருந்து நண்பகலுக்குத் தாவுகிற நேரம். அல்லி நகரத்திலிருந்து ஆட்டோ வள்ளிநகர் வழி ஏறி

பாண்டி கோயிலைத் தொட்டு வேப்ப மரத்தடிக்கு வந்து நின்றது. "அப்டீ உள்ளாற விடுப்பா. ஆட்டோ போகும்" டிரைவரோடு ரெட்டைப் பிறவியாய் ஒட்டி உட்கார்ந்திருந்த பொன்னுசாமி உத்தரவிட்டான்.

"எப்பிடிய்யா போகும் எத்தன வண்டிக குறுக்க மறுக்க நிக்கிது பாரு. பூராத்தியும் ஒதுக்கிவிட்டா போகலாம். திரும்ப முடியாது. பின்னுக்கயேதா வரணும்."

அய்யாமாளுக்கும் ரோட்டு மேலே இறங்க மனசில்லை. சம்மந்தகாரர் வீட்டுக்கு முன்னாடி போய் எறங்குனா எம்புட்டு கவ்ரதியா இருக்கும்?

"வண்டீல வேறொண்ணும் மறந்து வச்சிடலீல்ல, பாத்துக்கங்க" என்ற ஆட்டோக்காரர், "திரும்ப கூப்பிடுறியா போன் நம்பர் இருக்கில்ல ? வேணுமா" வாடகை கொடுத்த பொன்னுச்சாமியிடம் அக்கறையாய் விசாரித்தார்.

அவர்கள் இருவரைத் தவிர, கொசுவின் அம்மா பெருமாயி, பக்கத்து வீட்டு விருசின்னு, பொன்னுச்சாமியின் அத்தைக் கிழவியுமாக அஞ்சு பேர் வேப்பர் கல் பாவிய தளத்தில் நடந்தனர்.

"அல்லாரும் வரணும்" பொக்கைவாய்க் கிழவி ஒருத்தி வாசலில் உட்கார்ந்த வாக்கில் நடுங்கிய உடலுடன் கையெடுத்துக் கும்பிட்டு வரவேற்றாள். "யே பட்டம்மா அவுக பூராம் வந்துட்டாகடீ"

உள்ளுக்குள் திரும்பி கூச்சலிட்டாள்.

"வா மதினி, அண்ணே, வாங்கண்ணே, பெருமாயி வா புள்ளெ, வா, அம்மத்தா, வாங்க அல்லாரும் வாங்க!" சங்கீதாவின் தாயாரும், அய்யாம்மாளின் புது சம்மந்தக்கார அம்மாவுமான பட்டாளம்மா வாய் கொள்ளாச் சிரிப்புடன் அழைத்தாள். அவளுக்குப் பின்னே செம்மஞ்சள் நிறத்தில் ஜிகினா பூ வேலைப்பாடுள்ள சுடிதார் அணிந்து தலை நிறைய முல்லைப்பூ வைத்து சடையை இறுகப் பின்னி இறக்கிவிட்டிருந்த சங்கீதா அத்தனை பேரையும் முறை சொல்லி வரவேற்றாள். அவளது கோதுமை நிறத்துக்கு சுடிதார் அடித்துத் தூக்கியது.

கரை வைத்த எட்டு முழ வேட்டியும் மடித்துவிட்ட முழுக்கைச் சட்டையுமாக மொடமொடவென இஸ்திரி

போர்ட்டுத் தேய்த்த உடுப்பு உடுத்தி பொன்னுச்சாமி மழுமழுவெனச் சவரம் செய்த மூஞ்சியில் வர, அய்யாம்மா சிவப்பு புட்டாப் போட்ட புல்வாயல் சேலையை பின்கொசுவம் சொருகி, கோடாலிக் கொண்டையில் மல்லியப் பூவை குத்தி, முகத்துக்கு மஞ்சளைப் பளீரெனப் பூசி அகலமான செந்துருக்கப் பொட்டு இட்டு, காதிலும் மூக்கிலும் தங்கம் டாலடிக்க வந்திருந்தாள்.

கொண்டுவந்திருந்த பூ, பலகாரப் பொட்டலங்களை புதிய மருமகளிடம் தந்தாள். ஆண்கள் சேரில் அமர, பெண்கள் தரையில் விரித்த கோரைப் பாயில் உட்கார்ந்தனர்.

“எங்க மா? மாடசாமி மாப்ளயக் காணாம்” பொன்னுச்சாமி உட்கார்ந்த விநாடியில் வீட்டுத் தலைவரை விசாரித்தார்.

“அல்நாவரத்துக்குப் போய்ருக்குண்ணே வந்துரும்” பட்டாளம்மா சொன்னாள்.

“அல்நாரமா? இது எந்த ஊரு?” பொன்னுச்சாமி ஆச்சர்யமாகக் கேட்க, “இங்கருக்க பிள்ளைக இப்பிடித்தே, இவக கரட்டுக்கு வந்துட்டாகளாம் அதுனால ரோட்டுக்கு போறவுகளப் பூராம் அல்நாரத்துக்காரவகளாப் பிரிச்சிப் பேசறாக” அய்யாம்மாள் விளக்கினாள்.

சங்கீதா எல்லோருக்கும் செம்பில் தண்ணீர் கொண்டுவந்து கொடுத்தாள். “காலக்கஞ்சி குடுச்சீகளா அத்த?” அய்யாம்மாளின் பக்கமாய் உட்கார்ந்ததும் கேட்டாள்.

“ம், பாராத்தா அயித்தமேல பிரியத்த! ஒங்க அயித்தைக்கி இங்க ஆரு சூடா வடிச்சு வச்சிருக்கா? நீ வேணா அடுப்பப் பத்த வச்சு கறியும் புளியும் ஆக்கிப்போடு” மகளின் அக்குசான கேள்வியில் அகமகிழ்ந்த பட்டாளம்மா சந்தோஷத்தின் உச்சத்தில் நின்றாள்.

அய்யாம்மாளுக்கும் அந்தப் பேச்சு நெஞ்சில் பாலாய் குளிர்ந்தது. சங்கீதாவின் முகத்தை வழித்து திருஷ்டி கழித்தாள். “இதுக்குத்தே பொட்டப்புள்ள வேணுன்றது. எம்புட்டுக்குத்தே தங்கமா வளத்தாலும் ஆம்பளப் பய மனசில ஒரு பொட்டு எரக்கத்தப் பாக்க முடியாது. நீ கேட்டதே போதுமடி பொண்ணு மகளே. வகுறெல்லா கறிச்சோறு ஆக்கி அடச்ச மாதரி ஆகிப்போச்சு!” நாடியைப்

பிய்த்துக் கொஞ்சினாள்.

"மதினி தப்பா எடுத்துக்காத. நா லகளைக்கி ஆக்க முடியாதுன்னு சொன்னே. என்னமுஞ் சாப்பிட்டியளா அவசரத்துல அப்பிடியே வந்துட்டியளா. எதுனாச்சும் இட்டிலி கிட்டிலி கடைல வாங்கி வரச் சொல்லட்டுமா?" சம்மந்தகாரம்மாளை பட்டாளம்மா தழுவாத குறையாய்த் தாங்கினாள்.

"ஏம்மா, நாங்கள்லா எந்திர்ச்சதும் பல்லுத் தேக்கிறமோ இல்லியோ வகுத்த நெப்பிருவம். வெள்ளன வேலைக்கி கெளம்பற சோலி இருக்குள்ல. அதுனால காலம்பற ஆகவேண்டிதெல்லா ஆயிருச்சி. நீங்க ரெண்டுவேரும் இம்புட்டுப் பதற்ரிக" பொன்னுச்சாமி தன்னிலை விளக்கிப் பேசினார்.

பேசிக்கொண்டிருக்கும்போதே சங்கீதா அம்மாவின் கண் ஜாடையில் அய்யாம்மாள் கொண்டு வந்த பூவை, தான் சூடியிருந்த பூவுக்கு மேற்புறமாக வைத்து ஹேர்பின்னை குத்தி இறுக்கி நிறுத்தினாள். பெருமாயி அவளுக்கு ஒத்தாசையாக பூவை வசம் பார்த்துக் கொடுத்தாள்.

"வாங்க மாமூ, தங்கச்சீ, அல்லாரும் வாங்க!" தோளில் கிடந்த துண்டை முழங்கையில் போட்டுக்கொண்டு கையில் பிடித்திருந்த பொட்டலம் மற்றும் காப்பித் தூக்கோடு கும்பிடு போட்டார் சங்கீதாவின் அய்யா மாடசாமி. கட்டம் போட்ட கைலி வேட்டியும், காலர் வைத்த கல்லி ஜிப்பாவும் அணிந்திருந்தார். நல்ல வளத்தியும் அடர்த்தியான முடிக் கட்டும் பெரிய்யாளாய் காட்டியது.

"நாங்க கூட மாப்ள வேலைக்குத்தேம் போய்ட்டாப்லன்னு நெனச்சேன்!" பொன்னுச்சாமி அவரும் கைகளைப் பிணைத்துக்கொண்டனர்.

"அதெப்பிடிண்ணே, மருமகளப் பாக்க வரேன்னு தாக்கல் சொல்லிவிட்டப்பறம் வேலை வெட்டின்னு போ முடிமா?" பட்டாளம்மா பொட்டலத்தை வாங்கிப் பிரித்து பரிமாறலானாள். டம்ளர் எடுத்துவர சங்கீதா உள்ளே போய் வந்தாள். மாடசாமியை பக்கத்தில் உட்காரவைத்துக் கொண்டார் பொன்னுச்சாமி.

“வால்க்கரட்டுல டிப்பாட்மெண்டு வேலைக்கிப் போவணுந்தே. காலம்பற ஆளுகளக் கொண்டுக்குப் போய் விட்டுப்பிட்டு அவசரமா ஓடியாந்தே மாமு.”

“ஏண்ணே! வேலய இருந்து பாக்க வேண்டிதான. நாங்க சும்மாதான பாக்க வந்தம். நாம இருந்தா ஒருமாதிரி, இல்லாட்டி இன்னொரு மாதிரிதான வேல நடக்கும்” அய்யாம்மாள் தன் அனுபவத்தைச் சேர்த்துப் பேசினாள்.

“இருக்கும்போதே களவாணித்தனம் நடக்குது பட்டம்மா, விசுவாசம்ங்கறதெல்லா இப்ப மாறிப்போச்சு. பூராம் மேலு களவாணித்தனம் கூடிப்போயி. ஒப்பி அடிக்கத்தேம் பாக்குறாங்கெ வேலயாள்க பூராம்” பெருமாயி அய்யாம்மளின் குரலாய்ப் பேசினாள்.

“வேலன்னு எறங்குனா நாலாள நம்பித்தான செய்யணும்.” வடையைப் பிய்த்து மென்றுகொண்டே பேசிய மாடசாமி, தன்னிடம் வந்த காப்பித் தம்ளரை வாங்கி காலுக்கடியில் வைத்துக்கொண்டு, “மாப்ள நல்லாருக்கார்ல?” எனக் கேட்டார்.

“அவெ மதுரைக்கிப் போயிருக்யாண்ணே! கலவ மிசினுக்கு எதோ சாமான் வாங்கணும்னாங்கெ. என்னத்தியோ மாத்துனா இன்னஞ்செத்த வேகங்கெடைக்கிம்னு எஞ்சினியரு சொன்னாரு. எஞ்சினியரோட கார்ல போய்ருக்யா.. சொளையா இருவதாயிரத்த எண்ணிக் குடுத்துவுட்டே பட்டம்மா, அம்ம காலத்துலயெல்லா இந்த மிசினு கழுத குதுரயெல்லா கண்ணாறக் கண்டு இருப்பமா காதாரத்தேங் கேட்டு இருப்பமா? எங்க அய்யா காலத்துல செம்மண்ணும் அரவச் சுண்ணாம்புந்தே இருந்துச்சு, தெரியும்ல, நம்ம காலத்துல சிமின்டு வந்துச்சு. மம்பட்டி புடுச்சு கைக் கலவ போட்டு பத்து மாடின்னாலும் சாரத்துல அம்பது நூறுபேரக்கூட நிறுத்தி பரத்தல் வேல செஞ்சம். இப்ப, எத எடுத்தாலும் மிசினுதே கலவ போடணுமா, தூக்கி பரத்தல்ல கொட்டணுமா, குத்தி சம்மப்படுத்தனுமா அதுக்கு வைப்பலேட்டருன்னு ஒன்னு, சட்டி மம்பட்டிக்கித்தே வேல இல்லேன்னா இப்ப ஆளுகளுக்கே வேல இல்லாம ஆகிப்போச்சே!” அய்யாம்மா ஒரு அம்பது வருச வரலாறை ரெண்டு நிமிசத்தில் ஒப்பித்தாள்.

"அதும் இப்பக் காலத்துக்கு தேவையாத்தான இருக்கு மதினி. முன்னப்போல வேலைக்கி ஆள் சேக்க முடியுதா? நீ சொன்ன மாதிரி அம்பது அறுவது ஆளெல்லா இன்னிக்கி நெலமைக்கி தேத்திக் கொணாந்துருவியா சொல்லு. அந்த மட்டும் மிசினு வந்ததுனால தப்புச்சோம்" பட்டாளம்மாள் இன்னொரு கோணத்தில் நவீனத்தை ஆதரித்துப் பேசியதும் பொருத்தமாகத்தான் இருந்தது.

"அன்னிக்கி ஆள் கட்டு இருந்தாப் போதும் எந்த வேலையையும் துணிஞ்சு வாங்கிச் செய்ய முடியும். இன்னிக்கி மனுச மக்களுக்கு மதிப்பில்லாம கலவ மிசின், லிப்ட்டு, வைப்பரேட்டரு இப்பிடி லச்சக்கணக்கில மொதல் போட்டு நின்னாத்தா நீ கங்காணி. இல்லாட்டி சட்டி கழுவற வேலைக்குக் கூடக் கூப்புட மாட்டாங்கெ"

பொன்னுச்சாமியின் பேச்சில் வித்தாரம் மிகுந்திருந்ததைக் கண்ட அய்யாம்மாளுக்கு ஆச்சர்யமாய் இருந்தது. காடு கழனிகளில் தப்புச் செடி பிடுங்கி வழிக்கடையில் போட்டு சாராயத்துக்கும் கஞ்சாவுக்கும் தொன்னாந்து கிடந்தவனை தனது அய்யா - வைரவன் கங்காணி, தங்கச்சி மகன் என்ற அக்கறையில் பட்டியில் மாட்டை நிறுத்தி வசக்குகிற மாதரி கட்டட வேலையில் வானம் தோண்டுவதிலிருந்து கல்லுக்கட்டுக்கு கல்லுச் செமக்கவச்சு, கடேசியில் அய்யாம்மா ஆளாகி வந்ததும் காங்கிரீட் வேலையில் புகுத்தி கான்ட்ராட்காரனாக ஆளாக்கி விட்டதெல்லாம் வீணாகவில்லை. "இன்னைக்கி மாதரில்லா இருந்தா வைரவெங் கங்காணி வந்துருக்க முடியுமா? ஒழுகுன வீடும், ரெண்டு ஓட்டச் சட்டியுந்தான கை மொதலா வச்சிருந்தாரு எங்கய்யெ" அய்யாவின் நினைப்பு வந்துவிட்டது அய்யாம்மாளுக்கு.

"ஒங்கய்யா மட்டும் இல்லேன்னா இன்னிக்கி பெரிய்ய கான்ட்ராட்ருனு நெஞ்ச நிமித்தித் திரியற எவனும் ஊர்ல இருந்திருக்க முடியுமா? எத்தன குடும்பத்துக்கு வேலையக் குடுத்து வாழவச்சாரு. சுருக்கமாச் சொன்னா கங்காணின்ன பேரு சொன்னா அது. வைரவன மட்டுந்தான கூப்புடுவாங்க" மாடசாமி சத்தமாய்ப் பேசி அய்யாம்மாளின் அந்தஸ்தை மென்மேலும் உயர்த்தினார்.

"எம் மாமன மறக்க முடிமா? அந்தாள்ட்ட உருப்படியா ஒரு மம்பட்டி இருக்காது. அல்லாத்தியும் வாடகைக்குத்தே வாங்குவாரு.. கங்காணின்னாலும் வேலைல ஆருக்கும் விட்டுக் குடுத்து நிக்கெ மாட்டாரு. இன்னிக்கி கான்ட்ராட்டுன்றவன ஒரு சட்டி கலவையத் தூக்கச் சொல்லுங்க. வெள்ள உடுப்பு அழுக்காகாமல்ல ஒதுங்கி நின்னு கூலிய வாங்குறான். கங்காணின்ன நெனப்பெல்லாம் போயி மொதலாளியா ஆயிட்டான்" பொன்னுச்சாமி குமாரைச் சாடையாய் பேசுவது அய்யாம்மளுக்குப் புரிந்தது. வேலைத்தளத்தில் பொன்னுச்சாமியின் நடமாட்டத்தை ஆத்தாளும் மகனும் விரும்புவதில்லை.

"செரி செரி, வந்த வேலையப் பேசாம எங்கயோ புடிச்சு எங்கிட்டோ பேசிட்டுத் திரியறம் அய்யரப் பாக்க என்னைக்கி போறது. சட்டுபுட்டுன்னு தேதியப் பாத்து காரியத்த முடிச்சுடலாம்ல மதினி" அய்யாம்மா வேகப்படுத்தினாள்.

"ஒங்க வேல சோலியப் பாத்துச் செய்யிங்க. எங்களுக்கெல்லா ஒரு மறுப்புமில்ல. அய்யாம்மா. நீ சொன்னாச் சரித்தே என்னாடி பட்டு" மாடசாமி பிரச்னையை முடித்தார்.

"யாத்தா மருமவளே, காத்தாடியக் கொஞ்சம் கூட்டி வையாத்தா" என்ற அய்யாம்மாள், "கரட்டுப்பக்கம் காத்து அடிச்சுத் தூக்கும்பாங்க, இம்புட்டுக் கமறுது" என வியர்த்த முகத்தைத் துடைத்துக்கொண்டாள். சங்கீதா எழுந்து மின் விசிறியின் வேகத்தைக் கூட்டிவைத்தாள்.

"பொன்னுப்புள்ள, ம்புட்டு தண்ணிய மோந்துட்டுவா, செத்த நாய்க்கு இழுத்த மாதிரி என்னமோ காலம்பற புடுச்சு தண்ணியா இழுக்குது" வீருசின்னு செம்பு நிறைய தண்ணீரை வாங்கி அண்ணாந்து குடிக்கையில் குரல்வளையில் ஏறி இறங்கி கடக் கடக்கெனச் சத்தம் புறப்பட்டது.

"எவளோ ஒருத்தி வந்து வீட்ல ஒரண்டை இழுத்துத் திரியிறாளாம்ல..." பட்டாளம்மா கேள்வியை சூதானமாகவும் மெதுவாகவும் வீசினாள். அதனை எதிர்பார்த்திருந்தது மாதிரி எதிர்கொண்ட அய்யாம்மா, "இன்னைக்கி நேத்தா இது நடக்குது. மாசம் பன்னண்டும் என்னத்தியாச்சும் சொல்லி எவளாச்சும் ஒருத்தி வந்து ஒரண்டை இழுக்கறதுதான சோலியாத் திறியறாளுக. கோவரத்து மொகட்டப் பாத்து

ரெண்டு தெருநாய்க கொலைக்கிதின்னா நாமளும் வதுலுக்குக் கொலைக்கவா முடியும். தென்ன மட்டைய திருப்பிப் பிடிச்சுக்கிட்டு நாலு வெளுப்பு வெளுத்தாச் சரியாப் போச்சு."

"இல்ல, கலியாணப் பந்தல்ல வந்து நாண்டுக்குவேன்னு பேசுனாலாமே"

பட்டாளம்மாவை மாடசாமி அதட்டினார், "ஏ கழுத, அவுகதே வதுல் சொல்லிட்டாகள்ல அத நாம் பாத்துக்க றேன்னு. ஒண்ணோன்னுக்கும் பேசிட்டே இருந்தா எந்தக் காரியமும் ஓடி அடையாது. ஒரு நல்லது நடந்தா ஊருக்குள்ள நாலொரு ஓமளிப்பு இருக்கத்தாஞ் செய்யும். இருந்தாலும் அய்யாம்மா, மாப்ள கிட்டக்கவும் கொஞ்சம் கண்டுசன் பண்ணி வையிங்க எல்லாம் தானாத் தீரும்" சந்தடி சாக்கில் சொல்ல வேண்டியதைச் சொன்னார் மாடசாமி.

"வேற ஒண்ணுமில்ல பட்டம்மா, குமாருக்கு எவளோ மருந்து மாயம் வச்சிட்டா. அதக்கண்டு எடுத்துவிட்டாச்சுன்னா. எல்லாம் சரியாய்ரும்" பெருமாயி ரெண்டு பேருக்கும் பொதுவாக பதிலைச் சொன்னாள்.

"ஆமா அய்யாம்மா, நானும் நெனச்சேன். உசிலம்பட்டிக்குப் பக்கத்தில நக்கலப்பட்டி தெரியிமா... அங்க தொக்கம் எடுக்கற ஒராள் இருக்காப்ல. கையப் பிடிச்சுப் பாத்ததும் இன்னது இன்ன மாதரின்னு சொல்லிப் புடுவாப்ல. அங்க கூட்டிப்போ மருந்து மாயம் என்னா இருந்தாலும் உறிஞ்சி எடுத்து சொஸ்தமாக்கிருவாப்ல" வீருசின்னு தண்ணி குடித்து கடவாயில் இழுகியவாறு பேசி, பேச்சை முடித்து வைத்தாள்.

12

தெருவுக்குள் கல்யாணச் சாப்பாடு கண ஜோராய் வியாபாரம் ஆகிக்கொண்டிருந்தது. குருவம்மாள் தள்ளு வண்டியை தன் வீட்டை மறித்து நிறுத்தியிருந்தாள். மண்டபத்து வட்டகைகளில் இருந்ததை வீட்டிலிருந்த அண்டா, குத்துச்சட்டி, குண்டாஞ்சட்டிகளில் மாற்றி ஏவாரத்துக்குத் தோதுவாக கரண்டிகள் போட்டு வைத்துக் கொண்டாள். பெஞ்ச் போட்டு உக்காந்து ஏவாரம் பாக்க அவளது புருசன் ராசையாவுக்கு ரெம்ப நாளா ஏக்கம், சொல்லியும் பார்த்துவிட்டார். குருவம்மா எடுத்துக் குடுக்க, ராசைய்யா பெஞ்ச்சில் உக்காந்தபடி காசு வாங்கிப் போட்டா எப்பிடி இருக்கும்?

“ம்! வெளக்க மாத்துக்கு பட்டுக்குஞ்சம் கட்டுன மாதிரி ச்சிவீர்னு சிலுப்பிக்கிட்டு இருக்கும்! ரெண்டுவேரும் நிண்டுக்கிட்டு ஏவாரம் பாக்கறப்பயே கண்டதுல பாதிய களவாண்டுக்கிட்டுப் போயிர்றாளுக! நாமாளும் மொதலாளி மாதரி ஒக்காந்துக்கிட்டு ஏவாரம் பாத்தேன்னு வையி, ஒங் கோமணத்தையும் உருவிக்கிட்டு ஓம் மணியப் புடுச்சு ஆட்டிவிட்டுப் போய்க்கே இருப்பாளுக. இந்தத் தெருவு ஆணையும் பொண்ணையும் இன்னம் அறியாமத்தேம் பேசிக்கிருக்க!” கோயில் மணி போல குருவம்மாவின் குரல் டாண் டாண் என நெற்றிப் பொட்டில் அடிச்ச மாதரி ஒலிக்கும்.

தேனியில் குட்ஷெட் தெருவில் இருக்கும் கல்யாண மண்டபத்தில் ராசையா வாட்ச் மேனாக இருந்தார், மண்டபத்தைக் கழுவ ஒப்பந்தமான ஆள் இல்லாததால் குருவம்மாளையும் அழைத்துக்கொண்டார். முதல் நாளே வந்து மண்டபத்தை சுத்தம் செய்து வாசலில் கோலமெல்லாம் போட்டு அசத்தினாள். விசேஷங்களுக்கு முன்கூட்டியே வந்துவிடுவதால் வருகிற சமையல்காரர்களுக்கு கை ஆளாய் நிற்க கேட்டுக்கொள்ளப்பட்டாள். கிச்சனில் அவ்வப்போது சேரும் குப்பைகளை ஒதுக்கிச் சுத்தம் செய்யும் வேலையும் பார்த்து, வரும் சமையல் குழுவினரிடம் சம்பளத்தையும் பெற்றாள்.

மண்டபத்துக்கு வரும் சமையல்காரர்களுக்கு முக்கிய பிரச்னையாக இருந்தது. மீந்துபோகும் உணவுகள், பந்தி நேரம் முடிந்து அடுத்த நாளுக்கான ஆட்கள் வந்துவிடுவார்கள். சமைத்து வைத்ததில் பாதி, ஆள்வராமல் அப்படியே மீந்து கிடக்கும். சட்டியைக் காலி பண்ணி அடுத்து வரும் சமையல்காரர்களுக்கு மண்டபத்தை ஒப்படைக்க வேணும். அது பெரிய வேலை, விசேஷ வீட்டுக்காரர்களிடம் வீட்டிலிருந்து பாத்திரங்களைத் தருவித்து மாற்றித்தந்து கழுவி ஒப்படைக்க வேண்டும். அப்படி இல்லையெனில் ஏதாவது அநாதை ஆசிரமத்துக்கு கொண்டு வரவா என அனுமதி கேட்டுத் தூக்கிவிட வேணும். எதுவும் தோதில்லை என்றால் குப்பைத் தொட்டியில் அள்ளிக் கொட்டிவிட்டு பாத்திரங்களைக் கழுவி கணக்கு ஒப்படைக்க வேண்டும்.

சமையல்காரர்களது இத்தனை சிரமங்களை குருவம்மா ஒற்றைச் சொல்லில் தீர்த்து வைத்தாள். "நீங்க போய் அடுத்த வேலையப் பாருங்கய்யா நாங் கழுவி மண்டவத்துல ஒப்படச்சுக்கறேன்!" அதில் அவளுக்கு கழுவ வேண்டிய பாத்திரங்களுக்குத் தக்க கூலியும் கிடைத்தது. சிலபேர் சோறு இருக்கில்ல. "காசுவேற தரணுமா?" என்பார்கள்.

தெருவிலிருந்து சில பெண்களை அழைத்துவந்து மீந்த உணவுகளை வேறு பாத்திரத்தில் மாற்றிக்கொண்டு கழுவி ஒப்படைப்பாள். வேலை முடிந்ததும் தள்ளு வண்டியில் வைத்து தெருவுக்குக் கொண்டுவந்து விற்பனைக்கு காட்சிப் படுத்துவாள்.

இட்லி, பொங்கல், தோசை, கேசரி, அல்வா, பிரியாணி, சாப்பாடு, சாம்பார், ரசம், மோர் பாயாசம், காய்கறிகள்... தள்ளு வண்டியில் தனித்தனி பாத்திரத்தில் வைத்து வாழை இலை போர்த்தி மூடி வைத்திருப்பாள். ஒவ்வொன்றுக்கும் ஒரு விலை. பத்து ரூபாய், அஞ்சு, மூணு, ரெண்டு, ஒண்ணு, காய்கறிகள் மட்டும் ஓசியாகத் தருவாள்.

வழக்கம்போல வண்டியைச் சுற்றிலும் பெண்கள் குழந்தைகள் மட்டுமல்லாது சில ஆண்களும் நின்றனர். எவர்சில்வர் வட்டில், தட்டு, குண்டா, பேசன், போதாக் குறைக்கு ஈய வடச்சட்டியும் வந்திருந்தது. ரசம் சட்னி, சாம்பார் வாங்க சொம்பு, டம்ளர், ஈயத்தூக்கு, பிளாஸ்டிக் குவளை என ஒவ்வொரு வீட்டிலிருந்தும் தனித்தனி ஏனம் எடுத்து வந்திருந்தனர். கேசரியிலிருந்து எழுந்த நெய் வாசனை யாரையும் நகர விடாமல் நிறுத்தி வைத்தது. சிறுபிள்ளைகளுக்கு மட்டுமல்லாமல் பெரியவர்களுக்கும் எச்சில் ஊறியது.

“இருவது ரூவாய்க்கி பொங்கல் குடுத்துட்டு, அஞ்சி ரூவ்வாய்க்கி ந்திம்பிட்டு கேசரி மட்டும் குடு குருவு, வீட்ல பேறு காலத்துக்கு வந்தவ ஆசையாக் கேட்டா, எண்ணெச் சனியெ செமிக்காதுடின்னாலும் சின்னபிள்ள கணக்கா அடம்பிடிக்கிறா என்ன செய்ய!” ஆட்டோ மணிகண்டன் சம்சாரம் பட்டுக்கொள்ளாமல் கேட்டாள்.

சட்டிகளில் சோறு, பொங்கல் வாங்கி அடைத்த பெண்கள், சட்டியை இடுப்பில் வைத்துக் குலுக்கிச் சரித்துவிட்டு ‘யக்கா இங்க பாரேன் கொஞ்சூண்டா இருக்கு இன்னும். அரக்கரண்டி போடேன்!” எனக் கெஞ்சி நிற்க, பிள்ளைகள் சொம்பு, வாளிகளை எடுத்துவந்து சாம்பார், ரசம், காய் வகைகளை ஏந்திக்கொள்வார்கள். ஏவாரம் முடித்து காசு கொடுத்ததும், பிள்ளைகள் ஓசிக் கேசரிக்கு கை நீட்டின.

“ஹே இப்பத்தானடா நிய்யி வாங்குன பொழுதூக்கும் கேக்கறான்மா” குருவம்மாவின் மகள் தாய் தந்தைக்கு நடுவில் நின்றுகொண்டு மேற்பார்வை பார்த்தாள்.

“சின்னப் பிள்ளைகளுக்கு ஈயறதெல்லா கணக்குப் பாக்கக்குடாது புள்ள” சொல்லிக்கொண்டே கூட்டத்தோடு கூட்டமாக தாய்மார்கள் சில பேர் தாங்களும் கை நீட்டினர்.

"வீட்ல சோறு இருக்கு, எனக்கு வெறும் சாம்பார் மட்டும் அஞ்சு ருவாய்க்கிக் குடு குருவு" பெரிய்ய தூக்குவாளியோடு வந்தாள் காமுத்தாய். மச்சக்காளையின் மகள்.

"ஏனம் சிறுசா இருக்கு காமுத்தாயி," என ராசைய்யா கேலி செய்தான். "முன்னூறு நானூறு சம்பாதிக்கிறவ அஞ்சி ருவாய்க்கி சாம்பார் கேக்கறியே? நாயமா?"

"போதும்ணே வீட்ல கொஞ்சம் கொழம்பு இருக்கு. இது ஆசைக்கி, நல்லா வாடையா இருக்கா, அதுக்காக வாங்கறேன்"

"சாம்பார் மட்டும் வாங்குனா, காய் கெடையாது காமத்தாயி, சோறுகீரு வாங்குனாத்தே, நீ வாட்டுக்கு நட்டுக்குத்தலா நின்னு பேசிக்கிருப்ப?" ஏவாரத்தோடு ஏவாரமாய் குருவம்மா காமுத்தாயை எச்சரித்தாள்.

அதென்னா கணக்கு மதனி! சாம்பார மட்டும் வாங்கி வழிச்சு நக்கவா? எதோ ஒரு கரண்டிக்கு அரக்கரண்டி போடு" ராசையா ஒன்னரைக் கரண்டி போட்டான்.

"என்னா காமத்தாயி, சித்தப்பெ மகளே! என்னா வாளிய மட்டும் தூக்கியாற எல்லாத்தியும் வீட்ல வாங்கி வச்சிட்டு வாரியாக்கும்?" என்றபடி ஓயக்கா தனது ஓட்டைப்பல் தெரியச் சிரித்தபடி நாலைந்து சட்டிகளோடு வந்தான்.

"இல்ல ஓயக்கா, சாம்பார் மட்டுந்தே வாங்க வந்தே. வீட்ல அல்லாம் இருக்கு! என்னா சட்டி பொட்டியத் தூக்கிட்டு நீ வந்திருக்க, வீட்ல ஒவ்வீட்டுக்காரி வெட்டி முறிக்கிறாளாக்கும்!"

"முனியம்மா என்னைக்கி ரோட்டுக்கு வந்தா? அரசெலவுச் சாமான்கூட ஓயக்காதான வாங்கிப் போடுவான்" குருவம்மா ஒருபிள்ளைக்கு வெண் பொங்கலைத் தந்துவிட்டு கையோடு தானும் ஒரு விள்ளலை வாயிலிட்டுப் பார்த்தாள். இதெல்லாம் சின்னச் சின்ன பரிசோதனை. அதிகாலையில் தயாரித்து இறக்கிவைக்கும் பண்டம். கெட்டுப் போனதைக் கொடுத்ததாக பேச்சு வந்திடக்கூடாது. அது பாவம். பொங்கல் நல்லாத்தான் இருக்கு என திருப்திகொண்டவள், அப்படியே சாம்பாரையும் ருசி பார்த்தாள். ஜம்மென நெய் வாசனை ஆளைத் தூக்கியது. இன்னும் தாங்கும். "சாம்பார் வங்குனவக எல்லாம் அடுப்புல வச்சு லேசாசுட

வச்சுக்கங்க. காலம்பற ஆக்குனது. அப்பறமா வந்து கொற சொல்லக்குடாது"

தெருவுக்கே கேக்கும்படி சத்தமாய்ச் சொன்னாள்.

ஆனாலும் ஓயக்கா நீ ஓம் பொண்டாட்டிக்கு ரெம்பத்தே வால் உருவி விடுறவெ" காமுத்தாய் சாம்பார் வாளியை இடுப்பில் வைத்துக்கொண்டு பேசினாள்.

"ஆமா, நானும் எம்மே பிய்யே படிச்சு கலெட்ட்ரு வேல பாக்குறே. எவ்வேலய விட்டுப் பிட்டு பொண்டாட்டிக்கி குண்டியக் கழுவிவிடுறேன். நீ வேற, வீட்ல சும்மா இருக்க சமயம், இப்பிடி எதுனாச்சும் வாங்க வருவே. அது தப்பா ?"

"வீட்டுக்குள்ள நீ என்னவேணாலும் பண்ணு. இப்பிடி பப்ளிக்கா வாரப்ப சங்கட்டமாத்தான இருக்கு. ஒன்னொத்த ஆம்பளையெல்லா எம்பிட்டு ரப்பா அலையிறாங்கெ. என்னையப் பாரு, எம்புருசனுக்கு தனக்கு பீடி வாங்கக்கூட தனி ஆள் வேணும். அண்ணெங்காரென்ன வகைக்கு எதோ இதச் சொல்றேன்" என்றாள். உண்மையில் அன்றைக்கு முனியம்மாவோடு நடந்த சண்டையை மனசில் வைத்தே பேசினாள்.

"அந்த வெட்டிப் பவுசெல்லா எனக்கு வாண்டா காமத்தாயி. கொஞ்சூண்டு சோறு வாங்கிட்டுப் போறதினாலயோ, ஒருகொடம் தண்ணி செமந்து ஊத்துறதாலயோ சத்து கொறஞ்சு போகுமா. அம்ம வீட்டுக்குத்தான செய்றம்."

"அப்பிடிச் சொல்லுடா என் ராசா!" பாராட்டிய குருவம்மாள், "ஆரோ ஒருத்தருக்கு சம்பளம் தாரார்ங் கறதுக்காக அவர் சொல்ற பேச்செல்லாங் கேட்டு ஆட்றம்! அப்ப நல்லாருக்கா?" என்றாள்.

"என்னா மதனி நிய்யும் கூறு இல்லாமப் பேசற? அதும் இதும் ஒண்ணா? எப்பவும் நீ நாயக்காரனாவே இரு ஓயக்கா, ஆனாக்க வீட்டுக்குள்ள பொம்பளய மட்டும் கன்ட்ரோல்ல வச்சுக்க. அதும் முனியம்மா மலக்காரி. பூங்கொடின்னு ஒருத்தி சிலுப்பி கிட்டுத் திரியிறா பாரு, அப்பிடி ஆயிருவா" காமுத்தாய் ரொம்ப'வே பேசினாள்.

தான் கொண்டு வந்திருந்த ஏனத்தைத் திறந்து வைத்தான். "ஆறுவேர் துன்ற மாதிரி அல்லாத்திலயும் நெறந்து குடு குருவு. விருந்தாடிக வந்திருக்காக" என்றான்.

“எந்தூரு விருந்தாட ?” ராசையா கிசுகிசுப்பாய்க் கேட்டார்.

“மலைல இருந்து வந்திருக்காக. முனி சொந்தக்காரவுக.” என்ற ஓயக்கா, “காமத்தாயீ ஒனக்கு தெரிமா தெரியாதான்னு தெரியல. எனக்கு ஊருக்குள்ள யாரும் பொண்ணுக் குடுக்க மாட்டேனுட்டாங்க. பல்லு இல்லாதவெ முடியில்லாத வென்னு. முனியோட அப்பெந்தே ஆம்பளைக்கு லச்சணம் ஒழுக்கந்தேன்னு சொல்லி பொண்ணக் குடுத்தாரு முனி ஆர்கூடேயும் வம்புக்குப் போகாது. மனசுல பட்டத பட்டாசு மாதிரி வெடிச்சுக் குமிச்சிரும். சொல்லப்போனா அதுக்கு முன்னாடி நா்னெல்லா கொஞ்சமும் பொருத்தமே இல்லாத பய, அதனால இந்த மாதரி வேல செஞ்சு சரிக்கட்டிக்கறேன். அதுக்கும் வேட்டு வச்சிருவபோல!” குருவம்மா வழக்கத்தைவிட கூடுதலாகவே ஓயக்காவுக்கு போட்டுவிட்டாள்.

“போதுமான்னு பாத்துக்க ஓய்க்கா, பத்தலேன்னு திரும்பக்குடாது” முடிக்கும்போதும் ஒவ்வொரு கரண்டி எடுத்துப் போட்டாள். “ஏராளம், ஏராளம்” பாராட்டிய ஓயக்கா, மூடிகளை எடுத்து மூடினான்.

“இன்னொன்னு காமத்தாயி. முனிம்மா அஞ்சாப்பு படிச்சவ, நானு?”

“யப்பா சாமி, நாந்தெரியாமச் சொல்லிட்டேன். ஓம்பொண்டாட்டி ஐயேஎஸ்ஸு கலக்டருக்கும் மேல. வீட்டுக்குள்ள என்னா நடு வீதில வச்சுக்கூட குண்டியக் கழுவி விடுசாமி. இன்னிமே நாஞ் சொல்ல மாட்டேன்” கையெடுத்துக் கும்பிட்டாள்.

“ஒனக்கு என்னாடி புருசனும் பொண்டாட்டியும் என்னத்தியோ போறாக” குருவம்மா தன் பங்குக்கு ரெண்டு வார்த்தை சொன்னாள்.

பணத்தைக் கொடுத்த ஓயக்கா, “இல்ல குருவு, நாம எங்க நிக்கிறம்னு நெனச்சிப் பேசணும். நாளைக்கி வேல ஓடும்மான்னு ரோட்டுல தவங்கெடக்கிற நாயி. ஒங்க அப்பன ஏச்சு அஞ்சுபத்து புடுங்கித் திங்கிறவெ. இதுல எனக்கு என்னா வீராப்பு ? என்னா நாஞ் சொல்றது. மிச்சக்காசுக்கு எஞ் சித்தப்பெ மகளுக்கு கேசரியக் கட்டிக்குடு குருவு” என்றான் ஓயக்கா.

13

அடர்ந்த கானகத்தின் பகுதியாய் மலையடிவாரத்தின் தோப்புகளில், மலைக்கோயிலின் சந்நிதியைக் கடந்த தென்மேற்குத் திசையில் அமைந்திருந்த நாடார் தோப்பில் கொஞ்சம் பள்ளத்தில் வளப்பமாய் வளர்ந்திருந்த மா மரத்தின் கனத்த கிளைகளில் முண்டும் முடிச்சுமாய் பட்டைகள் கிளம்பிக் கிடந்தன. அதன் கனமும் பட்டையின் வெடிப்பும் மரத்தின் வயசை தம்பட்டம் அடித்துப் பரப்பின. பெருத்த சம்சாரி வீட்டுப் பொம்பளையாய் மரம் தூர் பெருத்து ஏழெட்டுக் கிளைகளை வனமெங்கும் வீசி, பஞ்சாரக்கூடையாய் பூமியை மறைத்து அமர்ந்திருந்தது. கிளைகளெங்கும் கறுத்த தலையினைச் சுமந்தலையும் கட்டெறும்பும், சிவந்த உடல் கொண்ட மொசுறுகளும் எந்த பேதமுமற்று குறுக்கும் நெடுக்குமாய் ஓடியலைந்து கொண்டிருக்க, ஏதேதோ பெயர் அறிவிக்கப்படாத பறவை யினங்கள் தத்தம் மொழிகளில் கரைந்தும், பாடியும், குரல் எழுப்பி கானகத்தை உயிர்ப் பிண்டமாய் நிறுவிக் கொண்டிருந்த வேளையில் மரத்தின் அடியில் இலைச் சருகு மெத்தையில் மலைப் பாம்புகளை ஒத்த நிலையில் பின்னிப்

புரண்டு சுகம் கண்டிருந்தனர் குமாரும் பூங்கொடியும். இலைச் சருகுகள் ஒடிந்து நொறுங்கி சப்தமெழுப்பும் திறனை இழந்திருந்தன.

குமாரின் உயிரை உறிஞ்சியவளாய் அவனது உதட்டிலிருந்து தனதைப் பிரிக்க முடியாமல் ஒரு சப்தத்துடன் பிரித்து மூச்சு வாங்கி முகத்தையும் உடம்பையும் உயர்த்தி எழுந்தாள் பூங்கொடி. இடுப்பில் கிட்டிபோட்டிருந்த குமாரின் கைகள் அதற்கப்புறமும் விடுபடவில்லை.

"போதுஞ் சாமி. யப்பா!" ஒருகையை தரையில் ஊன்றி மறுகையால் முகத்தில் வழிந்திருந்த தலைமுடியை பின்னுக்கு அகற்றி காதோரம் சொருகினாள். அதேகையால் குமாரின் பிடியை விலக்கி தன்னை விடுவித்தாள். புரண்டு மரத்தின் தூரில் சாய்ந்துகொண்டாள். அண்ணாந்த அவளது நேர் பார்வையில் மரத்தின் உச்சிக்கிளையில் பசிய இலைகளில் பொதிந்திருந்த பச்சைக்கிளி ஒன்று அவளைப் பார்த்து தலையை உதறி தனது உருண்ட விழிகளால் கண்சிமிட்டியது. குமாரும் எதிர்ப்புறம் புரண்டு சருகுகள் போர்த்திருந்த தரையில் முகம் பதித்தவன் சில விநாடியில் மீண்டெழுந்து அமர்ந்தான். மலைக்காற்று சீதளமாய் வீசி குளிர்வித்தது.

சட்டை அணியாத அவனது முதுகில் வியர்வை படர்ந்திருந்தது. படைபடையாய் அங்கே இலைச்சருகுகள் ஒட்டிக் கிடந்தன. அது கண்டு 'களுக்'கென துணுக்குச் சிரிப்பினை உதிர்த்த பூங்கொடி, அருகில் நகர்ந்து வந்து ஒட்டிக்கிடந்த இலைகளை ஒவ்வொன்றாய்ப் பிய்த்துப் போட்டாள். ஏதோ ஒரு அதிசயம் கண்டவளாய் சத்தமாய்ச் சிரித்தாள். குமார் காரணம் புரியாமல் கேள்விக்குறியுடன் நெற்றியைச் சுளித்தான்.

"இல்ல, இந்தமானைக்கி ஒங்க ஆத்தா ஒன்னப் பாத்தா எப்பிடியிருக்கும்னு ஓசிச்சுப் பாத்தே. அவ கையால இப்பிடி ஒரொரு எலையா பிச்சுப் போடணுமாம். நல்லாருக்கும்ல?" கடேசி இலையை அகற்றிவிட்டு அவனது மூக்கைப் பிடித்து நிமிண்டினாள்.

"ஒனக்கு மட்டும் ய்யே கிறுக்குப் புடுச்சாப்ல இப்பிடி ஓசனயெல்லா வருதுன்னே தெரில போ" அவளது அந்தப் பேச்சில் பயத்தைச் சொருகியிருந்தாள்.

"கிறுக்குத்தே! எனக்கு ஒம்மேல கிறுக்கு. ஏன், ஒனக்கு

எம்மேல கிறுக்கு இல்லியா?"

"ப்ச், அதெல்லா கிணிமிட்டி அடிச்சு ஊர்பூராம் சொல்லிக் கிருக்கணுமாக்கும் !"

"நாஞ் சொல்ல அஞ்ச மாட்டே. நீ ஆம்பள... சொல்ல மாட்ட, ஏன்னா அடுத்தவ கோச்சுக்குவா"

உயிர்த்தளத்தில் கத்தி சொருகியதுபோல சுளீரெனக் கத்தினான். "ஒனக்கு எத்தன தடவ சொல்லி இருக்கேன், அடுத்த பொம்பளயப் பத்திப் பேசாதன்னு? அவளுகளும் நிய்யும் ஒண்ணா? அப்புடியா ஒன்னிய வச்சிருக்கே. இன்னொர்க்காப் பேசாத பொல்லாக் கோவம் வரும். ஆமா!"

பூங்கொடிக்கு இந்த விளையாட்டு ரெம்பப் பிடித்திருந்தது. அவனது பொங்கிவரும் கோவத்தைச் சீண்டுகிற சல்லிக் கட்டுக் காளையின் வாலை உருவி போக்குக்காட்டும் விளையாட்டு அது. வாலைத் தொட்டவனை அறியாமல் இப்படியும் அப்படியுமாய் அலைக்கழிந்து அடுத்த பிடிக்கு இடங்கொடுக்காமல் வாலைச் சுழற்றியபடி ஆளைத் தேடும் விளையாட்டு.

விளையாட்டு என வந்துவிட்டால் மகிழ்ச்சி, மருட்சி, கோபம், பயம், வன்மம் என அத்தனைவிதமான உணர்ச்சிக்கும் உட்பட வேண்டியதுதானே தருமம். ஆனால் ஒருநாளும் குமார் பூங்கொடியை அவளது முந்தைய ஆணுடன் சேர்த்துப் பேசியதே இல்லை. தன்னிடம் வந்துபோகிறவர்களை பெருமையாகவோ அலுப்புடனோ பகிர்ந்துகொள்வான். அதில் ஒளிவுமறைவு கிடையாது என்பதை தகுதியில் சேர்த்துப் பேசுவான்.

இரண்டுபேருக்குமான முதல் சினேகமே அவனது இந்தப் பேச்சில் இருந்துதான் ஆரம்பித்தது. கரட்டுக்காட்டில் தண்ணிடேங் கான்கரீட்டுக்குப் போனபோது சிமின்டு கொடவுனாக இருந்த செட்டுக்குள் புதூர்க்காரியுடன் கிடப்பதைப் பார்த்துவிட்டாள்.

"அய்யாம்மா கிட்டக்கச் சொல்லப் போறியா?" வேட்டியைக் கழட்டி உதறியபடிதான் கேட்டான். பூங்கொடிக்கு அந்தமாதிரி ஓசனை எதும் கிடையாது. வேலை நேரத்துக்கு இடையில், அய்யாம்மாளுக்கு குடிக்கத்

தண்ணி மோந்து வர செட்டுக்குள் வந்தாள். அப்போதுதான் புருசனை விட்டு விலகின புதுசு. தண்ணீர் குடிக்கக் குடிக்கத் தாகம் அடங்காமலிருந்தது.

அதிலிருந்து எதிர்ப்படும்போதெல்லாம் பூங்கொடியின் ஆத்தாளை அப்பனைக் குசலம் விசாரிப்பான். வீட்டுக்கு வருவான் சின்ன வயசு வயனங்களை ஆத்தாளிடம் அப்பனிடமும் பங்குபோட்டுச் சிரிப்பான். சின்ன வேலையில்கூட மூன்று பேருக்கும் இடம் தருவான். கம்பத்துக்கு ஆஸ்பத்திரி வேலைக்கு தங்கல் போட்ட சமயம் பழக்கம் ஏற்பட்டது. அப்படியப்படியே நீடிச்சுப் போனது. அதன்பிறகும் சிமின்டு செட்டுகளிலும், பலகை அடப்படித்த வீடுகளிலும் வெவ்வேறு பெண்கள் வந்துபோகக் கண்டாள். "இதெல்லா கண்டுக்காம விட்றணும் பூங்கொடி. ஒண்ணுக்கு வந்தா அடக்க முடியுமா. நின்ட எடத்துல அடிச்சு விட்டுப் போய்க்கிருக்கணும்."

பூங்கொடியால் அடக்க முடிந்தது. "அதனாலதே ஒம்மேல எனக்கு அவ்வளவு லவ்வு" அவக்கெனக் கன்னத்தைக் கடித்துக் கொஞ்சுவான். முதலில் பூங்கொடி நடந்து அருகில் சலசலத்து ஓடிக்கொண்டிருக்கும் ஓடையில் இறங்கிச் சுத்தம் செய்து வந்தாள். அதற்குள் குமார் சட்டையை உதறி அணிந்து பீடியைப் பற்றவைத்திருந்தான்.

"போ, போயி மொகத்தக் கழுவிட்டு வா. எனக்கு ரெம்பப் பசிக்கிது" வயிற்றைக் கைகளால் அழுத்தியவள் எதையோ உணர்ந்தவளாய் அப்படியே சமைந்து நின்றாள்.

பீடியை வேகமாய் உறிஞ்சி இழுத்துக் கட்டையாக்கி, ஓடுதண்ணீரில் சுண்டி எறிந்துவிட்டு, நீருக்குள் இறங்கினான். வழிக்கடையில் வாங்கிவந்த புளிச்சாதப் பொட்டலத்தை விரித்து வைத்திருந்தாள். பக்கத்தில் பிளாஸ்டிக் தம்ளரில் தண்ணீரும் இருந்தது. "தண்ணிக் கிளாஸ் ஏது? வீட்லருந்து கொண்டுக்கு வந்தியா?" கைகளைப் பரபரவெனத் தேய்த்து ஒருவாய் சோறு எடுத்து வாயில் போட்டான். தொண்டைக்குள் இறங்குமுன் விக்கியது. டம்ளர் தண்ணீரில் தொண்டையை நனைத்தான்.

"ஆமா, இத மெனக்கிட்டு வீட்லருந்து கொண்டுக்கு வாரே! ஒனக்குத்தே ஒருவாக் கஞ்சியக் கையில எடுக்கங்குள்ள

விக்கிக்கிரும்ல. மரத்துக்குக் கீழ கெடந்துச்சு கழுவிக் கொணாந்தே” சொல்லிக்கொண்டே அவளும் ஒருமொடக்குத் தண்ணீரைக் குடித்தாள்.

“அடக் காட்டுச் சிறுக்கி. எவேவெ சாராயத்தக் குடிச்சிட்டுப் போட்டானோ அதிலயா தண்ணிய மோந்து வச்ச? கருமங் கருமம்” வாந்தி எடுப்பவனாய் முகம் சுளித்தான்.

“ம்! நம்பிட்டேன். நீ ரெம்பச் சுத்தக்காரெந்தே!” இதுபோன்ற வெளியிடங்களுக்கு வரும்போது குமார் புரோட்டா, சால்னா, கறி பிரியாணி என பிரியப்படுவான். பூங்கொடி சடுதியாக மறுத்துவிடுவாள். அதெல்லா நாலு பக்கம் மறப்புக்குள்ளதான் வச்சுக்கணும். காத்து கருப்புக்கு பதுல் சொல்ல முடியாது. அதும் மலையடிவாரத்தில அய்யனார்சாமி குடியிருப்பு அவருக்கு கவுச்சி ஆகாது. கதம்ப வண்டுக படையெடுத்து வந்து கொட்டுச்சுகன்னா முஞ்சி மொகரையெல்லா புண்ணாகிடும் எனப் பயந்தாள்.

“நேத்தோ மிந்தா நேத்தோ இன்னொர்க்கா அந்த வீட்டுக்குப் பொண்ணப் பாக்கப் போயிருக்க? நாந்தே சொன்னேன்ல, போகக்குடாதுன்னு. அப்பக் கலியாணம் பண்ணறதா முடிவே பண்ணிட்டியா?” அவனது முகத்தைப் பார்த்தபடி கேட்டாள்.

“ஒன்னோட ரோதனையாப் போச்சி. நானா போனே வீட்ல போயிருக்காங்கெ, நா என்னா செய?”

“அப்ப, வீட்ல எது செஞ்சாலும் பாத்துக்கிட்டுதே இருப்பியா..”

“ந்தா இந்த ஒரண்டப் பேச்சுக்கெல்லா நா ஆளில்ல. நாந்தே தாலிகட்ட மாட்டேன்னு சொல்லீருக்கேன்ல”

“எனக்கென்னமோ ஒவ்வீட்ல நடக்குற ஒண்ணொன்னையும் பாக்கறப்ப, நெஞ்சுக்குள்ள வாதயா - வதக்கு வதக்குங்குது. அதனால சட்டுன்னு வீட்ல இதெல்லா ஆகாதுன்னு ஆம்பளயா நின்னு சத்தம் போட்டீன்னா பெரச்சன முடிஞ்சி போகும்ல. நீ ஒன்ன நெனச்சுக்கிருக்க மாதரி அவகளும் நெனச்சு காரியத்த நடத்திக்கிருக்க திண்டுமுண்டா ஆயிரும்யா, சொன்னாப் புரிஞ்சு கேளு”

“என்னா திண்டுமுண்டா ஆயிரும். பந்தல் போட்டு காத்திருக்கப் போறாங்கெ. அன்னைக்கின்னு நாம

ஓடிப்போகப் போறம். அப்பிடிச் செய்யாம நடுவில நிப்பாட்டுனா என்னத்தியாச்சும் பேசி மேக்கொண்டு ஐடியாப் போட்டு அவெங்க காரியத்தச் சாதிச்சிடுவாங்கெ. பந்தல் நட்டு கலியாணம் நின்டாத்தே. அடுத்து எதும் ஓசிக்க மாட்டாங்கெ"

"தப்பாகிடாதுல்ல. நீ மாற மாட்டேல்ல" அப்போது தலைக்கு மேலாக ஒரு ஜெட் விமானம் ஊசிமூக்குடன் பறந்து சென்றது. திடுமுடுவெனச் சப்தம் தோப்பை அதிரச் செய்தது. அது சென்ற வழியில் கோடுபோட்டதுபோல வெண்புகை கோடு போட்டிருந்தது. அதை அண்ணாந்து பார்த்தவள், சிறு குழந்தையாக கைதட்டினாள். "அதென்னாயா எல்லாமே ரோட்டு மேல பறந்துபோனா இதுமட்டும் குண்டிக்கிப் பின்னால ரோட்டப் போட்டுக்கே போவுது?" மிச்சத் தண்ணீரில் கைகழுவி காலியான பொட்டலத்தை பள்ளம் பறித்துப் புதைத்தாள்.

"ஹேய் அது ரோடு இல்லடி, பொக" என்றவன், "சேரி கெளம்பு. இந்த அய்யம்மா வேற எதோ நக்கலப்பட்டிக்கிப் போகணுனா. இனி இன்னிக்கி முடியாது. நாளைக்காச்சும் கூட்டிப் போவணும்" என்றபடி சருகுகள் மிதிபட நடந்தனர்.

"நக்கல்பட்டிக்கா? ஆருக்கு ஒங்க ஆத்தாளுக்கா? அங்க என்னா சோலி?"

"எதோ தொக்கம் எடுக்கணும்னா!"

"தொக்கமா அய்யாம்மாளுக்கா? தொக்கந்தே இங்கன சுக்கோடம்பட்டிலயே எடுக்கறாகள்ல" அவளது கேள்வியில் தீவிரம் தெரிந்தது.

"சொன்னாக் கேட்டாத்தான! நேத்திலருந்து நச்சுப் புடுச்சாப்ல கூட்டுக்கே இருக்கா"

"இங்கோரு இதுல எதோ வில்லங்கம் இருக்கு. நக்கலப் பட்டில தொக்கம் எடுக்கப் போகமாட்டாங்க, எதுனாச்சும் மருந்து மாயம் இருந்து உறிஞ்சி எடுக்கத்தா கூடுதலாப் போவாங்க. ஒன்னக் கூப்புடுறான்னா, ஒண்ணு மருந்து வெக்கக் கூப்புடணூம். இல்ல வச்ச மருந்த எடுக்கக் கூப்புடணும்."

"எனக்கு யாரு மருந்து வச்சிருப்பா, வச்சா நீதே வச்சிருக்கணும், ஹேஹெ" எனச் சிரித்தான்.

அப்படியே உக்கிரமானவளைப்போல நின்றாள். பூங்கொடி. "ஓ! அந்த நெனப்புலதா ஓங்க ஆத்தர் ஒன்னிய நக்கலப்பட்டிக்கிக் கூப்புடுறா. நிய்யும் பேசறேன்னா, நா மருந்து வக்கிறவளா?"

"யேய் சும்மா வெளாட்டுக்குச் சொன்னேன்டி" அவளது கையைப் பிடித்தான். வெடுக்கென கையை உதறியவள், "எது வெள்ளாட்டு? மருந்து வச்சி ஒன்னிய வசக்கணுமாக்கும்? எப்பிடி நெனச்சுப்புட்ட என்னிய! எம்மேல உம்மயிலேயே நம்பிக்க இருந்தா, நாளைக்கி நீ அங்க போவக்கூடாது"

"சரி சரி போவல. வண்டீல ஏறு" பைக்கில் அமர்ந்து அவளை அழைத்தான்.

"இல்ல நீ போ, நாங்கூட வந்தா ஒனக்கு மருந்து வச்சிடுவே"

"லூசாடி, என்னத்தியோ பேச்சுவாக்கில சொன்னா, அதயே புடுச்சுத் தொங்கிக்கிருப்பவ, கௌம்பு நேரமாவுது"

"நா வரலேன்னுட்டே" ஆணியடித்தவளாய் நின்றாள்.

"அஞ்சு மைலு நடந்து வரணும். தெரியும்ல"

. . . .

சட்டைப் பையிலிருந்து ஐம்பது ரூபாயை எடுத்து அவளது கையில் திணித்தான். "ஆட்டோ கீட்டோ வந்தா ஏறி வா" பைக்கை நகர்த்தினான். அவன் கொடுத்த பணம் பூங்கொடியின் கைப்பிடியில் நிற்காமல் நழுவி கீழே விழுவதை இருவருமே பார்த்தார்கள்.

14

பைக்கிலிருந்து இறங்கியதும் அய்யாம்மாளுக்கு கால் சூகை பிடித்துக்கொண்டது. காலை தரையில் ஊன்றி நிற்க முடியாமல் குப்புறக் கவுத்தியது. வண்டியை நிறுத்தி பூட்டுப் போடும் குமாரின் தோளில் கைபோட்டுத் தொங்கினாள்.

வண்டியிலிருந்து திரும்பிய குமார் ஆத்தாளின் தள்ளாட்டத்தில் பதறி இரண்டு புஜங்களையும் இறுகப் பற்றினான். “என்னாச்சு? ஏன் தடுமாற்ரவ?” எரிச்சலோடு பேசினான். அவனுக்குமே இடுப்பு வலித்தது.

“எம்புட்டுத் தொலவெட்டு... யாத்தே, காலு சூக புடுச்சு வெளங்க மாட்டேங்கிதுடா. அய்யோ” அவன் தோளில் சாய்ந்து சுரணை வரும்வரை காத்திருந்தாள்.

“கொஞ்சம் தண்ணி வேணா பிடிச்சி வந்து ஊத்தட்டுமா?”

“வேணா வேணா, சரியாய்ருச்சு” கரண்டு பிடித்த மாதிரி சுருசுருவென கால் தசைகளில் நூறு மண் புழுக்க்ள் ஊர்ந்தன. சில விநாடிகளில் அவை கீழிருந்து மேலே ஏறி

பறந்து காணாமல் போயின. காலை அழுத்தமாக ஊன்றி ஆசுவாசம் கொண்டாள். "ப்பா ஒரு நுமுசத்துல மனுசப்பயல என்னா பாடு படுத்தீர்ச்சு!"

"இதுக்குத்தே நா பஸ்சுலயே போய்ரலாம்னே. நீதே பக்கந்தே பக்கந்தேன்னவ, போகும்போது காரேத்தி விடுறே. நிம்மதியா ஒக்காந்து போ. சொன்னா ஒரு பேச்சுக் கேக்கறதில்ல. அல்லாந்தெரியும்ன அகம்பாவம் ஹூம்!"

"செர்ச்செரி வாடா, அன்னக்கி வந்தப்ப இம்பூட்டுத் தொலவெட்டு இல்ல. கிட்டக்க மாதிரி இருந்துச்சு..."

"அன்னைக்கின்னா நேத்தா முந்தா நேத்தா?"

"நீ சின்னப்பிள்ளயா இருந்தப்ப மீன முள்ளெடுக்காம முழுங்கிட்டீன்னு தொக்கம் எடுக்க வந்தம்."

"ம்? அப்ப வயசு! அதனால தொலவெட்டுத் தெரியா இருந்திருக்கும்"

"அருள்மிகு மொண்டிக்கருப்பு துணை, இவ்விடத்தே நல்ல முறையில் தொக்கம் எடுக்கப்படும். மருந்து மாயம் ஏவல் செய்வினை அனைத்தும் பார்த்து நிவர்த்தி செய்யப்படும். தொக்கம் எடுக்க வரும்போது சளி, இருமல் சரிபண்ணிவிட்டு வரவும், முக்கியமாக வெறும் வயிற்றில் வருவது சிறந்தது.

வீட்டுக்கு முன்னால் பெரிய தட்டியில் குறிப்பு எழுதி வைக்கப்பட்டிருந்தது. பெரிய காரை வீடு. முன்புறம் தகர சார்ப்பு இழுக்கப்பட்டு நிறைய பெஞ்சுகள் சேர்கள் போடப்பட்டிருந்தன. அத்தனையிலும் ஜனங்கள் நிரம்பி இருந்தனர். கைப்பிள்ளை முதல் கைத்தாங்கலாய் பிடித்து வரும் கிழடுகள் வரை விதவிதமாய் உட்கார்ந்திருந்தார்கள்.

"என்னாடா இம்பிட்டுக் கூட்டமா இருக்கு?"

"என்ட்டக் கேட்டா ? எங்குட்டோ இன்னிக்கிப் பொழப்பக் கெடுத்துட்ட"

வரவே மாட்டேன் எனச் சொன்னான். வேலை இல்லை தான். வீட்டிலா உக்கார முடியும்? வண்டியை எடுத்து சுற்றிக்கொண்டிருப்பான். திடுமென சில்லறை வேலை அமையும். எதுனாச்சும் வீடு சிப்டிங் வந்தால் நாலு பசங்களை ஏத்திப்போனால் நல்ல காசு. போற போக்கில் பூங்கொடியை ஒருபார்வை பார்த்துக்கொள்ளலாம்.

அத்தனை சோலியையும் கெடுத்து, "என்னத்தத் தின்டாலும் செமிக்க மாட்டேங்கிதுடா தொக்கம் கிக்கம் இருக்கும்போல ஒரு எட்டுப் போய் எடுத்துட்டு வந்திரலாம்" என மன்றாடி காலையில் எழுந்ததிலிருந்து நொச்சுப் புடிச்சுப் பேசியே கொன்னு போட்டாள்.

உள்ளூரில், சுக்குவாடன்பட்டியில் தொக்கம் எடுக்கிறார்கள். எங்கெங்கிருந்தெல்லாமோ ஆள்கள் வருகிறார்கள் நல்ல கூட்டம், ஏன்? பி.சி பட்டியில், அரண்மணைப் புதூரில் பக்கத்திலேயே ஆள் இருக்கிறார்கள். நாம் போனா நக்கலப்பட்டிக்குத்தான் போவேன் என அடம்பிடிச்சு இழுத்து வந்துவிட்டாள்.

பெரிய வீடாக இருந்தது ரெண்டு மாடி. பின்பக்கம் தென்னை மரங்கள், மா, வாழை, கொய்யா போன்ற பழமரங்கள் சிலவும் இருந்தன. முன்பக்கம், வேம்பு, வாவரங்காச்சி, முருங்கை, நெல்லியும் சில பேர் விளங்காததும் வீட்டைச் சுற்றிலும் வளர்ந்து நின்றன ஒரே ஆள்தான். பிராயமான வயசு. அதிக வளத்தியுமில்லாமல் கட்டையானவர் என்று சொல்லிவிடாமல் மாட்டு வளத்தி சலிஞ்சு போகாத செட்டான உடல்வாகு. எண்ணி வச்சது கணக்காக தலைமுடி, டை அடிச்ச கருப்பு தனியாகத் தெரிந்தது. உருண்டையான முகம். அரைக்கைச் சட்டையும் கணுக்கால் தெரிய ஏத்திக்கட்டிய வேட்டியுமாய் பளீரென்ற வெள்ளை உடுப்பு.. மென்மையான அதேபோது கண்டிப்புடன் தெரிந்தவர் தெரியாதவர் என பேதமில்லாத பேச்சு.

பத்துப் பத்து நபர்களாக கூப்பிட்டு வைத்தியம் பார்த்தார். சில கேசுகளை ஆஸ்பத்திரிக்குப் போகச்சொன்னார். சில பேரை தனியாக உட்கார வைத்துப் பேசினார். வருகிறவர்களை வரிசைப்படுத்தி அனுப்ப வைத்தியரின் சாயலில் ஒருத்தர் இருந்தார். அண்ணன் - தம்பி, மகனாகவும் இருக்கலாம். பணத்தை வைத்தியரே வாங்கிக்கொண்டார்.

"ஆருக்குப் பாக்கணும்?" உதவியாளர், குமாரிடம் கேட்டார்.

"அம்மாவுக்கு"

"இதுக்கு மிந்தி வந்திருக்கீகளா. இதேன் மொதத் தடவயா?"

"எஞ் சிறுவயசில வந்துருக்கம்"

"அம்மாவுக்குக் கேட்டேன்"

"நின்ன நெலையிலயே சொன்னா எங்குட்டுப் போறது. வீட்ல பேசிட்டு வரோம்" வைத்தியம் பார்த்து எழுந்து வந்த ஒரு மத்திம வயசுக்காரர் கைப்பிடியில் வாலிபனோடு வெளியேறிக் கொண்டிருந்தார். உதவியாளர் சடாரென அங்கே தாவினார். "சொல்லுங்க. என்னாச்சு?" வைத்தியரிடமும் இவர்களிடமுமாகத் தன் பார்வையைப் பகிர்ந்தபடி வெளியேறவிடாமல் மறித்து நின்றார்.

இருவருமே பேன்ட் சட்டை அணிந்து இன் செய்திருந்தனர். "ஒண்ணுமில்ல. எச்சில் விழுங்க முடில, சாப்பாடு சாப்பிட அனீசியா இருக்குனு வந்தம். தொண்டைல எதோ சிக்கியிருக்கும் உறிஞ்சி எடுத்துட்டா சரியாயிரும்னு வீட்ல சொன்னாங்க. மத்தபடி அனேகமா இது ஒரு இன்பெக்ஷன்தா. இவரு என்னான்னா வயித்துக்குள்ள அது இருக்கு இது இருக்குன்னு எதேதோ சொல்லி பயமுறுத்தராரு. சுத்த ஃபேக்கா இருக்கு. பிராப்ளம் தொண்டைல. வயித்த சுத்தப்படுத்தணுன்றாரு" பேசிக்கொண்டே இருந்தார்.

"தம்பி, அவரப் போகச்சொல்லுங்க. அவகளுக்கெல்லா இங்க வைத்தியம் பாக்க முடியாது. மத்த கேசுகள அனுப்ச்சி விடுங்க" வைத்தியர் வெண்கலக் குரலில் மணியடித்த மாதிரி முழங்கினார்.

"பீஸ் வாங்கவா" பணத்தை நீட்டிக்கொண்டிருந்தவரைப் பார்த்துக் கொண்டே கேட்டார்.

"வேணாம்னு சொல்லிவிட்டனே. . எடத்தக் காலி பண்ணச் சொல்லுங்க"

"கோடி ரூவா கொட்டிக்குடுத்தாலும் அது தேறாத கேசு. எதோ வயசுப் பையனா இருக்கானே. வாழ்ற பருவம். நம்மாலான ஒரு உபகாரமா இருக்கட்டும்னு பிரச்னயச் சொன்னா, என்னமோ உள்ளுக்குள்ள எக்ஸ்ரே எடுத்துப் பாத்த மனுசனாட்டம் அனாட்டமியப் பத்திப் பேசறார். உள்ள முடி மொளச்சாலும் பரவால்ல, வேர் புடிச்சுக் கெடக்கு. இன்னிமே அந்தப் பெயலால, ஒருவாக் கஞ்சி உள்ளுக்குள்ள முழுங்க முடியாது. வெட்டியா பட்டினி கெடந்தே சாகப்போறான் பாவம். பணமில்லேன்னு

சொன்னாக்கூட சும்மாவே பாத்து விடுவேன். திமுறாப் பேசறப்பச் சங்கட்டமால்ல இருக்கு” இடது கையில் ஒரு குழலைப் பிடித்துக் கொண்டு புதிய கேஸ்கள் வந்து உட்கார வழிகொடுத்தார்.

உதவியாளரிடம் குழலைத் தந்துவிட்டு ஒவ்வொருவராக சோதிக்கலானார்.

“எந்த ஊருமா? என்ன செய்து? தொணைக்கி ஆரு வந்துருக்கா. சேந்து நிக்கச் சொல்லு. பெரியவகளக் கூட்டி வரணும்மா. அடுத்து வாரப்ப மறக்காம அம்மாவோ பாட்டியோ கூட்டிவா”

குழலை வாங்கி அந்தப் பெண்ணை கண்ணைமூடச் சொல்லி வாய் திறக்கச் செய்து ஒரு நுனியை பெண்ணின் வாயிலும் மறு நுனியை தனது வாயிலும் வைத்துக் கொண்டு “ப்பூ” ஒரே ஊதது விநாடியில் ஒரு உறிஞ்சு. அப்பெண்ணிடம் சின்ன உலுக்கல். குழலை எடுத்து வெளிச்சத்தில் பார்த்து கையில் தட்ட, எதோ ஒரு துகள் விழுந்தது. “தேங்காச் சில்லு இன்னைக்கி மட்டும் கொஞ்சம் நீராகாரமாச் சாப்புடு. சரியாயிரும்”

அடுத்த கேசுக்கு, எலும்புத் துகள் வந்தது. கீழே விழவில்லை. குழாய்க்குள் ஒட்டிக்கொண்டது விரலை விட்டு நோண்டி எடுத்துக் காண்பித்தார். “அடுத்த வாரம் வந்து காமிச்சிட்டுப் போ”

அடுத்தவனது நாடியைப் பார்த்ததும் பக்கத்திலிருந்த அம்மாவிடம், “வத்தலக்குண்டா?”

“இல்ல, செம்பட்டிங்யா!”

“தொல வெட்டுலருந்து வந்துருக்கீக! பய, மகனா, தம்பியாம்மா?”

“மகன்யா!”

“ம்! சொல்லு பேச்சுக் கேக்கமாட்டானே!”

“அந்தக் கொடுமய யேஞ் சொல்றீங்க. பெத்து வளத்து பேர் வச்சு ஆளாக்குனவளேன்ன மட்டுமரியாத இல்லங்யா! நானெல்லா இன்னிக்கிம் என்னோட ஆத்தா இருக்கா. சாகப்போற கெழவி. அவ பேச்ச இப்பவும் மறுத்துப் பேச

மனசு அறுக்கும்யா. இவெ இவெ மூஞ்சில முழிச்சுப் பேச நீதியில்லங்யா”

“ம்! ஒருவாத்த இருந்து கேக்க மாட்டான். பேசிட்டு இருக்கும்போதே நவந்து ஓடிடுவானே!”

“முக்காலுஞ் சத்தியஞ்சாமி. நின்னு பேச கூலி கேப்பான்.”

“அடுத்த பொம்பளன்னா எண்ணிக்கன்னு சொல்லி உக்கி போட ரெடியா நிக்கிறானா ?”

“நா என்னத்தச் சொல்ல. பக்கத்துல நின்னு பாத்த மாதிரியே சொல்றீக”

“நானா சொல்றேன் ஓம் மகனோட நாடி சொல்லுது. நல்ல சமயத்தில வந்துருக்கீக. நீ கும்புட்ட தெய்வந்தே அனுச்சு வச்சிருக்கு. இன்னம் நாலுநாக் கழிச்சு வந்திருந்தாலும் சிக்கல்தான். முத்த ஆரம்பிச்சிருச்சு. முடி மொளச்சுருச்சுன்னா எடுக்க கஷ்டம். ஆரோ ஒரு நல்ல பொம்பள மருந்த வச்சுருக்கா அனேகமா நாலு அஞ்சு உருண்ட இருக்கும்.”

“பெய நடவடிக்க செரியில்ல. முழிக்கிற முழியில நெதானமில்ல. காலல சக்கரத்தக் கெட்டிவிட்ட மாதிரி ஓடிட்டே இருக்கான்டி. எந்த முண்ட என்னாத்த ஏவி விட்ருக்காளோன்னு. கெழவி சொன்னா, நாந்தே வாலிபப் பருவம் அப்பிடித்தே இருக்கும்னு செத்த அசால்ட்டா இருந்திட்டே !” பரவசத்தோடு அவரைப் பார்த்தார் அந்தத் தாய்.

“இது ஒலகத்துல இருக்க எல்லா தாயாருக்கும் உண்டாகிற கெதிதே. அதென்னமோ புள்ளைக மேல அம்புட்டுக்கு வெள்ளந்தியா இருந்துடுறாக. கூடப்பழகுறதுகளும் அப்பிடி இருக்குமா நாலுல ஒண்ணு கைமருந்து வக்கெ சான்ஸ் இருக்கில்ல” இந்தப் பேச்சை அந்தப் பெண்ணுக்கு மட்டுமல்லாமல் எல்லோருக்குமானதாக தலையை உயர்த்தி அனைவரையும் பார்த்துப் பேசினார்.

“உம்மதா எனக்கும் ஒருத்தி மேல சந்தேகம் இருந்துச்சு. ஆனா, அக்கா தங்கச்சி மொற வேணும். அதால நல்ல மனுசின்னு நம்புனே. கடசீல கெழவி பயந்த மாதிரியே ஆய்ப்போச்சு. என்னா செய்யணும் சொல்லுங்க” கைகட்டி நின்றாள் அந்தத் தாய்.. மகனோ இதற்கும் தனக்கும்

எந்தச் சம்பந்தமும் இல்லை என்பதுபோல வேறு பக்கம் பார்வையை ஓட்டிக்கொண்டிருந்தான்.

“ஒண்ணும்மில்ல உள்ளுக்கு மருந்து தரேன் தெனசரி சாப்பாட்டுக்கு அப்பறமா குடு. அடுத்த வாரம் இதே கெழமைக்கு கூட்டிக்கு வாங்க... அனேகமா கரஞ்சி வெளியேறிடும். மிச்சத்த உறிஞ்சி எடுத்திரலாம். அதுக்கப்பறம் ஓம்மகெ பொட்டிப்பாம்பா அடங்கி ஓம் பேச்சக் கேக்கறானா இல்லியாண்டு பாரு”

“துட்டு எம்புட்டு ஆகும்ங்யா?”

“ஏழு நாள் மருந்துக்கு ஒரு முவ்வாயிரம் மட்டும் குடு. உறிஞ்சறதுக்கு அன்னு மறுநாள் வாரப்ப வாங்கிக்கறேன்”

“மூவாயிரமா?” என அந்தத் தாய் பிடறியைச் சொறிந்த கணத்தில் அடுத்திருந்த நபரின் நாடிபிடிக்க நகர்ந்தார் வைத்தியர். “எந்தூரு?” “உசிலம்பட்டிதே” “உள்ளூரா? கைய நீட்டு” “என்னத்தத் தின்டாலும் ஒட்டவே மாட்டேங்கிதுப்பா. கையக்கழுவுன நுமுசத்துல கக்கூசுக்கு ஓடவேண்டி இருக்கு.” அந்த நபர் சொல்லிக்கொண்டிருக்கும் போதே, “கைப்பிடியா நிக்கெறாப்ல கொஞ்சம் நல்லாப் பாத்துவிடு. போனவட்டம் எம்மருமகளுக்குப் பாத்த, நாலஞ்சி நாச்சென்டுதே சொஸ்தமாச்சி. இந்த மனுசன்லா அப்பிடித் தாங்க மாட்டாரு” என அவரது சம்சாரம் எடுத்துக் கொடுத்தார்.

“சடன் பிரேக் போட்டா வண்டிக்குத்தே சேதாரம் கூடுதலாகும் தெர்யுமா? வெளிச்சத்த மறைக்காம அங்கிட்டு நவரு” என்றவர், குழலை அந்நபரின் உதட்டில் வைத்து உறிஞ்சி எலும்புத் துகள் ஒன்றை எடுத்தார்.

அவரிடம் பணத்தை வாங்கி சட்டை சேப்பில் திணித்துக் கொண்டு வாயிலில் இருந்த ட்ரம் தண்ணீரில் வாய் கொப்பளித்துவிட்டு அடுத்த ஆளிடம் வந்த பின் மூணாவதாக குமார் நின்றுகொண்டிருந்தான்.

“ஊரு?”

“அல்நாரம்” அய்யாம்மா பதில் சொன்னாள்.

“மதுரப் பக்கமா?”

“அதில்ல. தேனி அல்லிநவரம்” குமார், திருத்திச் சொன்னான்.

"அம்புட்டுத் தூரம் பைக்கிலேவா வந்தீக?"

வைத்தியரது அந்தக் கேள்வி இருவருக்கும் ஆச்சர்ய மூட்டியது.

"ஆருக்குப் பாக்க?"

அய்யாம்மாளும், குமாரும் பரஸ்பரம் ஒருத்தரை ஒருத்தர் சுட்டிக் காண்பித்தனர். "அம்மாக்கு" "இவனுக்கு"

"ரெண்டுவேருக்குப் பாக்கணுமா?"

"இல்லிங் சாமி எம்மயனுக்குத்தே. கைய நீட்றா" அய்யாம்மாள் குமாரின் வலது கையைப் பிடித்து இழுத்தாள்.

அவனுக்குச் சுளீரெனக் கோவம் வந்தது. "யே லூசா நீ. ரவ்வும் பகலும் ஒண்ணுமே திங்க முடில. தொசுக்கு தொசுக்குனு வெளியபோவுது அது இதுன்னு அழுது ஒப்புச்சவ, இங்கனைக்கி வந்து பவுசு காட்றா" அய்யாம்மாளை விட்டுத் தள்ளி நின்றான்.

"அவனுக்குத்தேஞ் சாமி பாக்கணும். செத்த செரமம் பாக்காம அவனக் கையப்புடுச்சுப் பாருங்க. கூப்புட்டா வரமாட்டேல்ல அதே பொய் சொன்னே!"

"இதென்னா லகள பண்றியா, இப்பிடி கேவலப்படுத்துறவ" கண்களில் கனல் பொழிந்தான்.

"ஏப்பா இதில என்னாப்பா கேவலம்? ஒடம்புக்குச் சேட்டமில்லாத பிள்ளைய வைத்தியர்ட்டத்தான ஆத்தா கூட்டிக்கு வந்துருக்கு" பக்கத்தில் இருந்த வயசாளி ஒருத்தர் பாந்தமாகச் சொன்னார்.

"எனக்கு என்னா கேடு? நாம் பாப்பே ஆயிரம் பேருக்கு வைத்தியம்! ஒழுக்கமா ஒனக்குப் பாக்கறதா இருந்தாப் பாத்து எந்திரிச்சு வா. இல்லாங்காட்டி இங்கனைக்கே விட்டுட்டு ஊருக்குப் போயிருவே ஆமா!"

"டே குமாரு, சொன்னா ஒரு வாத்த கேளுடா. சும்மா கையப் புடிச்சுத் தாண்டா பாப்பாக ரெண்டு நுமுசம்டா வாடா"

"ஆருகிட்ட? அப்பவே நெனச்சே பேச்சுப்போக்கே வேற மாதிரி இருக்கேன்டு. அம்புட்டு வேலையையும் அப்பிடி யப்பிடியே விட்டுப்போட்டு அய்யோ பாவம்னு வந்தா,

எனக்குப் பேயோட்ட நெனைக்கிறியா" வரிசையை விட்டு வெளியேறி தண்ணீர் ட்ரம்மைத் தாண்டி வாசலுக்கு வந்து நின்றான்.

அவனை அழைத்துவர எழுந்த அய்யாம்மாளை வைத்தியர் கையைப் பிடித்து நிறுத்தினார். "ஒக்கார்மா" அவளது கையில் நாடி பார்த்தார்.

"அய்யா எனக்கு ஒண்ணுமில்ல சாமி. அவெஞ் சொல்றான்னு பக்காதீங்க. நான் கல்லப் பெறக்கித் திண்டாலும் செமிச்சிடுவே !"

பரபரத்த அய்யாம்மாளை உஷ் என்ற சொல்லால் அமைதிப்படுத்திவிட்டு நாடி பார்த்தார். "அது நீ புடுங்கிப் போட்ட நாத்துதான. ஒன்னோட ஒரம்தான, ஒன்னோட ரத்தம்தான. இம்புட்டு வீம்பும் ஆங்காரமும் ஒன்ட்ட இருந்துதானு வந்திருக்கு, என்ன நாஞ் சொல்றது? அவெ ஒன் ரத்தந்தான!"

"ஆமாஞ் சாமி!"

"அவெங் கண்ணப் பாத்தியா? கஞ்சாவும் சாராயமும் சேத்து அடிச்ச மாதரி செவேல்னு செவந்து கெடந்தத? கண்ணுக்குள்ள கருப்பா ஒரு குறி ஒழண்டு ஒழண்டு ஓடுச்சே அதக் கவனிச்சியா?"

இத்தனை நேரமும் அமைதியாக சிலையாக நின்று கொண்டிருந்த வைத்தியர் குமாரை ரெம்பத்தான் உன்னிப்பாகப் பாத்திருக்கிறார் என அவரது அந்த சன்னதமான வார்த்தைகளை ஒன்றுவிடாமல் வாங்கத் தொடங்கினாள் அய்யாம்மா.

"அவனுக்கு ஏதும் நல்ல காரியம் நடத்தி வெக்க நெனச்சிருக்கியா?"

"சாமீ..." கையெடுத்துக் கும்பிட்டாள். "கலியாணம் பேசி இருக்கு சாமீ"

"அது நடக்காது!" நிர்தாட்சண்யமய்ச் சொன்னார்.

"அய்யய்யோ கடவுளே. என்னா சாமி இப்பிச் சொல்றீக!"

"அவெ கண்ணப்பாத்தியான்னு கேட்டேன்ல. பெரிய எடத்துல சிக்கீருக்கான். அவ்வளவு சீக்கிரத்துல அவனால

அங்கருந்து தப்பி வரமுடியாது. நல்லா வெளைஞ்ச பொம்பள. நாஞ் சொல்றது சரியா? நீ எதப்போட்டு மறுச்சாலும் தாண்டி வந்துருவா"

"யப்பே, அப்பிடியப்பிடியே சொல்றீகளே! அப்ப மருந்து வச்சிட்டாளா?"

"அதத்தேஞ் சொல்னேன்ல. கொஞ்ச நஞ்சமெல்லா இல்ல ஏழெட்டு உருண்ட வவுறு பூரம் அடஞ்சு நெஞ்சக்குழி கண்ணு மேடு வரைக்கும் வந்து நிக்கிது. ஆரு என்னா சொன்னாலும் கேக்க மாட்டான். வேலத் தளத்துல உருப்படியா நிண்டு வேலையப் பாக்க மாட்டான். ரவ்வு பகலு நிம்மதியா ஒறங்க மாட்டான். அப்பெ ஆத்தா சொல்லு ஒரு வாத்த நின்னு பேசமாட்டான் எந்த நேரமும் மதி பிடிச்சவனாட்டம் அவளத் தேடித்தே ஓடிக்கிட்டே இருப்பான்."

கண்களில் கண்ணீர் பொங்க கையை உயர்த்திக் கும்பிட்டாள்.

"என்னக் கும்புடாத ஒன்னிய இங்க அனுப்பிச்சுவிட்ட தெய்வத்தக் கும்புடு. நல்ல வேள இப்பவாச்சும் வந்த, இன்னம் நாலு நாள் சென்டு வந்துருந்தாலும் ஒம்மகன எழந்திருப்ப. இப்பவே வவுத்துக்குள்ள திக்கல் விழுந்திருச்சு. இப்பவும் எடுக்கலேன்னா வேர் பிடிச்சு ஒக்காந்துக்கும். நீ லச்ச லச்சமா ரூவா செலவழிச்சாலும் பிரயோசனப்படாது."

அய்யாம்மா அவளது கதையைப் பூராவும் ஒப்பித்தாள். பூங்கொடியின் சபதத்தையும் சொன்னாள். "ந்நா என்ன செய்யட்டும். அந்த முண்டப்பயல இனி இழுத்து வரமுடியு மான்னு தெரியலியே அய்யா"

"ஒண்ணும் பாதகமில்ல. அவெ அங்கியே இருக்கட்டும். ஒரு வாரத்துக்கு மருந்து தாரே அவனுக்குத் தெரியாம அவெஞ் சாப்பாட்டுல கலந்து குடு. முக்காவாசி, மலத்திலயே கழிஞ்சிடும் அடுத்த வாட்டி கூப்புடுறப்ப அவனா வந்துருவான். அன்னைக்கி மிச்சத்த உறிஞ்சி எடுத்துப் பிடலாம்."

"எம்புட்டு சாமி?"

"கணக்குப் போட்டா பத்தாயிரம் வாங்கணும்.

கலியாணம்னு சொல்ற, பாவம் மண்ணுச் செமந்து பொழைக்கிறவ, அஞ்சாயிரம் மட்டும் குடு. ஒம்புள்ள எப்பயும்போல ஒங்கிட்ட, ஒம்பேச்சக் கேட்டுத் தங்குவான்"

"அம்புட்டுத் துட்டுக்கு இப்ப நா எங்க போக? மிசினு ரிப்பேருக்குனு இப்பத்தான காசப் பெரட்டிக் குடுத்தே."

"இருக்கறதக் குடு பாக்கி ரெண்டு நாள் செண்டு கொண்டுக்கு வந்திரு."

ஆயிரத்து நூறு இருந்தது. மருந்து இல்லை என உதவியாள் எடுத்து வைத்தார். நாளைக்கு வரும் சமயத்தில் உறுதியாகத் தந்துவிடுவதாக பாதி மருந்தை வாங்கிக்கொண்டு ஆயிரம் ரூபாய் அட்வான்ஸ் தந்து விட்டு வெளியேறினாள்.

15

"ஏ குமாரு, கம்பிக்கு வாடக அம்பது ருவ்வாயாம்ப்பா. கடக்கார்ரு சொல்ல சொன்னாரு" கொசுவு, சதுரித்த இடத்தில் ஓரக்கால் பகுதியாகப் பார்த்து (கம்பியை) கடப்பாரையை சாமி கும்பிட்டு இறக்கினான். அவன் நினைத்த மாதரியே இடம் மண் வாகாகவே இருந்தது.

அல்லிநகரம் பள்ளி வாசலுக்கு மேல்புறச் சந்துக்குள் வேலை அமைந்திருந்தது. கடன் வாங்கி ஒளிந்துகொள்ள தோதுவான இடம். எப்பேர்ப்பட்ட மூளக்காரனும் இடம்தேடி கண்டுபிடித்து வந்துவிட முடியாது. அத்தனை திருகல் மருகலான சந்துக்குள் வேலை இதுவே ரோட்டுக்காலாக இருந்தால் ஜேசிபியை வைத்து குழிதோண்டிவிடுவார்கள். அதுதான் யானை சைசிலிருந்து பன்னிக்குட்டி சைஸ் வரைக்கும் கண்டுபிடித்துவிட்டான்களே!

"நீதான எடுத்து வந்தவெ. ஆவகமா வேல முடிச்சுப் போறப்ப வீட்டுக்காரர்ட்டச் சொல்லிக் காச வாங்கிட்டுப் போ. என்கிட்ட எதுக்குச் சொல்ற?" குமார் குழி தோண்டுகிறவர்களை நோட்டம்விட்டபடி நின்று கொண்டிருந்தான். பில்லர் குழி ஒன்றுக்கு இரண்டு பேரை

நியமித்திருந்தான். கடப்பாரை போடவும் மண்ணை அள்ளிக் கடத்தவும் தனித்தனி ஆள்கள் இருந்தால்தான் வேலை பொசுபொசுவென ஓடும். இடையில் பெரிய கல்லு எதும் அகப்பட்டால் தூக்க தனியாக கையாள் ஒருத்தனை நிறுத்தியிருந்தான். அவன் எல்லோருக்கும் பொது ஆள். குடிக்கத் தண்ணி மோந்து கொடுப்பதிலிருந்து, டீ வாங்கி வர, கைமாத்திவிட, கல் அகப்பட்டால் குழிக்குள் இறங்கி அவர்களுக்கு ஒத்தாசைக்கும் நிற்பான்.

“இல்லப்பா மொதல்ல முப்பது ருவாதான வாங்குனாரு. இன்னக்கி அம்பதுன்னதும் தல கிறுகிறுத்துப் போச்சி”

“ஹே, ஒரு மாசமா அப்பிடித்தான்டா குடுக்குறம். பட்றைல, கரி வெல ஏறிப்போச்சுனு கூலிய ஏத்திட்டாகளாம்ல. கம்பிய பதம் வெக்கெ, நூத்தம்பது ரூவ்வாயாம்ல. அப்றம் கம்பிக்கி வாடக அம்பது ருவ்வா கேப்பார்ல!”

“ஆமாயா, ஊள மூக்கனோட கம்பி வாங்கப் போய்ருந்தன்ல. புதுக்கம்பி எவ்வளன்ற? முந்தி, முன்னூறுக்கு வாங்குன ஆவுகம் இருக்கு. என்னா, நூர்ருவா சேத்து வரும்னு நெனச்சா, எட்டு நூறாம்ப்பா? எடுத்த கம்பியத் தொட்டுக் கும்புட்டுட்டு செவனேன்னு வந்துட்டம்” சாம்பார் என பட்டப் பெயர் கொண்ட பழனி, கைகளில் எச்சில் துப்பித் தேய்த்து கம்பி வழுகாமல் இறுக்கிப் பிடித்துப் போட்டான். சத்சத்தென இறங்கியது.

“அதனாலதே நானும் நாலு கம்பி எடுக்கலாம்னு இருந்ததவும் வாணாம்னு விட்டாச்சு. ஆயிரம் ரெண்டாயிரம்னு காசப் போட்டு பொருள எடுத்துப் போட்டா, வீட்டுக்காரவக கிட்ட வாடக வாங்க முடியாது. நம்ம கம்பிதானன்னு வேலத்தளத்திலயே அசால்ட்டா விட்டுட்டு வந்திர்ரம். வாடகப் பொருள்னா உருத்தாப் போய்ச் சேரும்ல?”

“இப்பெல்லா எங்க கம்பிக்கி வேல இருக்கு? சேசிபிய வச்சு கொடஞ்சுடுறாக சைடு வருவறதுக்குத்தான கம்பியத் தேட வேண்டியிருக்கு” ஈசானியில் நின்ற கதுவாலி மூக்கன் ஒரு இளைப்பாறலில் மூச்சுவாங்கிப் பேசினார்.

முன்னெல்லாம் பழைய வீட்டை இடித்து, வானம் தோண்டி கல்லுக்கட்டு கட்டித்தர, முன்னக்கூட்டியே அட்வான்சாகச் சொல்லிவைக்க வேண்டும். கல்லுக்கட்டுக்கு போயமார்

கொத்தர்கள் வந்தால்தான் சரிப்படும். வீட்டை இடிப்பதற்கு மச்சக்காளை வகையறாவுக்கு நல்ல கிராக்கி. பதனமாக சாமான்களை ஒதுக்கிக் கொடுத்து அதிகச் சேதாரமில்லாமல் இடிப்பார்கள். வீட்டாள்களை அதிகமாக பாடுவாங்கவும் மாட்டார். இப்போ அவருக்கே வானந்தோண்டும் வேலை அருந்தல்தான்.

"அல்லார் வேலையும் அப்பிடித்தான ஆய்ப்போச்சி. ஊரே நின்னு நெல்லறுத்த காலத்த இன்னிக்கி நெனச்சிப் பாக்க முடியுமா? ஒரு மிசினு எரும மாடு மாதரி வந்து நின்னு அவுக்கு அவுக்குன்னு மென்டு, குண்டிவழியா நெல்லுப் புல்லத் தள்ளி, சாக்க நெப்பிடுதுல்ல."

"ரோதைல மட்டும் என்னா வாழுது? தொட்டில ஊறப்போட்ட நெல்ல அவுச்சு ஆவாட்டி அரிசியும் தவுட்டையும் ஏன்? குருணையையும் தனித்தனியாப் பிரிச்சு மூட்ட கட்டிக் குடுத்துருதில்ல!"

"நல்லதாப் போச்சுன்டு போ. இல்லாட்டி இப்ப வேலைக்கி ஆள எங்கன தேடுவ? காட்டு வேலைக்கி ஆள் கெடைக்க மாட்டேங்கிது தெரிமா? எதோ மிசினுக வரப் போயி சமுசாரிக மணம் பெத்துப் போனாக. இல்லாட்டி அம்மள மாதிரி மம்பட்டிக்கி ஆள் பத்தாம, சட்டி கழுவ சித்தாள் பத்தாம இசிபட்டுத்தேம் போகணும்"

"நிய்யும் நானும் நெனவுக்காச்சும் பள்ளியோடத்துப் பக்கம் ஒதுங்குனம்மா? இன்னிக்கி ஆணும் பொண்ணும் படிச்சிப்புட்டு நிக்கிதுக. சூட்டுஞ் சட்டையும் போட்டுக்கிட்டு சாந்துச் சட்டி சொமக்க வருவாகளா, இல்ல சிமின்டு மூட்ட தூக்கத்தே வந்து நிப்பாகளா?"

"படிச்சிப்புட்டா இந்த வேலையெல்லா பாக்கக்குடாதுன்னு எழுதியிருக்கா?"

"அப்பிடித்தான ஆய்ப்போச்சு ? நாமளே நம்ம பிள்ளைகள வானந்தோண்ட வாடான்னு கூப்புடுவமா? படுச்ச புள்ள, சட்டைல தூசி படாம வெல பாக்கணும்ம்னு நெனைக்கிறம்ல?"

"அதனாலதே சைட்டு எஞ்சினியரெல்லாம் மாசத்துக்கு ஏழாயிரம் எட்டாயிரம் சம்பளத்துக்குப் போறாக"

"யே போதும்டா சாமி இந்த ஈனப்பொழப்பு. நம்மளோட யாச்சும் இது அத்துப் போகட்டும். நம்ம வம்சமு ஒரு

கவ்ரதியா ரெண்டுவேரப்போல நாலு சொவத்துக்குள ஒக்காந்து வேல பாக்கட்டுமே! வர்சமெல்லா இப்டி கருமாயப்பட்டே திரியணுமா?"

பெரிசுகளது புலப்பத்தைக் கண்ட கொசுவுக்கு பொறுக்க முடியவில்லை.

"ஒன்னியா ஆரு திரியச் சொன்னா? அய்யாம்மா பொம்பளதான அவ, எப்பிடி மகன வளத்திருக்கா? குமாரு, ஒனக்கு எட்டுக்குத்துக்கு எளயவெந்தான, ஒன்னிய வேல வாங்குறான்ல. அவெ இப்ப எனல்லதான நின்னு சம்பாரிக்கிறியா? ஓம் மயன அப்டி வள" கொசுவு, இளைப்பாறும் ஒவ்வொரு இடைவெளிப் பொழுதிலும் சாமர்த்தியமாக பேசலானான். அப்படியே குமாரின் பேச்சுப்படி வேலையாள் அத்தனை பேர் மீதும் கண்ணா யிருந்தான். குமார் இனி, மதியப் பாட்டுக்குப் பிறகுதான் எட்டிப்பார்ப்பான். சொல்ல முடியாது திடுமென வந்தாலும் வரலாம். ஈசானியில் கதுவாலியின் வேலையில் சுணக்கம் தெரிந்தது.

"என்னாப்பா, எதும் பொதயலக் கண்டுட்டியா, கெழவி பாக்கு ஒரல இடிச்சாப்பல டொக்கு டொக்குன்னு கம்பியப் போட்டுக்கிருக்கவெ. அய்யாம்மா வந்துரப் போறா"

"யே பழய சோறு ஒவ்வேலயப் பார்ரா நியெல்லா கங்காணியாகவுந்தே நல்ல நாள்லகூட நாலு தூத்தல் விழுக மாட்டேங்கிது" சொல்லிவிட்டு மீண்டும் அதேபோல பொத் பொத்தென கம்பியை குத்திக்கொண்டிருந்தான். கல்லுகில்லு கிடக்குதோ? தன் வேலையில் கம்பியை ஓங்கிக் குத்தி நிறுத்திவிட்டு கதுவாலி மூக்கனிடம் வந்தான் கொசுவு.

"இங்கனைக்கி ஒரு கல்லு கெடக்குப் போலடா" சலிப்பாய்ச் சொன்னான். குழி தோண்டும் வேலைக்கு வந்தால் மளமளவென கம்பியைப் போட்டமா நாலு குழியை எடுத்தமா என்று இல்லாமல் தோண்டுகிற இடமெல்லாம் பாறையும் கல்லுமாக வாய்த்தால் என்னைக்கி வேலை முடிய ?

பழைய வீட்டை இடித்துப் பண்டுதம் பாத்தாலே இந்தச் சீரழிவுதான். காலி மனையானால் எத்தனை கெட்டியான தரையானாலும் தண்ணீர்விட்டு ஊறவிட்டுத் தோண்டிவிடலாம்.

“இப்ப ஜேசிபியக் கொண்டுக்கு வரச்சொல்ல வேண்டிதானப்பா. அதுவாட்டுக்கு கதக்குக் கதக்குன்னு அள்ளிப்போடும்ல” குழிக்குள் கிடக்கும் கல்லின் நீள அகலத்தை அறிய கொஞசம் கொஞ்சமாய் குழியை அகலித்தபடிச் சொன்னார் கதுவாலி.

ஒவ்வொரு குழியிலுமே கற்கள் முண்டு முண்டாய்க் கிடந்தன. பாரக் கயறும், சைக்கிள் டயரையும் கொண்டு ரெண்டு பேர் மூணு பேர் நின்று தூக்கிப் போட்டனர். “மூணு நாலு தலமொறக்கி முந்துன வீடுய்யா. எரநூறு வருசம், அதுக்கு மேலயும் இருக்கலாம்” வீட்டை இடிக்கும்போது வந்து பார்த்த கிழவனார் சொல்லிவிட்டுப் போனார். சுவரெல்லாம் கருங்கல்லை வைத்துக் கட்டியிருந்தனர். இடித்துக் குமித்ததில் மண்ணைக் காட்டிலும் கற்களே அதிகமாய் இருந்தன.

“கல்லத் தோண்டி எடுக்கறதுக்குப் பதுலா இதுக்கு மேல மதுல வச்சாலே நல்லா பெலம்மா நிக்கிம். இன்னம் எத்தன ஆழத்துக்கு கல்லப் போட்டு இருக்காங்ய்களோ!”

“ணே, அந்த வேல நமக்கு எதுக்கு? பணியாரத்தக் குடுத்தா பிச்சுத் திங்க மாட்டம, எத்தன ஓட்ட இருக்குன்னு எண்ணிக்கிருப்பீகளா ? எஞ்சினியர் வருவிக்குடுத்த எடத்துல குழியத் தோண்டிக்குடுக்குறம் அவ்வளவுதான்” கொசுவு தன்னுடைய கம்பியையும் எடுத்து வந்து அவருக்கு ஆதரவாய் கல்லைத் தூக்குவதற்கு இடம் வகுத்துக் கொடுத்தான். வகுத்த இடைவெளியில் சைக்கிள் டயரை நுழைத்து கல்லுக்கு அடிப்பக்கம் டயர் நழுவாமல் இருக்க, திருகல் போட்டு டயரின் மேல் பக்கம் கம்பியைக் கிடைமட்டத்தில் நுழைத்து டோலியைத் தூக்குவதுபோல ஆளுக்கொரு முனையைத் தோளில் ஏற்றித் தூக்கினர். அப்படியே மேட்டில் போட்டு சரிந்து விழாமல் நிறுத்தி வைத்தனர்.

“லே கொசுவு, குழி தோண்டுறதுக்குத்தே சம்பளம் பேசிருக்கு. கல்லுத் தூக்குனதுக்கு தனியா காசு வாங்கிக் குடுத்துடணும் ஆமா!” பழனி பேச்சோடு பேச்சாய் சொல்லி வைத்தான்.

“க்கும், எப்பிடியும்? அய்யாம்மா நேர்ல வந்துச்சுன்னா இருக்கு சங்கதி. கல்லுத் தூக்ன கணக்கெல்லா அவகிட்டக்கச்

செல்லாது. இன்னமு ஏண்டா குழிய எறக்கலன்னு ஏசிப் போடுவா தெரியும்ல!" கொசுவு பயங்காட்டினான்.

"ம், அவளயும் அவ மகனையும் சேத்து குழியில எறக்க வேண்டியதுதே. என்னா பழனி?" கதுவாலி ஜோக்கடிப்பது போலச் சொல்லி தானாகச் சிரித்துக்கொண்டான்.

"நாளப்பின்ன வேலைக்கிக் கூப்புட வேணாங்கறவெ. அதான ஓங்கணக்கு? பகல்ல பக்கம் பாத்துப் பேசணுண்டா ஒளுவாடிம் மவனே. யாரயாச்சும் அனுப்பிச்சு ஒட்டுக் கேட்டா சீட்டக் கிழிச்சிட மாட்டாளுகளா" தன் நெற்றியில் படிந்திருந்த வியர்வை உப்பைத் தேய்த்து கீழே உதிர்த்து விட்டான்.

"அதே கொசுவு இருக்கான்ல. இதுக்குமேல ஒரு பட்டக்காரெ வேற வேணுமா?" மேற்குக் குழியில் இடுப்பளவு இறங்கியிருந்த வயிறன் சுப்புலு மேட்டிலிருந்த தண்ணீர்க் குடத்திலிருந்து தண்ணீர் மொண்டு குடித்துவிட்டுப் பேசினான்.

"ஹே, நா அல்லார்க்கும் பொதுவாளு. மானாங்கன்னியா பேசாதீக. என்னியன்னாப்ல முத்தமா குடுத்து கொஞ்சுறாக. ஓங்களோட வெயில்ல காஞ்சுதான நானுஞ் சம்பளத்த வாங்குறே" கொசுவு பாவமாகச் சொல்லிவிட்டு தனது குழியில் இறங்கினான்.

"அட்ஜேய், அய்யாம்மா கள்ளப் புருசெ நீதான. ஆருக்கும் தெரியாதுன்றியா?" பழனி கரகரத்த குரலில் சொல்லிச் சிரிக்க, ஒரு மண் கட்டியைத் தூக்கி எறிந்தான் கொசுவு. "யே சாம்பாரு, வந்தேன்னா அப்டியே உள்ளங்கைல ஊத்தி உறிஞ்சிடுவே. ஒழுக்கமாப் பேசு" என்றான். அந்த நேரம் சந்துக்குள் பச்சை நிற பள்ளிக்கூடத்து சைக்கிள் நுழைந்தது. வெள்ளைச் சுடிதாரும் சிவப்புக் கலர் சாலுமாய் கீழிறங்காமல் காலூன்றி நின்றபடி பூங்கொடி மணியடித்தாள்.

"ந்தா, இப்பத்தான சொன்னம் வேவு பாக்க ஆள் வரும்னு. வந்துர்ச்சா?" முருகன் பூங்கொடியை ஏறிட்டபடி சொன்னான்.

பூங்கொடியின் பார்வை வேலைத்தளத்தை அலசியது. பத்தடி அகலமுள்ள சின்னஞ்சிறு சந்து. உள்ளே இரண்டு வீடுகளுக்கு இடையே இடிப்பு வேலை நடந்துகொண்டு

இருந்தது. வீடுகளுக்குள் தூசி புகாமல் இருக்க, பக்கவாட்டில் அகலமான தார்ப் பாய்களைக் கட்டித் தொங்கவிட்டிருந்தனர். சச்சதுரமாகவும் முன்புறம் மட்டும் இழுத்தும் அமைந்திருந்தது. பன்னண்டு குழிகளுக்கு வருவி இருந்தனர். நாலு குழியில் வேலை நடந்துகொண்டிருந்தது. மொட்டை வெயிலில் பிளாஸ்டிக் குடத்தில் இருந்த தண்ணீரைக் குடித்தபடி வியர்வை வழிய குழிக்குள்ளிருந்து சிறிதும் பெரிதுமாய் கற்களை வெளியேற்றிக்கொண்டிருந்தனர்.

"ஊய்..." கையசைத்து கொசுவைக் கூப்பிட்டாள். வேலையிலிருந்து தலை நிமிர்ந்தவனை தன்பக்கம் அழைத்தாள். "யென்னா பூங்கொடி?"

"ய்யே மதனின்னு கூப்ட்றா" சாம்பார் பழனி அதட்டும் தொனியில் குரல் கொடுக்க, சாவதானமாக நடந்துவந்த கொசுவு, தண்ணீர் மொண்டு குடித்து கடவாயைத் துடைத்தான். சைக்கிளை அருகிலிருந்த வீட்டுச் சுவற்றில் சாத்திவிட்டு கொசுவை எதிர்கொண்ட பூங்கொடி தனக்கும் தண்ணீர் வெண்டுமென சாடை காட்ட மொண்டு கொடுத்தான். கொஞ்சமும் சிந்தாமல் ஒரே மூச்சில் குடித்து விட்டு செம்பை நீட்டினாள். "கங்காணிக ஆரும் வரலியா?"

"செத்த முன்னாடி கொமாரு நின்னுக்கிருந்தியா, இனிமேப் பட்டு ஆராச்சும் வருவாக"

"அதேன் நீ வந்திருக்கேல்ல புள்ள" சித்தாள் வேலையிலிருந்த பெண் மண்ணைக் கொட்டிவிட்டுச் சொன்னாள்.

கண்களை உருட்டி நாக்கைத் துருத்தி அவளை அடிப்பது போல கையை ஓங்கிய பூங்கொடி, வாயைப் பொத்தி "பொத்து" எனச் சாடை காட்டினாள்.

"என்னாடா இத்தன வேர் நிண்டும் வேல இவ்வளவுதே ஆயிருக்கா?" இடுப்பில் கைகளை ஊன்றிக்கொண்டு கேட்டாள்.

"க்கும்? மேக்க பாரு, எம்புட்டு கல்லு கெடக்குன்னு. தோண்டுனா குழில மண்ணா வருது? பூராம் கல்லுப்பாவிக் கெடக்கு. தம் கட்டித் தூக்கங்குள்ள நாக்குத் தள்ளிப் போகுது.

"ஆமா ஒனக்கு வேல இல்லியா?"

"ப்ச், நீங்கதே கூப்ட மாட்டேங்கிறீக" என்றவள், "அப்றம்?

கலியாண வேலயெல்லாம் எந்தமட்டுல இருக்கு?" ரகசியம் பேசுவதுபோல குசுகுசுத்துக் கேட்டாள்.

"அதே பத்திரிக்க வச்சுக்கிருக்காங்கெல்ல? ஒவ்வீட்டுக்கு வரலியா?"

"எவ்வீட்டுக்கா? பத்திரிக்க வெக்கவா? அம்புட்டுத் தகிரியம் இருக்கா? ஒங்கண்ணே என்னா சொல்றான்"

"என்ட்ட எதுஞ் சொல்லலியே. ஒண்ணும் ஆவாதுபோல. அய்யம்மா சொன்ன மாதரி நடத்தீருவான்னு நெனைக்கிறே"

"அப்பிடி நடந்திச்சின்னா எல்லா முண்டைகளும் வெளங்காமத்தே போய்ருவாள்க"

"நிய்யென்னமோ, பந்தக்கால்ல நாண்டுக்குவேன்ன?"

சட்டென அவனது நெஞ்சுச் சட்டையைப் பிடித்த பூங்கொடி, "ஏண்டா அவெ அவெ கலியாணத்த முடிச்சி சந்தோசமா இருக்க நா நாண்டுக்கணுமா?"

"யே, நீதான சொன்னவ?"

"பொணம் விழுகும்னுதேஞ் சொன்னே"

"யாரப் போடப்போற?"

"யேன்? தொண மாப்ளயா நீதான நிப்ப! ஒன்னியவே போட்ற வேண்டியதே. தொண மாப்ள செத்தா கலியாணம் நின்னுரும்ல"

"அப்பிடிச் சொல்லு பூங்கொடி. அப்ப கொசுவுக்கு சங்கு ரெடி" கதுவாலி முருகன் கைதட்டிச் சிரிக்க, சைக்கிளை எடுத்துக் கிளம்பினாள் பூங்கொடி, "அவென்ட்டச் சொல்லு கலியாணத்தில பொணம் விழுகறது நிச்சியம்டான்னு சொல்லு" பலக்கச் சொல்லிவிட்டு பெடல் அடிக்காமல் காலைத் தூக்கி கம்பியில் போட்டு சைக்கிளில் ஏறி பெடலை மிதிக்கலானாள் பூங்கொடி.

16

மாடசாமிக்கு நிஜமாகவே பெருமைக் காத்து.சேர்த்து அடித்தது. உடம்பும் மனசும் குளுகுளுப்பாய் இருந்தது. அய்யாம்மாவின் வீட்டுக்கு எதிர்ப்பக்கமிருந்த வேப்ப மர நிழலடியில் குட்டி யானையைப் போல கலவை மிசின்கள் ரெண்டும் நிறுத்தியிருந்தன. கெட்டிச்சங்கிலி போட்டு மரத்தோடு கட்டிப்போட்டிருந்தார்கள். லிப்ட்டுக் கம்பங்கள் தனியாக பந்தல் போட்டு வெய்யில் படாமல் சக்கரங்களோடும், ஓனிப்பெட்டியோடும் டீசல் கேன், புனல், காலிச்சாக்குகள், ஸ்டார்ட்டிங்க் ராடு, கலவை கொட்டிக்கிண்டும் தகரம் என சகலமும் சிமிண்ட் பூச்சும் வாசனையுமாய்க் கிடந்தன. ஒவ்வொரு பொருளையும் நிதானமாக நோட்டம் விட்டும் தொட்டுப்பார்த்தும் புளகாங்கிதமானார்.

பட்டாளம்மா சொன்ன மாதரி, சங்கீதா யோகமான பிள்ளதான். மூத்த பிள்ளைய சொந்தமா கோழிக்கட வச்சிருக்க மாப்பிள்ளைன்னு நெனச்சிக் குடுத்து ஏமாந்தது ஆவுகத்துக்கு வந்தது. கலியாணம் முடிக்கணும்ங்கறதுக்காக கடன வாங்கி கடயப் போட்ட வெவரம், பிள்ளைக்கிப்

போட்டுவிட்ட நக நட்ட வித்து கடன அடச்சப்பதான கண்டுக்க முடிஞ்சது. எங்குட்டோ ஆடி ஓடி கடசீல இப்ப தோப்பு தொரவு, தோட்டம் வயல்களுக்கு மருந்தடிக்கற பயலா மூத்த மாப்ள மாறிப்போனான். அந்தமட்டுல பயலுக்கு தண்ணி வெண்ணி, பீடி சீரட்டுச் சாகவாசம் இல்லேங்கறதுல ஒரு நிம்மதி.

அப்பிடிப் பாக்கயிலதா, சின்னப்பிள்ளைக்கி வாச்சிருக்க எடம் தெனத்துக்கு நாலு பேருக்கு வேல குடுக்கற எடமா அமஞ்சிருச்சி. நெறையா எதிர்பாப்பாகன்னு ஊருல சொன்னதக் கேட்டு பயந்த நேரத்தில "எனக்கு எந்தக் கேள்வியுமில்ல, ஓம்மகளுக்கு நீ போடப்போற, அத வாங்கி, நாங்களா காதுலயும் கழுத்திலயும் மாட்டிகிட்டு மினுக்கப் போறம்? நீ போடறதப் போடுன்னு" அய்யாம்மா ஒரு வார்த்தைல ஒடச்சிட்டா. பட்டம்மா சொன்னாப்ல உம்மயிலேயே சங்கீதா ஓகக்காரப் பிள்ளதே. வீடு தகரம் போட்ட வீடுதான். இருந்தாலும் பின் காலத்தில் இடித்துக் காலியிடத்தைச் சேத்துக் கட்டும்போது நல்ல விஸ்தீரணம் கிடைக்கும். பொம்பளப் பிள்ளை இல்லா வீடு. பெரிய செலவுகள் வராது. பல வகையிலும் கணக்குப் போட்டார். ஆனாலும் ஏதோ ஒருபக்கம் அல்லையில் இடிப்பது மாதிரி ஒரு விசயம் உறுத்திக்கொண்டே இருந்தது. சொத்துபத்து சரி. இதுக்கும் மேல கடன் இருந்தா? பெரிய பிள்ள மாதிரி நகைய வித்து கடன அடச்சா? நெனல் பாங்கில் நின்றாலும், கிழக்கு வால்கரட்டின் வெட்ட வெளியில் பறந்து வந்த காற்று பலக்க வீசினாலும்கூட பலத்த யோசனையில் முகம் வியர்த்தது. அந்த நேரம் மேற்குச் சந்தின் வழியாக வந்த ஆட்டோ ஒன்று அய்யாம்மாளது வீட்டு வாசலில் வந்து நின்றது.

ஐந்து பேர் ஆட்டோவிலிருந்து இறங்கினர். எல்லோருமே மஞ்சளில் ஊறவைத்துத் துவைத்த வேட்டிகளை அணிந்திருந்தனர். நெற்றியில் திண்ணீரும் குங்குமமும் சலம்ப செழுப்பமாய்ப் பூசியிருந்தனர். மூவர் வயசாளிகளாகவும் இரண்டுபேர் நடுத்தர வயதினராகவும் இருந்தனர். கையில் மஞ்சள்பை பிடித்திருந்தவர், ஆட்டோக்காரனை பத்து நிமிசம் காத்திருக்கச் சொன்னார்.

"வீட்ல ஆருமா? அய்யாம்மா வீடுதான?"

வீட்டினுள் நடமாட்டம் கூடுதலாகத் தெரிந்தது. 'ஆள்

இருக்காக' தனக்குள் திருப்திகொண்டவர் இன்னும் கொஞ்சம் முன்னேறி நிலைப்படியுள் தலைநுழைத்துப் பார்த்த சமயம், பின்கொசுவம் வைத்துக் கட்டிய பச்சை நிற கண்டாங்கிச் சேலையை கெண்டங்கால் தெரிய உடுத்தி, கோடாலிக் கொண்டையில் இணுக்கு மல்லிகைப் பூவைச் சொருகியபடி முகமெங்கும் மஞ்சள் பூச்சு ஜொலிக்க டங்டங் என தரையதிர வாசலுக்கு வந்து நின்றாள் பட்டாளம்மா. "வாங்க சாமி. ஆரு வோணும்" கேள்வியில் நெற்றியை நிறைத்திருந்த அகலமான சிவப்பு நிறத்து சாந்துப் பொட்டு ஒருகணம் சுருங்கி விரிந்தது.

பட்டாளம்மா முகம் கண்டதில் திடுக்கிட்டு சற்றுப் பின்வாங்கினார் மஞ்சள்பை. அடுத்த கேள்விக்கு வாய் குளறியது. 'வீடு மாறி வந்துட்டமோ' தன்னை சரிசெய்து தயரான சமயம் அய்யாம்மாவே வாசலுக்கு வந்து அனைவரையும் உள்ளுக்குள் அழைத்தாள். "சடக்குன்னு உள்ளாற வரவேண்டிதான, பூச்சியண்ணனுக்கு நெகாத் தெரியலியாக்கும்?" பட்டாளம்மாவுக்குச் சரியாக அய்யாம்மாளும் வெளுத்த துணியை உடுத்தி முகமெல்லாம் பளபளக்க பளிச்சென்றிருந்தாள்.

"வெளீல கெளம்பீட்ட போல, தூரமா?" வயசாளிகள் இருவர் மட்டும் மொட்டையான பிளாஸ்டிக் ஸ்டூலில் உட்கார, மற்றவர்கள் பாய்விரிப்பில் அமர்ந்தனர்.

"ஆமாண்ணே, மகனுக்கு கலியாணம் வச்சிருக்கில்ல, இன்னிக்கி சவுளி எடுக்கப்போறம். சம்மந்தகாரவுக வந்துருக்காக"

"ஜவுளி எங்க எடுக்க?" நடுத்தர வயசானவர் கேட்டார்.

"அல்லாரும் மதுரைக்கித்தே போலாம்னாங்க. இப்ப தேனிலயே பெரிய கடையெல்லா வந்திருச்சாம்ல. என்னத்துக்கு தேவயில்லாம மதுர், திண்டுக்கல்லுன்னு அலைய வேணாம்னு மாப்ளகாரெ வய்யிரியா"

"வாஸ்தவந்தான. ஊரே ஒலகமே தேனிக்கி படை யெடுக்கறப்ப. வேல வெட்டிய விட்டுப்பிட்டு அலயணும்னு நேத்திக்கடனா? போய் வார பஸ்சுக்காசுக்கு ஒரு துணியச் சேத்து எடுத்துக்கலாமே!" கேட்டவரே முடித்தும் வைத்தார்.

"நெம்ப விசேசம். மெத்தச் சந்தோசம்!" என வயசாளி

தலையசைத்துப் பாராட்டினார் ''அல்லாம் ஒங்க புண்ணியந்தே" அய்யாம்மாளும் பவ்யமாக ஆசீர்வாதத்தை ஏற்றுக்கொண்டாள். "இன்னியொரு புண்ணியம் ஒன்னியத் தேடி வந்துருக்கு அய்யம்மா" என்ற மஞ்சள் பைக்காரர், குலசாமி கோயிலை எடுத்துக் கட்டப்போவதாகவும் அதற்கு பிறந்த வீட்டுப் பிள்ளைகளிடம் ஏதாவது கையிலேன்டதை வாங்கிப் போவதற்காக வந்திருப்பதாகவும் வந்த காரியத்தைச் சுருக்கமாகச் சொன்னார்.

அதற்குள்ளாக பட்டாளம்மா வந்திருப்பவர்களுக்கு தண்ணீர் மொண்டு கொடுத்து காப்பி வாங்கிவர மாடசாமிக்கு செம்பெடுத்துக் கொடுத்தாள். பாட்டோடு பாட்டாக "காசு ஒங்கண்ணேங்கிட்ட வாங்கிக் குடுத்துவிடு பட்டு" என அய்யாம்மா சொன்னாள்.

"என்னாண்ணே செய்யணும்? ஒரு தாக்கல் சொன்னாப் பத்தாதா? அதுக்கு எதுக்கு இத்தன வேரு மெனக்கிட்டு வந்திருக்கீக."

"அப்பிடியில்லம்மா பங்காளிகளுக்கு தலக்கட்டு வரி போட்ருக்கம். பொறந்த வீட்டுப் பிள்ளக, சம்மந்தகாரவகளுக்கு, அப்பிடிக் கேக்றது மொறயில்லீல்ல, ஆனா. அதில ஒங்களோட பங்கும் இருக்கணும்மா"

"கண்டுசனா இருக்கணும்ணே. பொறந்த எடம் மறந்து போகுமா? இப்பயுமே நா எங்க கொலசாமியக் கும்புட்டாலும். அம்ம கோயில எதாச்சும் ஒரு பவுர்ணமில போயி ரெண்டு மாலய வாங்கிச் சாத்திப்புட்டு எதோ எங்கையிலான காணிக்கைய உண்டியல்ல செலுத்திட்டுத்தான் வாரேண்ணே!" சொல்லும்போதே கை எடுத்து கோயில் இருக்கும் திக்கை நோக்கிக் கும்பிட்டுக்கொண்டாள் அய்யாம்மா.

"அதனாலதா, இன்னைக்கிம் அய்யாம்மா வீடு பாலாப் பொங்குது. சும்மாவா?" நடுத்தர வயதுக்காரர் குலவையிடுவதுபோல குரல் கொடுத்தார்.

"சரி சரி அன்னியோன்னியப் பேசி நேரத்தப் போக்க வாண்டாம். அவகளும் முகூர்த்தச் சேல எடுக்கக் கௌம்பிக்கிருக்காக, நாமளும் இன்னும் நாலு வேரப் போய்ப் பாக்கணும் சட்டுபுட்டுனு வந்த சோலியப் பாருங்கப்பா"

வயசாளி ஸ்டூலில் இருந்த வாக்கில் உத்தரவிட்டார்.

“வீட்டு மாப்ள வரணும்லய்யா! எங்கமா ஓவ்வீட்டுக்காரன? கலியாண மாப்ளயிங் காணாம். நாங்க வருவம்னு தெரிஞ்சி வீட்டுக்குள்ள ஒளிச்சு வச்சிட்டியா? மாப்ள, அட்ஜேய் வக்காள்ளி பொன்னுச்சாமி” நடுத்தரம், கழுத்தை வளைத்துக் கூவினார்.

”வாங்க வாங்க மச்சினெம்மாரு, மாமா வகையறா அல்லாரும் வரணும்” பெரிய கும்பிடு போட்டபடி வெளியிலிருந்து வீட்டுக்குள் நுழைந்தார் பொன்னுச்சாமி. டிப்டாப்பாக வெள்ளை உடுப்பில் ஜொலித்தவரது கையில் காப்பிச் செம்பு தொங்கியது. பொன்னுச்சாமியின் பின்னால் மாடசாமி. நின்று வந்தவர்களை அவரும் கும்பிட்டார்.

“இவருதே சம்மந்தகாரரா?” மஞ்சள் பை கேட்டதற்கு ஆமெனத் தலையாட்டிய அய்யாம்மா, காகிதத்தாள் மூடிய செம்பை பொன்னுச்சாமியிடமிருந்து வாங்கினாள்.

“வேற ஒண்ணுஞ் செய்யவேணா மச்சுனா, கோயில்ல ஒரு பலி பீடம் மட்டும் செஞ்சு குடுத்துரு. ஓந் தலமொறக்கி பேர் சொல்லும்” காப்பி குடித்த வாயைத் துடைத்தபடி சொன்னார் நடுத்தரம். கேட்டது சரிதானே என்பதுபோல உடன் வந்தவர்களைப் பார்த்துக் கொண்டார்.

பொன்னுச்சாமியும் அய்யாம்மாவும் ஒருத்தரை ஒருத்தர் பார்த்துக்கொண்டனர். “எத்தனைக்கி எத்தன அளவு வரும்?” தானே போட்டுவிடலாமென நினைத்தாள் அய்யாம்மா.

“அது எஞ்சீனியர்ட்ட கேக்கணும்மா. அதெதுக்குப் பேசிக்கிட்டு. தாயாதிமார்கள கடுசா வேலயெல்லா வாங்கக் குடாது. நீங்க ஆயிரஞ் சோலிக்காரவக. அதனால அதுக்கு ஒரு எஸ்டிமேட்டு எஞ்சினியரு போட்ருக்காரு. அதமட்டும் வாங்கிக்கிருவம்டா. வேலைய நாம பாத்துக்கிட்டு, கல்லுல இவக பேரப் போட்ருவோம்” வயசாளி வாழைப்பழத்தில் ஊசியைச் சொருகினார். அது இவர்களுக்கு ஏகமாய் வலித்தது. ‘‘என்னா? கூட்டிக்கழிச்சுப் பாத்தா ஒரு ஒரு இருவத்தி ஆறாயிரம் வரும்னு எஞ்சீனியரு சொன்னாரு. அத மட்டும் குடும்மா”

“இருவத்தி ஆறு ஆயிரமா?”

“ஒண்ணுமில்ல. வீட்ல மொத்தம் நாலு பேரு. வரப்போற

புதுப்பொண்ணச் சேத்து அஞ்சு உருப்படி. ஆளுக்கு அஞ்சாயிரம். சம்மந்தகார்ருட்ட ஆயிரம். அம்புட்டுத்தே"

"தலமேல கலியாணச் செலவு?" வார்த்தைகளைப் படர விட்டாள்.

"எப்பிடிப்பட்ட சமயம் பாரு. லட்சுமி வீட்டுக்கு வார நேரம். ஆத்தாளே வீட்டுக்குள்ள நொழையிறான்னு நெனைக்கணும்"

"தம்பிப் பய வரட்டும். அவெந்தான எல்லாத்தையும் பாக்கறான்" பொன்னுச்சாமி சமாளித்துப் பார்த்தார். இருபத்தாறு, இருபதானது, பதினைந்து, பன்னிரண்டு, கடைசியாக பத்தும் சம்மந்தகாரரார் ஒன்றுமெனத் தீர்மானமாகியது. மீண்டும் வீட்டுக்கு வரும் சங்கீதாவை மகாலட்சுமி என குலசாமியோடு இணைத்துப் பேசினார். அய்யாம்மா பேரில் பலிபீடம் கட்டியதும் தொழில் விருத்தியடைந்து ஊரையே ஆளப்போவதாகச் சொன்னார். அவர் சொல்லச் சொல்ல பட்டாளம்மாளுக்கு கண்ணில் நீர்த் துளிர்த்தது. மாடசாமியை அழைத்தாள். மாடசாமி சம்மந்தகாரார் பங்கான ஆயிரத்தை அப்போதே ஒரு ரூபாய் சேர்த்துவைத்து ஆயிரத்து ஒன்றாகக் கொடுத்து ரசீது வாங்கினார்.

17

“எம்புட்டுக்கு ஒனக்கு நெஞ்சழுத்தமிருந்தா எனக்கு மறுக்கா மறுக்கா புருசனத் தேடுவ? ஒன்னிட்ட நாங் கேட்டனா, இல்ல ஒம்புருசன்ட்ட வீம்பு செஞ்சு அழுதனா? ஏம்பாட்டுக்குத்தான திரியறே! வேணாம், வீநீல போற வில்லங்கத்த வெல பேசாத, சொல்லிப்பிட்டே ஆமா!” முத்துப் பேச்சியை முடியைப் பிடித்து இழுக்காத குறையாய்க் குதறினாள் பூங்கொடி.

“இங்கோருடீ பூங்கொடி எதுனாச்சும் பேசி ஒலப்பிக்கிருந்தேன்னு வையி. அப்பறம் பெத்த பிள்ளன்னு கூடப் பாக்கமாட்டே. பொடனில அப்பி பாண்டி கோயிலுக்கு பொலி போட்ருவே ஒன்னிஷ்டத்துக்கு ஆடுனதெல்லாம் போதும். ஒழுக்கமா நாங்க சொல்றதக் கேட்டு நடக்கப்பாரு” முத்துப் பேச்சியும் வார்த்தைகளைக் கூர்மையாக்கியே பேசலானாள்.

முத்துப் பேச்சிக்கு பூங்கொடியின் போக்கு சுத்தடியாகப் பிடிக்கவில்லை. என்னதான் தலச்சான் பிள்ளையாக இருந்தாலும் அளவுக்கு மீறுன செல்லமும் செல்வாக்கும் குடுத்து வளத்த பிள்ளை. குடியான வீட்டுப் பிள்ளைகள்

மாதரி பள்ளியொடமெல்லாம் எட்டு வரை போய்வந்தாள். அய்யாம்மாதான் அதுக்குமேல் வாண்டாம்னு வேலைக்கு இழுத்துப் போனாள். குமாரும் அதுக்குமேல படிக்கப் போகலியாம். எதோ ஒருகணக்கில் நிறுத்தச் சொன்னாள். சரி தங்களைக் குடும்பமாக்கியவள், ஊருக்குள் பெரிய கங்காணி. எது செஞ்சாலும் காரியமாகத்தான் செய்வாள். என முத்துப்பேச்சி நம்பினாள். பூங்கொடி ஆளானதும் மறுகுளி எவ்வீட்லதா குளிக்கணும், சடங்குச் சீரோட சேத்து கல்யாணப் பருசமும் போட்டு வப்பேன். என்றெல்லாம் முத்துப் பேச்சிக்கு ஆசை வார்த்தை பேசிய அய்யாம்மாள் திடுமென கண்டமனூரரான் வீட்டில் குமாருக்கு சம்மந்தம் பேசியதும் ஒண்ணும் விளங்க முடியவில்லை. அதுவரை எந்த வித்தியாசமுமில்லாமல் ரெண்டு வீட்டுக்கும் இருந்த போக்குவரத்து சட்டென நின்னுபோனது. எந்த முகத்த வச்சிப் பேச? நட்டுக் கழண்ட கலவ மெசின் மாதிரி வீடே லொடலொடத்துப் போனது.

நேத்துவர மருமகளேன்னு கூட்டுக்கிருந்தவ, பேரச்சொல்லிக் கூப்புட்டா, குமாரக் கொற சொல்ல முடியாது. “நா வேணா கூட்டிட்டு ஓடிரட்டான்னு வந்து கேட்டான்” பெத்த பிள்ளைய கூட்டிக் குடுத்து வாழற அந்த ஈனப்பொழப்பு வாணாஞ் சாமின்னு முத்துப்பேச்சி பொட்டுல அடிச்சாப்ல சொல்லிப் புட்டா. ஒனக்கு ஆன மேல சம்மந்தங் கெடச்சா எங்களுக்குன்னு ஒரு பூரானோ பல்லியோ அமையாதான்னு அப்பைக்கப்பையே சொந்த ஊர்ல - சுருளிப்பட்டி சம்மந்தம் கண்டு பேசி முடிச்சம். காலக்கொடும ரெண்டு பக்கமுமே கலியாணச் சம்மந்தம் ஒட்டாம வெவகாரமா ஆகி அத்துப் போச்சி. மறுவடியும் ரெண்டு பிள்ளைகளுக்கும் பழக்கமாச்சி. இப்பயும் அய்யாம்மா காசத்தேம் பாக்குறா. கண்டமனூர்ல வாங்குன அடி அவளுக்கு இன்னமு பத்தல போல.

“எவனோ எவளோ எப்பிடியோ போறாளுக. என்னிய என்னத்துக்கு இப்ப சூதாக்குறீக?” அடுத்த கல்யாணத்துக்கு ஒத்துக்க முடியாது.என ஒத்தைக்காலில் நின்றாள் பூங்கொடி.

“அய்யாம்மா ஆம்பளப் பயலுக்கு அத்தன கவலப்படுறா. நா பொட்டக்கழுதய வீட்ல மொட்டுக் கட்டயாக் கட்டிப்போட்டுக் கெடக்கச் சொல்றியா? அதெல்லாம் மிடியாது” மூடிய கண்களுக்குள் குமார்

புதுப்பொண்டாட்டியோடு சோடியாக வீதியில் வலம் வருவதும், அதுகண்டு அய்யாம்மா கவ்ரதயாய் கெம்பிரிக்கமாய் முத்துப்பேச்சி முன்னால் நின்று சிரிப்பதும், பூங்கொடி வாழாக்குடியாய் வீட்டுக்குள் அடைத்துக் கிடப்பதாகவும் பூச்சி பூச்சியாய்த் தெரிந்தன.

"அதுக்குச் சுட்டி, அவெங் கலியாணம் முடிச்சா நானும் முடிக்கணுமா ? நாளைக்கி அவெம் பிள்ளயப் பெத்தான்னா நானும் பெத்துக்கணும். இல்லாட்டி எவளோ பெத்ததக் களவாண்டாச்சும் மடியில கட்டிக்கச் சொல்லுவியா?"

முத்துப் பேச்சியின் பிடிவாதம் பூங்கொடிக்கு எரிச்சலை உருவாக்கி இருந்தது. ஏற்கெனவே குமாருக்கு நடக்கும் கல்யாணப் பேச்சால் மனம் நிலைகொள்ளவில்லை. என்ன நடக்கிறது என்றே புரிந்துகொள்ள முடியவில்லை. அய்யாம்மா ஒருபக்கம் கலியாண வேலைகளை டாம்டூமென நடத்திக்கொண்டிருக்கிறாள். கலியாணச் சவுளி எல்லாம் தடபுடலாக எடுத்து வந்ததோடு தனக்கு வேலைக்கு வருகிற ஆணு பொண்ணு அத்தனை சனங்களுக்கும் எடுத்து இருப்பதாக பேச்சு. இங்கிட்டு, குமாரு, 'நாஞ் சத்தியமா தாலி கட்ட மாட்டேன். நம்புடின்னு' தலையில அடிச்சுச் சொல்றான்.

"ங்க பாரு. செத்த நாஞ் சொல்றத ரெண்டுவேரும் தயசெஞ்சு கேளுங்க. எனக்கு நீங்க பாத்ததெல்லாம் போதும். பட்டதெல்லாம் போதும். எவ்வழிய இனி நாம் பாத்துக்கறேன். எல்லாத்துக்கும் மேல படச்சவெ இருக்யா. அவெம் மேல பாரத்தப் போட்டு சின்னவளுக்கு ஆகறதப் பாருங்க" ஆத்தாளையும் அப்பனையும் இழுத்து வைத்து காலில் விழாத குறையாய் கையெடுத்துக் கும்பிட்டுச் சொன்னாள்.

பூலாண்டிக்கும் பூங்கொடியின் பேச்சு சரியென்றே பட்டது. வீம்புக்கு புளியங்கா தின்ன மாதிரி அய்யாம்மா பேர்ல இருக்க கடுப்பில, அடுத்தடுத்த பிள்ளைகள கவனிக்காம விட்டமோ. பூங்கொடி இம்பிட்டுக்குச் சொல்லுதுன்னா எதுனாச்சும் காரணம் இருக்கும். "அப்பன்னா, இப்பதக்கி இதப் பெருசு பண்ண வாண்டாங்கிறியா?" பூலாண்டி பேசி முடிப்பதற்குள்ளாக சல்லிக்கட்டுக் காளையாக சீறினாள் முத்துப்பேச்சி.

"என்னா அப்பென்னா? அவதே கூறுகெட்டுப் போய்ப் பேசறான்னா பெத்த தகப்பெ ஒனக்கு ஒரு அக்குசு வாண்டாமா? என்னா அவளுக்கு சவரட்டன செஞ்சு அலுத்துப் போன? எதோ ஒருவாட்டி வந்து ஒண்ணு அமஞ்சிச்சு. அதும் ஒட்டல. அவ்ளோதான. வயசா போச்சு. இல்ல, ஆரும் சீந்தலியா. இந்தா, மாப்ள தேடுறம்னதும் நான் நீன்னு வருச கட்டி நிக்கிறாங்கெ. சரியத்தவ சம்புராயங்கட்டி செயிப்பாளாம். அதப் பாத்துக்கு நாம புல்லரிச்சு நிக்கெணுமாக்கும். நீய்யும் வராட்டிப் போ நானே சமாளிச்சுக்கறேன். நாளக்கழிச்சு வெசாழக்கெழம பொண்ணுக் கேக்க வீட்டுக்கு வரச்சொல்லியிருக்கேன். அவக கலியாணத்தன்னிக்கி அம்ம வீட்லயும் கொட்டுமேளம் கொட்டணும், நல்லது நடக்கணும் ஆமா!" சொல்லிவிட்டு விருட்டென அவ்விடத்தை விட்டு வெளியேறினாள் முத்துப்பேச்சி.

பூலாண்டிக்கும் என்ன செய்வதெனப் புரியாமல் குழப்பம் மிகுந்தது. பூங்கொடிக்கும், குமாரால் தான் வயிற்றில் உண்டாகி இருப்பதை முத்துப் பேச்சியிடம் சொல்லலாமா எனவும் எண்ணம் வந்தது. இப்போதைக்கிச் சொன்னால் "பரவால்ல, மருத்துவச்சி கிட்டக்கச் சொல்லி எருக்கலங் குச்சி வச்சு கலச்சுடலாம்" எனச் சொன்னாலும் சொல்லுவாள்.

18

மச்சக்காளை பித்துப்பிடித்த மனநிலையில் இருந்தார். தலை கிறுகிறுப்பு வரும் எனப் பயந்து முன்னால் நடந்த ஓயக்காவின் தோளில் கைபோட்டு நடந்தார். தன்னை நிற்கச் சொல்லித்தான் கைபோடுகிறார் என தப்பாக நினைத்த ஓயக்காவுக்கு சண்டை நாயாய் கோபம் குபீரெனப் பீறிட்டது.

“இப்ப என்னாத்துக்குக் தோளப் புடிச்சு நிப்பாட்டுற? இம்புட்டுப் பெரிய மனுசனாகியும் இன்னம் ஒனக்கு நாய அநியாயந் தெரிலேப்பா. ஓவ்வவுத்துல பொறந்தவன்னாப்ல காம்த்தாய் செய்றதப் பூராம் தெராசுல நிறுத்து நாயஞ் சொல்லீருவ அப்ப நாங்கெல்லா மசுரு புடுங்க வந்திருக்கமாக்கும் நல்லா இழுக்கப்பா ஓன் நாய்முந் நிய்யும்” என வார்த்தைகளைக் கொட்டியவன் திரும்பிப் பார்க்காமலேயே பேசினான். எங்கே மச்சக்காளையின் முகத்தைப் பார்த்தால் கடைக்குப் போகும் காரியம் நின்று போகுமோ என்ற பயம். அதனால் முன்னிலும் வேகமாய் எட்டு வைத்து நடக்கவே விரும்பினான். மச்சக்காளையை உரசிக்கொண்டு வகுறனும், நொண்டிப் பீரும் அவரை

தாங்குவதுபோல சைடுக்கு ஒருத்தனாய் அண்டக்குடுத்து நடந்து வந்தனர். தான் மட்டும் சண்டைக்காரனாய் முந்துவதும் பிரியத்தைக் கெடுக்கும் ஆனாலும் காமுத்தாயின் செய்கைக்கு எதிர்க்குரல் எழுப்பாவிட்டால் பின்னால் அவள் கை ஓங்கிவிடும். இதையெல்லாம் கணக்கிட்டே வேலைத்தளத்தில் ஆரம்பித்து இப்பவரையிலும் நாடகத்தை ஓட்டிக்கொண்டிருந்தான். மச்சக்காளை பயந்த மாதிரி தெரிஞ்சதும் வேகத்தைக் கூட்டினான்.

வேலைத்தளத்தில் ஓயக்கா சம்சாரம் யாரையும் கேட்காமல் வேலைக்கு ஆளைக் கூட்டிவந்து விட்டாள். வேலை அளவான வேலை. இத்தனை பேருக்குச் சம்பளம் பிரிக்க முடியாது. என்ற மச்சக்காளையின் விளக்கத்தை ஏற்காமல் “வீட்டுக்காரக குடுக்கறத ஒளிக்காமப் பிரிச்சா சரியாத்தே வரும். வாங்குனதப் பூராம் சிறுவாட்ல ஒதுக்குனா காணமத்தேம் போகும்” என கொணட்டிப் பேசிவிட்டாள் முனியம்மா. அவ்வளவுதான் காமுத்தாயிக்கு அவளைக் கண்டாலே ஒப்பாது. பச்சநாவியாத்தான் எரிந்து விழுவாள். தனது அய்யா காசை ஒளிப்பதாகப் பேசியதும் குடுமியைப் பிடித்து லாத்திவிட்டாள். நல்லவேளை விழுந்த இடம் மணல் பாங்காக இருந்தது. கொஞ்சம் தள்ளி சரளையில் விழுந்திருந்தால் இன்னேரம், மூஞ்சி மொகரையெல்லாம் ரத்தக்காடாய் குதறிப் போயிருக்கும்.

“ஒன்னைய ஆருடீ வேலைக்கிக் கூப்புட்டது. நீ வந்து ஒலப்புனதுமில்லாம ஒஞ் சக்களத்திகளயும் ஆரக்கேட்டு இழுத்து வந்துருக்கவ? எந்தப் புருசனப்போட்டுப் பாக்க வந்தீக? வந்தா பொத்திக்கிட்டு கங்காணி தாரத மூச்சுக் காட்டாம வாங்கிட்டுப் போவாளா? என்னது இத்தாம் பெருசுன்னு வாய ஆன்னு தொறந்து வேற காமிக்கிறவ! ஏங்கப்பெ கெழட்டுப் பயன்னு பாக்கறியா!” கீசறி மேசறியாகப் பேச வேலைதரும் வீட்டுக்காரர்கள் ஓடிவந்து கையெடுத்துக் கும்பிட்டுப் பிரிக்க வேண்டியதாகிப் போனது.

போகிற போக்கில் முனியம்மா ஓயக்காவை கல்லெடுத்து அடித்துவிட்டாள். “கட்டுன பொண்டாட்டிய ஒருத்தி வரமொறயில்லாம அவக அப்பனுக்கு கவடு தூக்க வாடின்னு கேக்கறா. அதக் கேட்டுக்கிட்டு கமுக்கமா இருக்கியே நிய்யெல்லா ஆம்பளயா? வீட்டுக்கு வா” கடித்து

வைக்காத குறைதான். ஓயக்காவின் பின் மண்டையில் நல்ல காயம். முனியம்மாளை எப்போதும் தன்னோடு வேலையில் இணைக்க மாட்டான். அவன் சுதந்திரம் பறிபோகும் என்பதால் தனியாக வேற கங்காணியோடுதான் வேலைக்குப் போவாள் மொச்சை பாண்டி சம்சாரம் ரெபெக்கா உருத்தான சின்னாத்தா மகள். முனியம்மாக்கு எதோவொரு வகையில் யேசு சாமியை பிடித்துப் போனது. ரெபெக்காவோடு சமயம் வாய்க்கும்போதெல்லாம் சர்ச்சுக்கும் போவாள். அங்கே வேலை இல்லாத நாளில் இப்படி புருசனோடு வருவாள்.

ஓயக்காவும் முனியம்மாவை மட்டுந்தான் வரச் சொன்னான். ரச்ச கெட்ட சிறுக்கி சோட்டாளுகளப் பூராவும் இழுத்து வந்துவிட்டாள். மச்சக்காளை கூட, “செரி விட்றா உண்டான சம்பளத்தப் பிரிச்சிக்கலாம்” எனச் சொல்லியிருந்தார். இந்த முனியம்மாதான் வாயிருக்க மாட்டாம வார்த்தய விட்டு காமுத்தாய் கிட்ட செமத்தியா வாங்கிக் கட்டிக்கிட்டா! சும்மாவே ரெண்டுவேரும் சிங்கமும் புலியுமா காட்டுக்கு நாந்தே ராசான்னு முட்டிக்கு இருப்பாளுக. இதுல இன்னிக்கித் தேவயில்லாம ரெண்டுபேர எச்சுமச்சா இழுத்துட்டு வந்துட்டா. அதுக்காக காமத்தாயும் இம்புட்டுக்கு பச்சயாக் கேக்க வேண்டிதுமில்ல.

ஓயக்கா, முனியம்மாவுக்கு சப்போட் பண்ணினது அவளுக்கா வேண்டி கெடையாது. மச்சக்காளை கிட்ட மொறச்சா கூடுதல் சலுகை கிடைக்கும். கெஞ்சிக்கிட்டு பின்னாடி அலைவார். ஒண்ணுரெண்டு அவுன்ஸ் சாராயம் கூடுதலாக் கெடைக்கும்.

“என்னாருந்தாலும் நீ ரெம்பத்தே காம்த்தாய்க்கி வால் உருவிவிடுற” தோளில் போட்ட கையைத் தள்ளிவிட்டான். தோளைப் பிடிக்க வந்த மச்சக்காளை, ஓயக்கா கையைத் தட்டிவிட்டதனால் பிடிமானம் தளர்ந்து கீழே விழுந்து விடுவதுபோலத் தடுமாறினார். வீரி குறுக்கே கைகளை நீட்டி குப்புற விழாமல் காத்தான்.

“யே, எம்புட்டுத்தே கோவம்னாலும் ஒரு பெரிய மனுசன, இப்பிடியா கீழ விழுத்தாட்டுவ? நல்ல வேள, நா தாங்கலேன்னா மூக்காந்தண்டு ஒடஞ்சிருக்கும்” வீரி சந்தர்ப்பத்தை தனக்குச் சாதகமாக்கினான்.

நடந்துகொண்டிருந்த ஒயக்கா சடாரென தனது ஓட்டத்தை நிறுத்தித் திரும்பினான். "நா எங்க தள்ளிவிட்டேன். தோள்ல போட்ட கைய பெலக்கா ஊண்டாம தடுமாறுனா நானா பொறுப்பு?"

"யே ஒளுவாடிகளா, செத்த பய்யத்தே நடந்து போங்கடா. சின்மாப் படத்துக்கு ஓடுன மாதிரி இம்புட்டு அவசரமாப் போறீக. பாக்குறவக என்னா நெனப்பாக? சாராயத்துக்கு இப்பிடிப் பறக்குறானுகன்னு துப்பீறப் போறாக" மச்சக்காளை தவிப்பாறிச் சொன்னார்.

மச்சக்காளையின் எண்ணம்போலவே, ஸ்ரீராம் காலனி தாண்டியதும் பலசரக்குக் கடை ஒன்றிலிருந்து வெளிவந்த வழுக்கைத் தலையர் மூவரையும் பார்த்து நகைத்தார். "ஹே மச்சக்காள, ஒவ் வயசுக்கு இந்த ஓட்டம் ஆகாதப்பா. கூலியப் பிரிச்சதும் கட கூப்புடுதாக்கும். மெள்ளப்போ, கட அங்கனயேதான் இருக்கும். ஹூம் ஒங்களுக்கெல்லா முக்குக்கு ஒரு கட தொறந்தாலும் காணாது."

"என்னங்யா? நல்லாருக்கீகளா! கடக்கிப் போலீங்யா, கொளத்தாங்கரைல குப்பமேனி எல புடுங்கணும். பொ்ழுது அடையங்குள்ளாற மருந்துச் செடியப் புடுங்கணும்னாக, அதே ரெண்டு எட்டு சேத்துவச்சுப் போறம். வர்ரம்ங்யா" என்றைக்கோ வேலை கொடுத்தவர். ஒரு மருவாதிதானே. வழுக்கையர் பதிலேதும் பேசவில்லை.

முதலில் கடை மெயின் ரோட்டிலேயேதான் இருந்தது. கட்சி ஆள்கள் கலகம் பண்ணி குளத்தில் போடவிட்டார்கள். பெரியகம்மாயின் கலிங்குப் பக்கம் பெரிய கடையாக அமைந்துவிட்டது. தூரம் அதிகம் ஆட்டோவில் வரணும். வேலை முடிச்சு கரையோரமாக வந்தால் ஒன்னுக்கு ரெண்டுக்குப் பிரச்னையும் தீரும். ஆனால் வந்தால் முதலில் பாட்டிலை வாங்குவதில்தான் குறியாக இருக்கிறது. அதிலும் கட்டிங்குக்கு மட்டும் காசிருந்தால் துணைக்கு ஆள்த்தேடும் வேலை வேறு. வீதியில் போவோர் வருவோரை எல்லாம் கட்டிங்கா கட்டிங்கா எனக் கேட்டு கூட்டணி சேர்க்கவே நேரமாகிப் போகும். வாங்கியதும் கையில் வைத்திருக்க முடியாது. உள்ளே இறக்கினாலே அவதி தீரும். இறங்கிவிட்டால் எல்லாமே மறந்து போகும். இதில் ஒன்னுக்கு ரெண்டுக்கு எல்லாம் தன்னை அறியாமல்

பிரிந்தால் உண்டு. கலிங்கு ஓடையில் நின்ற மச்சக்காளை செடி மறைவில் ஒதுங்கினார். மேல்புறம் வடக்கே கண்மாயும், தெற்கே வயல்களுமாய் ஓடை தாண்டிய பகுதி பிரிந்தது. ஓடையில் கண்மாய் பெருகி வழிந்தால்தான் நீரோட்டம். புற்பூண்டுகளும், பிராந்தி பாட்டில்கள், பாலிதீன் டம்ளர்கள், கோழிக் கழிவுகள் என குவியல் குவியலாய் குப்பைகள் விரவிக்கிடந்தன.

"ஏஞ் மச்சக்காள, கட்டிங்குதான, இந்தா சாய்ண்டு பண்ணிக்க" எதிரே இருந்த குத்துச் செடியின் மறைப்பிலிருந்து எழுந்த ஒடிசலான ஓராள், கையில் பணத்துடனும் தூக்கிய வேட்டியுடனும் நிர்வாணமாய் நின்றவாறு அழைத்தான்.

"ஆள் சேத்தாச்சுய்யா" அந்நபரை உதறிவிட்டு ரோட்டுக்குத் திரும்பினார். "யெ மச்சக்காள, இத வச்சுக்கப்பா, ஓர் ரெண்டவுன்சு மட்டும் குடு. ஏற்கனவே ஷாப்ட்டே" பணத்தை நீட்டியபடி அழைப்பை நீட்டித்தபடி இருந்தான்.

கடைக்கு முன்னால் ஓயக்காவும், வீரியும் நின்றிருந்தனர். கடையில் கூட்டம் சேரத் துவங்கியிருந்தது. கடையின் பார் பெரிதாக்கி இருந்ததால் எத்தனை கூட்டம் வந்தாலும் தெரிவதில்லை. அஞ்சு டேபிளுடன் ஆரம்பித்த பார் தள்ளித் தள்ளி முப்பது டேபிளுக்கு மேல் பெருகிவிட்டது.

"ரூவ்வாயக் குடுப்பா. வந்துக்கிட்டு இருக்கும்போதே மாயமா மறஞ்சிடுற. காச ஒளிச்சு வச்சிட்டு வந்தியாக்கும்? எவனாச்சும் கண்ணு வச்சு பெறக்கிட்டுப் போகப்போறான்" ஓயக்கா பரபரத்தான்.

"ஒளிச்சு வக்கெ. என்ட்ட மானியா இருக்கு? போடா தப்பிளி நாயி" என தலையைக் குலுக்கிய மச்சக்காளை "மொதல்ல அவெவெ சம்பளத்த வாங்கிக்கங்க." கடையின் தெக்குப்பக்கம் ஒதுங்கினர். அங்கேயும் இரண்டு கோஷ்டிகளில் தரையில் உட்கார்ந்தும் திண்டுகளில் தொங்கியும் சரக்கை உறிஞ்சிக்கொண்டிருந்தனர்.

வாகான இடத்தில் தூசியை ஊதிவிட்டு சம்மணம் போட்டு உட்கார்ந்த ஓயக்கா, "கொண்டா கொண்டா நேரமாவுது" என கையை நீட்டினான்.

"நீ எதுக்கு கை நீட்றவெ? ஓஞ் சம்பளத்த மட்டும் வாங்கிக்க. பொம்பளப் பிள்ளியளுக்கு நா வீட்ல போய்ப் பிரிச்சுக் குடுத்துக்கறேன்"

"அபபறம் எஞ் சம்பளம்?" வீரி வேகமாய்க் கேட்டான்.

"ஊம் ஒனக்குந்தே" என்றபடி கள்ளி ஜிப்பாவின் பக்கவாட்டுப் பைக்குள் கைவிட்டு பணத்தை எடுத்தார். கொத்துக் கொத்தாக பணம் கைக்கு வந்தது. அதில் உதிரியான ஒன்றிரண்டு தாள்கள் கீழே விழுந்தன. வீரி குனிந்து பொறுக்கிக் கொடுத்தான். "ருவ்வாய ஒண்ணு சேத்து வக்கெவே மாட்டியாப்பா? இப்பிடியா புளியம்பளம் மாதிரி துண்டுதுக்கானியா வப்பெ"

"ஆமா, இப்பிடி ஒழுகவிட்டுப்பிட்டு அம்ம கிட்ட காசு கொறயுதுன்னு மூக்கால அழுவ. கொண்டாப்பான்னா" ஓயக்கா எழுந்து பணத்தைக் கைப்பற்ற முனைந்தான்.

"ச்சும்மா இர்ரா, களவானி ராஸ்கோல். கூலியப் பிரிக்கிறப் பெல்லா நூறு எரநூறுன்னு ஆட்டயப் போடுற பெய. போடா" உதிரியான தாள்களை ஒழுங்குபடுத்தி அடுக்கினார். ஓயக்கா சம்மணம் போட்டு உட்கார்ந்துகொண்டான் என்றால் மச்சக்காளையிடம் பணத்தை வாங்கி எண்ணி கூலி பிரித்துத் தரும்போதில் விரித்திருக்கும் மடியில் ஒன்றிரண்டு தாள்கள் யாருக்கும் தெரியாமல் கீழே விழுந்து அடைக்கலமாகும். தெரிந்தாலும் யாரும் சொல்ல மாட்டார்கள். சண்டைக்கு வந்துவிடுவான்.

அந்தநேரம் 'டுபு டுபு'வென பெரிய பைக்கின் சத்தம் கேட்டது. மூவரும் திரும்பிப் பார்க்க, பளீரிட்ட வெள்ளை வேட்டி சட்டையில் கனத்த கருத்த உருவம், கண்களில் தங்க பிரேமிட்ட கண்ணாடியுடன், கழுத்திலும், கை மணிக்கட்டிலும் புரளும் தங்கச் சங்கிலியுடன் பதவிசாய் இறங்கி பூட்டிய வண்டிச்சாவியுடன் கீழிறங்கியது. கலைந்த தலைமுடியைக் கோதிவிட்ட கையுடன், கண்ணிலிருந்த கண்ணாடியைக் கழட்டி சட்டைப்பையில் சொருகிக் கொண்டது.

"யோவ், பெரிய கருப்பு வாரார்" ஓயக்கா சடாரென எழுந்து நின்றான். சட்டென அவரது கையிலிருந்த பணத்தைப் பிடுங்கி பின்புறம் மறைத்துக்கொண்டான்.

"யே பார்ரா, மச்சக்காளை! இங்கனயாப்பா இருக்க? என்னா சம்பளத்த வாங்குனதும் தண்ணியடிக்க வந்துட்டவெ! குடுத்து வச்சாளப்பா? எங்கள மாதிரி பொண்டாட்டி

புள்ளயப் பாத்துப்பாத்து என்னத்தக் கண்டம். சம்பாரிச்சமா ஜாலியா அனுவிச்சமான்டு இருக்கணும். நேத்தே வட்டிக்காசு தாரேன்னவெ? இங்க சோலிய முடிச்சுட்டு ஒன்னப் பாக்க வரலாமுன்னு இருந்தே. அலச்சல மிச்சம் பண்ணிட்ட" ஸ்டைலாக இடுப்பை ஆட்டி மெதுவாக நடந்து வந்தான்.

"வாங்கய்யா, வந்துர்ரனுங்கய்யா. இன்னம் கூலி வாங்கல. எஞ்சினீரு கொண்டுக்கு வாரேன்னாரு. அதுக்குத்தே ஓரமா ஒக்காந்துருக்கம். என்னாடா?" ஓயக்காவை சாட்சிக்கு இழுத்தார்.

"ஆமாங்யா? அப்பாத புடிச்சுக் காத்துக் கெடக்கோம். இன்னம் காணல. அய்யா வந்துட்டீக ஆளுக்கொரு கட்டிங்குக்கு வழி கெடச்சுரும் மச்சக்காளே! வரவாங்யா?"

"ம்? லகளா? கொன்டுபொடுவேன்!" நாக்கைத் துருத்தியபடி விட்டால் கட்டிங்குச் செலவு வந்தாலும் வந்துவிடும் என்ற பதற்றத்தில் அப்படியே திரும்பி நடந்தான்.

"நல்லவேளைக்கு!" உயிர் திரும்பிய நிம்மதியில் பெருமூச்சு விட்டவராய், கடைக்குள் கருப்பு நுழைந்ததை உறுதி செய்த பின் ஓயக்காவிடம் பணத்தை வாங்கினார்.

"எங்கடா, எரநூறு ரூவாத்தாளக் காணாம். ஒளுவாடி மவனே. நிமிசத்தில ஒளிச்சிட்டியா?" என அவனை வேட்டியைக் கழட்டச் சொல்லி சோதிக்கலானார். சட்டையை வாங்கி உதறினார். தலைமுடியைக் கலைத்துப் பார்த்தார். காது ஓட்டைக்குள் கண்ணை நுழைத்திப் பார்த்தார். வீரியிடம் கொடுத்து வைத்திருக்கிறானோ என அவனையும் அதட்டினார்.

ஓயக்கா பெத்த தாயிலிருந்து, தான் பெற்ற பிள்ளை, கும்பிடும் தெய்வம் வரை சத்தியம் செய்தான். எத்தனை பிதுக்கியும் கட்டை விரலுக்கிடையில் பதுக்கி வைத்திருந்த பணத்தை மச்சக்காளையால் கண்டுபிடிக்க முடியவில்லை.

19

பூங்கொடி, நாட்டாமை வீட்டு வெளிப்பக்கத்து திண்ணையின் வடக்குப் பக்கமாக தலையைத் தொங்கவிட்டு உக்கார்ந்திருந்தாள். பச்சைக்கலர் நைட்டி அணிந்து, மார்பில் அய்யாவின் மேல் துண்டை சாலாகத் தோளில் தொங்கவிட்டிருந்தாள். வழக்கம்போல ஒத்தைச் சடைபோட்டு. நெத்தியில் அரக்குக்கலர் ஸ்டிக்கர் பொட்டு ஒட்டியிருந்தாள். முகத்தில் தீவிர யோசனையும் பரபரப்புமாய் எதிலும் நிலைத்து நிற்காத ஒரு பார்வையினையும் தக்க வைத்திருந்தாள்.

இடது பக்கத்து திண்ணையில் நாட்டாமையும் பூலாண்டியும் உக்காந்திருக்க, நிலைப்படி ஒட்டி முத்துப்பேச்சி சரிந்தவாக்கில் நின்றுகொண்டிருந்தாள். நாட்டாமையின் சம்சாரம் கதவுக்கு உள்பக்கமாய் குத்துக்காலிட்டு உக்காந்திருந்தாள். ஆளுக்காள் கையில் கிடைத்த பேப்பர்தாள், துண்டு, சேலையின் முந்தானை ஆகியவற்றால் விசிறி தகர வீட்டின் வெக்கையை விரட்டிக்

கொண்டிருந்தனர். முற்றத்தில் ஆடு ஒன்று புழுக்கையும் மூத்திரமும் பெய்து கலந்திருந்த ஈரத்தில் நின்று இவர்களைப் பார்த்து வெறும் வாயை அசைபோட்ட வண்ணம் அவ்வப்போது 'ம்மே' எனக் கத்தியது. குறுக்கும் நெடுக்குமாக வெள்ளை நிறத்துப் பூனைகள் மதில் மேல் தாவியும் ஏறியும் நடந்தவாறு இவர்களது வருகையை விரும்பாதவையாய் முகத்தைச் சுளித்தும் கண்களை விரித்தும் பார்த்துக் கடப்பதும் வருவதுமாய் போக்குக்காட்டின.

நாட்டாமை வளத்தியாகவும் சத்தில்லாமலும் நீளமுகம் உடையவராகவும் இருந்தார். தலைக்கும் மீசைக்கும் டை அடித்திருந்தார். காலில் மணிக்கட்டுக்குக் கீழ் சக்கரை பாதிப்பில் கட்டுப்போட்டிருந்தார்.

"சாதீல படி கட்டீரவா பெர்சு?" பூலாண்டி ரெண்டாம் தடவையாகக் கேட்டான்.

பொண்டாட்டி எடுத்துத் தந்த தொளதொளத்த அரைக்கை சட்டையை அணிந்து சுருக்கத்தை நீவி விட்டுக் கொண்ட நாட்டாண்மை, "படி கட்ட வேண்டான்னு ஆரும் சொல்வாங்களா? தலக்கட்டு இல்லேன்னாலும் யார் மேலயும் படிகட்ட உரும இருக்கில்ல. கட்டணும்னா கட்டுப்பா" என்றார்.

"ஆமா, ஒனக்கு எங்குட்டாச்சும் சாதிக்கு காசு வந்தாப் போதும். சரியத்த பொம்பளப் பிள்ளயச் சவையில நிப்பாட்டி நாலுவேறு கேள்வி கேக்க நல்லாவா இருக்கும்? அவ, அய்யாம்மா என்னா அத்தாந்தண்டி ஆளா! ரெண்டு பெரிய மனுசெங்க போய் வீட்ல நின்டு என்னாடி வெவரம்னு கேட்டு வெவகாரத்த முடிக்க மாட்டாம, படியக் கட்டு வாசலக் கட்டுன்னு பெரச்னைய இழுத்துக்கிருக்கீக" நாட்டாமையின் சம்சாரம் கதவருகே குத்துக்காலிட்டு உக்காந்து மகிளிக் கீரையை மடியில் போட்டு ஆய்ந்தபடி தீர்ப்புச் சொன்னாள்.

"நாளைக்கி கலியாணத்த வச்சுக்கிருக்கவளப் போயி, என்னானு மறிக்க?" நாட்டாமை இப்படியெல்லாம் ஓசிக்கக்குடாது என்பது தெரிந்தாலும் வாய்வரை வார்த்தை வந்துவிட்டது.

“இதெல்லா வாய்க்குப்பத்தாத பேச்சு. ஆமா, ஆரா இருந்தாலும் நாயந்தே முக்கியம்” என்ற நாட்டாமை. சம்சாராம், “கலியாணம் பேசி முடிவு பண்ண பூ வெக்கப் போனாகள்ல? அப்ப சாதிக்காரவகள எதும் முன்னுக்கு வச்சிப் பேசினாகளா? களவானித்தனமாத் தான செஞ்சாக. அப்பவே அல்லாரையும் கூப்புட்ருந்தா இவகளும் சவைக்கு வந்து இந்தச் சங்கதிய ஒடச்சிருப்பாக. அங்கனயே பேசி முடிவாகி இருக்கும்ல. பெருச்சாளி கண்ணமூடிக்கிட்டாப்ல பேயிற மழ பேயாமப் போகுமா?” ஆவேசமாகப் பேசினாள். அப்படியே கடைந்துகொண்டிருந்த பருப்புக் கட்டையை சட்டியிலிருந்து எடுத்தவள், அருகிலிருந்த முத்துப்பேச்சியிடம் நீட்டினாள். “செத்த புல்லுப் பாரு, கழுத்து வலிக்கிது.”

சொளகிலிருந்து திரண்டு கிடந்த கீரையை ஆள்காட்டி விரலால் கிண்டி, இணுக்குகளாக இணுங்கி தனியே பிரித்து வைத்தாள்

“அப்பன்னா படிய வாங்கச் சொல்றியா?” நாட்டாமை காதில் சொருகியிருந்த பீடியை எடுத்துப் பற்றவைத்தார்.

“அதத்தே தலமேல காரியத்த வச்சிருக்கவள சவைக்கு இழுக்க வாணாங்கிறீல்ல. பாவந்தே, இப்பிடி நேரத்துல பஞ்சாயத்துல நிக்கறது செம்மத்துக்கும் மறக்காது, அசிங்கந்தே அந்த அசிங்கம் அவளுக்கும் தெரியுமில்ல. அதனால ரெண்டுவேர் போய்ப் பேசிப் பாருங்க. எதாச்சும் பதில் சொல்வாள்ல. பேசிக்கலாம்” ஆய்ந்த கீரையை சட்டியை எடுத்து நீர்விட்டுக் கழுவலானாள்.

“அய்யாம்மா மடங்கவெல்லாம் மாட்டா. மடங்கீருவாங் கிறீகளா?” முத்துப்பேச்சி நாட்டாமையைக் கேட்டாள்.

“ஏம்மா அல்லாத்தையும் ஒக்காந்த எடத்துலயே ஒப்பிச்சிட்டா பஞ்சாயத்து கோட்டு எல்லாம் எதுக்கு? போய்த்தேம் பாக்கணும்”

“நெதானமா ஓசிக்க நேரமில்லியே பெர்சு. விட்டா தாலியக் கட்டி குடும்பமாயிருவான்”

“நானென்னா செய்யட்டும்? நிய்யிமே இன்னிக்கித்தான வார. ஆளாளுக்கு சண்டயப் போட்டு பொழுதப் போக்கறீகளே ஒழிய, இப்பிடி ஒப்பிக்க வேண்டிய எடத்தில ஒப்பிக்கணுமேன்னு ஓர்த்தருக்கும் தெரியமாட்டேங்கிது.

எல்லாம் மீறுன சமயத்தில வந்துகிட்டு சங்கரா சங்கரான்னா ஆர்தா என்னா பண்ண முடியும்?"

"நீங்களே இப்பிடிச் சொன்னா எப்பிடியா, ஒங்களுக்குமே தெரியும் ஊருவிட்டு ஊரு வந்து ஈ காக்காயிக்குச் சேதாரமில்லாம பொலப்பு உண்டு சோலியுண்டுன்னு பொழுதப் போக்கிக்கிட்டிருக்கோம். இப்படி வல்லடியா ஒருபய பொம்பளப்பிள்ள பொழப்ப கெடுக்க நீதியாகுமா?"

"ங்கோரு பேச்சி, இந்தப் பேச்செல்லா எனக்குப் பிடிக்காது. நாயம்னா நாயந்தே" என கீரைச் சட்டியை வழித்து மூடிவிட்டு முத்துப்பேச்சியின் பக்கமாய் வந்த நாட்டாமை சம்சாரம், "ரெண்டுவேரும் பழகுனது செஞ்சதெல்லா ஊருக்கே தெரிஞ்ச விசியந்தான. ஒனக்கு மட்டுந் தெரியாதாக்கும்?" என்றாள்.

"அதில்லக்கா, நாந் தெரியாதுன்னா சொன்னே. நம்பிக்கயாப் பழகிப்புட்டு இப்பிடி நட்டாத்துல விட்டுப் புட்டானே"

"அது நீ, பெத்தவுக தப்பு. பழக்கம் தெரிய வாரப்பவே கண்டுசனாப் பேசி இருக்கணும்ல"

"யேக்கா, பெத்தவக பேசாம இருப்பமா. கிளிப்பிள்ளக்கிச் சொல்ற மாதரி சொல்லி அலுத்துப் போச்சுக்கா. கேட்டுப் பாருங்க. இந்தாதான இருக்கா? அதுக்கும் மேல அந்தப்பெய, மொறம கொண்டாடுறதில இருந்து மொய்யி செய்யிற வரைக்கிம் நாயக்காரனா இருந்து கழுத்த அறுத்துப்புட்டானேக்கா"

"யே, அய்யாம்மாளே மாட்டேன்னா சொன்னா, மூச்சுக்கு மூணுவாட்டி மருமகளே மருமகளேன்னுதான கூட்டுக்கிருந்தா" பூலாண்டி நாட்டாமையிடம் சொன்னார். மடியிலிருந்த குவாட்டர் பாட்டிலை அவரது கைக்குப் பக்கத்தில் வைத்தார்.

"ம்! பொன்னுச்சாமி வாடனே ஒன்னிய மச்சினான்னுதான கூப்புடுவான். அது தெரிஞ்சதுதான" நாட்டாமையும் ஆதரவாகப் பேசலானார். பாட்டிலை எடுத்து சம்சாரத்துக்குத் தெரியாமல் வேட்டி மடிப்புக்குள் சொருகினார்.

"அதுகூட எங்க ரெண்டுவேத்துக்கும் சுருளிப்பட்டியில சேத்துவச்ச மொறைக்கிக் கூப்புட்டது. இது பிள்ளைக

ஆளானதும் அய்யாம்மா மகனுக்கு மொதக் கலியாணம் முடிச்சு கேன்சலாகிப் போச்சில்ல, அதுக்குப் பெறவு அவெ தனியா லோனுப் போட்டு மிசினெல்லா வாங்கி கங்காணியா நின்னு வேலைக்கிப் போனான்ல. அப்பத்தான் பூங்கொடி அய்யாம்மாகூடச் சேந்து வேலைக்கிப் போக ஆரம்பிச்சா. அந்தப் போக்குவரத்துல உண்டான பழக்கம். அன்னைக்கெல்லா அய்யாம்மாக்கு இந்தப் பிள்ளதான கணக்கு வழக்கில இருந்து அம்புட்டையும் பாக்க விட்டா"

"சரி நிய்யும் பாலா நெனச்சுப் பழக விட்டுட்ட!"

"ஆமா, அந்த நேரம் இவளுக்கும் தாலி கட்டுனவெ தப்பிளிப்பயலா தரங்கெட்டுப் போய்ட்டான்ல. சரி எங்குட்டோ தெரிஞ்ச குடும்பம் நம்மள அறிஞ்ச ஒருத்தி வீட்லதான நம்ம புள்ள போய் வாரா, அவளுக்கும் அம்மளப்பத்தித் தெரியும்லன்னு நெனச்சித்தே பேசாம இருந்தே. ஆமாக்கா, வாழாக்குடியா வந்த பிள்ளய பெத்தவக எத்தன நாளக்கித்தே தாங்க முடியும்? ரெண்டாந்தாரமோ மூணாந்தாரமோ மொண்டியோ மொடமோ ஒரு ஆம்பளப்பய கையில பிடிச்சுக் குடுத்துட்டா நல்லது கெட்டத அவகளே பாத்துக்குவாகள்ல. அப்பிடித்தே நல்லது நெனச்செ. ஆனா, காசுக்கார சம்மந்தம் வந்ததும் இப்பிடி ஆத்தாளும் மகனும் பல்டி அடிச்சிட்டாகளே" நெஞ்சுக்குழி விம்ம விம்மப் பேசினாள் முத்துப்பேச்சி.

"ந்தா நீ என்னத்தா, என்னமோ எழவாகிப் போனாப்ல. நெஞ்சாவி பொங்கப் பேசுறவ. மயிராண்டி போனாப் போறயான். அவெ இல்லாட்டி ஊருக்குள்ள பொழைக்க முடியாதா? அவனயும் அய்யாம்மாளையும் நம்பித்தே என்னியப் பெத்துப் போட்டியா? எதோ நாட்டாமகிட்ட மேவிச்சிட்டுப் போக வந்தேன்னு பாத்தா, கண்ணீர ஊத்திக்கிருக்க" பூங்கொடி எதிர்த் திண்ணயிலிருந்து நிமிர்ந்து உட்கார்ந்து அம்மாவுக்கு ஆதரவாகக் குரல் விடுத்தாள்.

"ஏ வாய மூடுடி. பொட்டச்சிகளுக்கெல்லா வாயும் கையும் ரெம்பத்தே துளுத்துப் போச்சு. இம்புட்டு வாய் பேசறவ, அவனோட பழகறப்ப அளந்து பழகீருக்கணும். இல்ல வாடா மாப்ளேன்னு அவன இன்னொரு பக்கம் போகவிடாம மல்லுக்கட்டி நிறுத்தி இருக்கணும். ரெண்டுக்கும் ஆகாம வகுத்த நெபிக்கிட்டு வந்து நின்னா பெத்த வகுறு

குளுகுளுன்னா இருக்கும்? வித்தாரம் பேசுவா?"

"நாட்டாமப் பெரிம்மா நா வித்தாரம் பேசல. உள்ளதப் பேசறே. எனக்கு ஒண்ணும் பயமில்ல. ஏற்கெனவே கலியாண வீட்ல பொணம் விழுகும்டான்னு சம்புராயம் போட்டுத்தான வந்துருக்கே. டெய்லி குமாரு வந்து என்னிய தன்னக் கட்டிக்கிட்டுத்தா இருக்கியான். இப்பயும் எனக்கு பயமெல்லாங் கெடையாது. வகுத்துப் புள்ள ஒரு விசியமே இல்ல. கழிச்சிட்டு எம்பாட்டுக்குத் திரியவும் முடியும். பெத்துப் பேருவச்சி என்னால பொழைக்கவும் முடியும். அதுனால ரெம்ப பொலம்ப வேணாம்னு சொல்லுங்க" என்றாள்.

"ஒனக்கு என்னா ஒம்பாட்ல பேசி முடுச்சிட்ட, பேசறவக ஒன்னியவா பேசுவாக? ந்தா பாரு பேச்சி வீட்ல மூத்த பிள்ளையே வீட்ட விட்டு வெளியேறாமத் தவிக்கிதுன்னு ஆத்தாளையும் அப்பனையும்தான ஏசுவாக. பாக்கியிருக்க பிள்ளைக பாவமில்லியா"

"குமாரு ஒன்ட்ட என்னாதாம்மா சொல்றான்?"

"தாலி நாங்கட்ட மாட்டேங்கிறான்யா"

"யேன், அதுக்குத் தனியா ஆளப் போட்ருக்கானா?" நாட்டாமையின் கேலிக்கு யாரும் சிரிக்கவில்லை.

"எனக்கும் சந்தேகமாத்தே இருக்கு. அவக வீட்ல சொல்லிக் குடுத்து இந்த மாதிரி நாளக் கடத்துறானோன்னு கேள்வியும் இருக்கு" என்றாள்.

"என்னைக்காச்சும் ஓடிப்போகலாமான்னு சொல்லி இருக்கானா?" நாட்டாமையின் திடீர்க் கேள்வி எல்லோரையும் ஒருமுகப்படுத்தியது.

இப்போது தகரக் கூரையிலிருந்து குதித்த இரண்டு பூனைகளுக்குள் ஒன்று யாருக்கும் பயமில்லாமல் வீட்டுக்குள் நுழைந்தது. "யேய், வீட்டுக்குள்ள என்னா வேல? ச்சூ ப்போ" நாட்டாமை சம்சாரத்தின் அதிகாரத்துக்குப் பணியாமல் உள்ளே நுழைந்து தென்புறச் சன்னல் வழியாக மீண்டும் வெளியேறியது.

அப்படி ஒருநாளும் குமார் பூங்கொடியிடம் சொன்னது கிடையாது. பூங்கொடிக்கு அப்படியான எண்ணம் பலமுறை

ஏற்பட்டதுண்டு. ஆனால் குமாரது சுபாவம் அறிந்ததனால அவனை வலியுறுத்தவில்லை.

"ரெண்டொருக்கா கூப்புட்டுச்சு" வம்படியாய்ப் பொய் சொன்னாள்.

"ஓடித் தொலச்சிருக்கலாம்ல. ஒருமாசம் பத்து இருவது நாள்ச் சென்டு வந்தா ரெண்டு பேச்சு நாலு ஏச்சுப் பேசி, சேத்துக்கப் போறாக" முத்துப்பேச்சியும் படீரென மான வெக்கமறியாமல் பேசிவிட்டாள்.

"ஆமாம்மா, ஒங்கம்மா சொன்னாப்ல. ஓடிப் போயிருந்தா பிரச்ன எங்கிட்டதான வரும் நீக்குப் போக்கா முடிச்சு விட்ருப்பேன்ல. ஊர்ல நடக்காததா" நாட்டாமையும் ஒத்து ஊதினார்.

"இப்ப என்னா கெட்டுப்போச்சு, கலியாணத்துக்குத்தே இன்னம் ரெண்டு மூணு நாள் இருக்கில்ல" நாட்டாமை சம்சாரம் கதவைத் தள்ளிவிட்டு வந்து உட்கார்ந்தார்.

"ஆக, எங்குட்டாச்சும் யாருக்கும் எந்தப் பொறுப்புமில்லாம காரியம் நடந்திரணும். நீங்களா சாதில இருந்து நடத்தி வெக்கெ மாட்டீக" என்ற பூங்கொடி "நாந்தே அப்பவே சொன்னேன்லம்மா சாதிக்காரவக நமக்கு சப்போட் பண்ண மாட்டாங்க. ஏன்னா நாம அசலூரு. அதுமில்லாம அவக காசுக்காரவுக. நிய்யென்னா குடுப்ப?" பூங்கொடி குரலின் தொனியை மாற்றிப் பேசலானாள்.

"யே யே இர்ரி இர்ரி ஏண்டி இந்தா வந்துட்டேல்ல வாங்குன வெலைக்கி! இம்புட்டு நேரம் நல்லாத்தான பேசிட்ருந்தவ, இப்பென்னா உள்ளூரு அசுலூரு காசு பணம்னு பெனாத்துறவ. ஆருதே இங்கனயே பொறந்து இங்கனயே வாக்கப்பட்டுக் கெடக்காக? அல்லாரும் அசலூருதே. சின்னக் கழுதன்னு பாத்தா பெரிய பெரிய பேச்சுல்ல பேசுறா போட்டேன்னா?" நாட்டாமையின் சம்சாரம் பூங்கொடியின் கையைப் பிடித்து இழுத்து அடிக்கப் போகும் பாவனையில் கை ஓங்கினார்.

பூலாண்டிக்கும் என்னவோ போலாயிற்று. நாட்டாமை திருதிருவென விழித்தார். மூசுமூசென பெருமூச்சு விட்டு உட்கார்ந்த இடத்தை அசைத்துத் திருகிக் கொண்டார்.

“ஒன்ன பொட்டக் கழுதைங்கப் போய்த்தான இம்புட்டுக்கு கெஞ்சறோம். சாதில எல்லாரும் ஒன்னுக்குள்ள ஒன்னுதான, ரெண்டு நல்ல வாத்த சொல்லி அமட்டுனா கேக்காமயா போவாக. ஆரும் சாதிய மீறி நிக்க முடியுமா? இவ அன்னைக்கிருந்து டேசனுக்குத்தே போகணும்னுட்டே இருந்தா. நாந்தே நமக்குன்னு நாலு மனுச மக்க இருக்கப்ப அவகள தள்ளிவச்சிட்டு டேசனுக்குப் போனா அவகளுக்குதே என்னா மருவாதன்னுதே ஒங்கட்ட வந்தம்” பூலாண்டி உடைத்துப் பேசினார்.

“என்னத்தி!யோ பழக்கத்தோட இருந்தாலும் போ கழுதேனு விட்றலாம். மாசமா வேற இருக்கதால, போன வாரம் பூசாரி வீட்ல பேசுன சம்மந்தம்கூட இப்பிடி மாசமா இருக்கான்னு கேள்விப்பட்டதும் பின்னரிச்சிட்டாங்க. மத்தபடி ரெண்டுவேருக்கும் இருந்த பழக்கமெல்லாம் ஊருக்கே தெரிஞ்சதுதான. இதுதா சிக்கலு. அதே படியக் கட்டி பேசலாம்னு ஓசன கேக்க வந்தம்” முத்துப்பேச்சி நாட்டாமையின் சம்சாரத்தின் முகம் பார்த்தபடியே ஒப்பிக்கலானாள்.

“எல்லாம் சரித்தேன் பூலாண்டி. படியக்கட்டி பேசணும்ங் கறப்ப விசேச வீட்டுக்காரெரன வீம்புக்கே வம்பிலுக்கறான்னு அங்கன நாலுவேரு பேசுவான். எப்பிடி முடிச்சாலும் எதாச்சும் ஒரு பொம்பளப்பிள்ள பொழப்பு சிக்கல் ஆகத்தேம் போகுது. அதுதே ஓசன. சாதிங்கறது. பாம்பும் சாகணும் குச்சியும் ஒடியக்குடாதுங்கற மாதரி கொண்டு போகணும். இல்லாட்டி வண்டியோட்ட முடியாதுப்பா.” நாட்டாமை தனக்குள்ள நடைமுறைச் சிக்கலை எடுத்து வைத்தார்.

“அப்ப நாய அநியாயமெல்லா கெடையாது. குச்சி ஒடியாம பாம்பு எப்பிடிச் சாகும். தப்பிச்சுப் போயி அடிச்சவன வம்மம் வச்சுக் கொல்லும் பெரிய்யய்யா”

“ந்தா பாரு மகளே! நீ எளவயசு. ஒவ்வயசுக்கு அப்பிடித்தேம் பேசுவ. தப்பில்ல. சொல்லிட்டீகள்ல. நிர்வாகஸ்தர்கள வச்சுப் பேசி ஒரு நல்ல முடிவுக்கு வருவம். அதுந் தண்டியும் ஆத்தரப்படாம இரு தாயி. பொறுத்தவக பூமாதேவி ஆவாக” நாட்டாமை ஆசீர்வதிப்பதுபோல கையை உயர்த்திச் சொன்னார்.

"அதனாலதா வாரவெம் போறவனெல்லா பூமாதேவிய சாணிய மிதிக்கறாப்ல சதக்குப் பொதக்குன்னு மிதிச்சிட்டுப் போறான். ஆனா ஒருநா இல்லாட்டி ஒருநா எரிமலையாப் பொங்கி வெடிச்சு எல்லாரையும் தீச்சிடுவாங்கறது தெரியாமத் திரியறாக" பூங்கொடி தனது மனசுக்குள் எதையோ குறிவைத்துப் பேசுவதைக் கேட்ட முத்துப்பேச்சி ரெம்பவே விசனப்பட்டாள்.

20

பிள்ளையின் அழுகை குறையவில்லை. ஒன்னரை வயசுதான் ஆகிறது அப்படியே பரம்பரை வீம்பு குறையாமல் நெனச்சதை சாதிச்சே ஆகணும்ன பிடிசாதனை. கலவை மெசினின் கடகடத்த சத்தத்தையும் மீறிக் கேட்டது, அழுகைச் சத்தம்.

“ந்தா வாரேன் சனியனே!” வாய்ப்பேச்சில் கத்தி சொன்னாலும் சடாரென வேலையை விட்டுப் போக முடியவில்லை முனியம்மாவாள்.

முழு மூட்டை பெரிய மிசினை எடுத்து வந்திருந்தால் இந்நேரம் பாதி வேலை முடிஞ்சுபோயிருக்கும். அரை மூட்டை மிசின் ஆமையாய் தலையை ஆட்டி மெல்லச் சுழன்றுகொண்டிருந்தது. “எதுன்னாலும் வாடகைதானே. வீட்டுக்காரர் தரப்போறார் இதுல எதுக்கு லோபித்தனம்” முனியம்மா ஓயக்காவிடம் வாய் விட்டுக் கேட்டே விட்டாள். அவனைச் சொல்லியும் குத்தமில்லை. நேத்து வரை மம்பட்டி வேலையில் எல்லாருக்கும் தொண்டு வேலை செய்து கொண்டிருந்தவன், லாட்டரிச் சீட்டு விழுந்த மாதரி, “தனிச்சு நின்னு ஆள்கள மேச்சு ஒரு வேலையப் பாக்க முடியுமா?”

என கொரங்கு வெரட்டி ஒரு வேலையைக் குடுத்துப் புட்டான். சித்தப்பு சித்தப்புன்னு உருகி உருகி வேல பாத்த மச்சக்காளைக்கு நாலாள் வேலை வந்தாலும் - சொவரு இடிக்கக்கூட தனியா போய் முடிச்சுட்டு வாடான்னு இதுவரை சொன்னபாடு இல்ல. எங்கேன்னாலும் தானும் தொடுக்குப் புடுச்சே அலைவார். வேல செஞ்சாலும் செய்யாட்டியும் தனக்கு ஒரு பங்கு எடுத்துக்குவார்.

"பெரிய மனுசன அப்பிடியெல்லா மானாங்கனியாப் பேசக்குடாது முனி, அந்தாளுக்கு என்னா டெய்லியா வேல வந்து குமியிது - எதோ அயிர மீனப் புடுச்சாப்ல சிக்குறத விடவேணாம்னு பாத்துக்கிருக்காரு. இவெ கொரங்காட்டி பெருத்த கங்காணி ஆத்தா அய்யாம்மா ஒருபக்கம் அலஞ்சு பிடிக்கிறா. கூடுதலா அமையிறப்ப பேரு கெட்டுடக் குடாதுங்கற அக்கறையில எதோ நம்மள மாதிரி ஆளுகளுக்கு தள்ளிவிடுறாக. ஆரையும் சடார்னு ஒருவாத்தைல ஒதுக்கீடக்குடாது" மச்சக்காளையை விட்டுக் குடுக்கவும் மனசில்லை. இன்னவரைக்கும் பெத்தவனாய் வித்தியாசம் ஏதும் இல்லாமல் பார்த்துக் கொள்கிறார். அவரை இன்னிக்கி வேலைக்குக் கூட கூப்பிட்டான். "வாப்பா போய் முடுச்சுவிட்டு வருவம்" "அதென்னா ஆனத் தண்டி வேலையா? போடா, போய் நிய்யா முடுச்சாத்தே ஒனக்குப் பேரு என்னியக் கூட்டுப்போனீன்னா நாந்தே முடுச்சேன்னு பேராகிப் போகும். ஒரு ரெண்டு வேலையப்பாரு அடுத்து நா வந்து சேந்துக்கறேன்" எனச் சொல்லி கைவசமிருந்த மம்பட்டிகளை எடுத்துக் கொடுத்து அனுப்பினார்.

"இது வீடு இல்ல முனி, கூப்பு வீடு, எஞ்சினியர் கான்ட்ராட்டு. அவருக்கு பத்துக்காசு மிச்சம் பண்ணித் தந்தம்னாத்தே நாளப்பின்ன வேலைக்கு நம்மளக் கூப்புடுவாரு" ரெம்பவும் பொறுப்பாக ஓயக்கா பதில் சொன்னான். அவனுக்கானால் நேத்திலிருந்து அத்தனை பூரிப்பு. கொண்டாட்டம். கலியாணம் முடிச்ச நாள் மாதிரி அம்புட்டுச் சந்தோசத்தில் இருந்தான். வெவரம் தெரிஞ்ச நாள் முதல் கொண்டு இன்னவரைக்கும் பாக்காத வேலையில்லை. போகாத கங்காணியில்லை. எல்லாமே அடிமை வேலைதான். சித்தாள் நிமிந்தாள், மிஞ்சிப்போனா ஆளபத்தாக் குறைவிழுந்த அன்று கொத்தனார். ஆனால், தன்னைவிட வயசில் அனுபவத்தில் சின்னச் சின்ன பயலுகள் எல்லாம் கங்காணி ஆகி சத்துக்குத்

தக்கன பத்துப்பேர் பதினஞ்சுபேரப் போட்டு வேலைபார்த்து வருகின்றனர்.

அவ்வளவுதான், வயசும் ஆகிப்போச்சு, சாகந்தண்டியும் மச்சக்காளை மாதரி ஒரு அப்பிராணி சப்பிராணிகிட்ட அண்டி நின்னு வேலையப்பாத்து வகுத்தக் கழுவிட்டுப் போகவேண்டியதுதான். என கங்காணியாகும் விருப்பமே இல்லாமல் இருந்த சமயம், நேத்து குரங்கு வெரட்டி கூப்பிட்டான். சாராயக்கடையில் நின்ற நேரம் என்பதால் மச்சக்காளைவ் தந்த சம்பளத்தை இடுப்புச் சொருகலில் சொருகிக்கொண்டு போனான். யாரையும் நம்ப முடியாது. மாச சேமத்துக்கு பணம் கட்ட வேணுமென காலம்பறவே முனி அடிச்சுச் சொல்லிவிட்டிருந்தாள்.

போனதும் கையில் கட்டிங்கைக் குடுத்தான். “இதுவரைக்கும் நீ கங்காணி வேல பாத்துருக்கியா ? ஒனக்கு எட்டுக்குத்துக்கு எளயவெ நா ஊரயே மேய்க்கிறேன். ஒனக்கெல்லா வெக்கமா இருக்காதா ?” எனக் கேட்டான்.

“எல்லாத்துக்கும் ஒரு அமைப்பு வேணும் கொமாரு. நீ அண்ணெம் மகெந்தான? நீ செஞ்சா அது எனக்குப் பெருமதான!”

“செரி ஆள் வச்சிருக்கியா? அம்பது அறுவது மூட்ட கான்கரீட்டு. மிசின் வாடக கூலி எல்லாம் போக அஞ்சாயிரம் மிச்சமாகும். பாக்குறியா?”

“வெள்ளாடாதப்பா!”

“யே நோளி மயனெ, வெள்ளாட்டுல்லப்பா நெசந்தே” என உடனிருந்த கொரசுவும் சொன்னான். “கொமாருக்கு ஏற்கெனவே ரெண்டு வேல. அய்யாம்மாக்கு வவுத்தால போயி வீட்ல படுத்துக் கெட்க்கா நிண்டு செய்ய ஆளில்ல. அதனால நாந்தே ஒன்னையச் சொன்னே. செஞ்சிருவீல்ல. ஆள் போட்ருவியா? இல்லேண்டா அதயும் சொல்லீரு எறக்கீறலாம்” என்றான்.

“முனீட்ட ஒரு வாத்த கேட்டுக்கட்டா?”

“பத்து வாத்தயக் கூடக் கேளு. அதென்னா வாண்டாம்னா சொல்லும். அது செய்யும் அஞ்சாள் வேல. நீங்க ரெண்டுவேரும் ரெடியாயிருங்க. மிசின அனுச்சு வச்சிடுறேன். சட்டி மம்பட்டி மட்டும் வெளீல எடுத்துக்க, ஆள் எத்தனவேர்

இருக்காகன்னு சொல்லு பத்தாக் கொறைக்கி காலம்பற ஆள் அனுச்சு வச்சிர்ரேன். நின்டு வெனாவா கிளீனா வேலயப் பாக்கணும். மொத வேல, இத முடி வருசையா நா ஒனக்கு வேல புடிச்சு விடுறேன்" சடாரென அட்வான்சாக ஆயிரத்தை எடுத்து நீட்டினான். அப்போதும் பதற்றம் நீங்கவில்லை.

“ரேட்டு?” முழித்தான்.

“என்னமோ அப்புராணின்ன? எம்புட்டு வெவரமா பேசறாப்பல பாரு!” கொசுவிடம் ஒப்பித்த குமார் ரேட்டைச் சொன்னான்.

“ஓயக்கா அப்பிடியா ஒன்னய பொத குழீல எறக்கி விட்ருவாக!” என்ற கொசுவு, “முனிமா கிட்டக்க நாஞ் சொன்னேன்னு சொல்லு” என்றான்.

நல்ல காலம் பிறந்துவிட்டது என முனியம்மா சொன்னாள். முதல் வேலை எந்தச் சுணக்கமும் இல்லாமல் நடக்கவேணும் என குலசாமிக்கு அட்வான்சு பணத்திலிருந்து காணிக்கைத் துட்டை முடிந்து வைத்தாள்.

அப்போதைக்கே தெருவுக்குள் நுழைந்து பம்பரமாகச் சுற்றி ஆள் சம்பாதிக்கக் கிளம்பினாள் முனியம்மா. ஓயக்கா வேலைத் தளத்துக்குப் போய் சாரம் போடுவதற்கு வேண்டிய மரங்களை எடுத்துப் போட்டு வந்தான். காலையில் கைக்கு சின்ன வான்டை வைத்துக்கொண்டு சாரத்தைக் கட்டிவிட்டு வந்தான்.

கொரங்காட்டி சொன்னபடி கலவை மிசினையும் கொத்தனார், நிமிந்தாள் ஒருவரையும் அனுப்பிவைத்தான்.

ஆளுகள் ஒண்ணுகூடுவதற்குள், இருக்கிற ஆள்களை ஏவி, சிதறிக் கிடந்த சரக்குகளை கைக்கு ஏதுவாய் இழுத்துப் போட்டுக்கொண்டான் ஓயக்கா. அந்த ஒரு செயல் வீட்டுக் காரரை மனங்குளிரச் செய்தது.

சைட் எஞ்சினியரிடம் கலவைக்கான ஜல்லி, மணல் சேர்மானத்தைக் கேட்டதும், தண்ணித் தோதுவைச் சரிபார்த்து ஓயக்காவே கலவை எஞ்சினை இயக்கினான், இடது கையால் லாக்கைப் பிடித்துக்கொண்டு, வலது கையால் கைப்பிடியைப் பிடித்து எஞ்சினின் பெரிய சக்கரத்தை தம்கட்டிச் சுழற்றி, ஒண்ணு, ரெண்டு மூணாவது

சுற்றில் லாக்கை எடுத்துவிட்டான். டப்டப் டப்டப்பென ரயில் எஞ்சினாய் புகையைக் கக்கி நிலம் அதிரச் சுழன்றது.

“போடு போடு” ஆளாளுக்குச் சத்தம் குடுக்க ஜல்லியும் மணலும் சிமிண்டும் கலவை மெசினது குடுவைக்குள் விழுந்தது. சிமென்ட் சாக்கைப் பிரித்து ஓயக்காவே சாய்த்துவிட, ஜல்லி மணல் எண்ணிக்கையை முனியம்மா மேல்பார்த்துக் கொண்டாள். குடுவையிலிருந்து கலவை கொட்டப்பட்ட இடத்தில் நின்று சட்டியில் அள்ளி சாரத்துக்கு ஏத்திவிட்டவன், கலவை தீர்ந்ததும் சாரத்தின் வழியே மேலேறி பரத்தலில் கொத்தனாரை மேல் பார்த்தான். “கனம் கரெக்ட்டா இருக்குல்ல, இஞ்சினியர் வேல. மொத வேல”

“ஒனக்குத்தே மொத வேல ஓயக்கா, இந்தா அளவு குச்சிய வச்சுத்தே கான்கரிட் போடுவோம்” காதில் சொருகி இருந்த விளக்குமாத்து குச்சியை எடுத்துக் காண்பித்து விட்டு மறுபடி காதில் சொருகிக்கொண்டார்.

“கீழ நின்னு கலவைய மட்டும் களிப்பாப் போட்டு அனுப்பு வெட்டியா நுமுசத்துக் கொருக்கா சாரத்துமேல ஏறவும் எறங்கவுமா இருக்காத. நெஞ்சாவி விட்டுப்போகும்” கொத்தனாரது வார்த்தைகளை காதில் ஏற்றிக்கொள்ளாமல் சாரத்திலிருந்து குதிக்காத குறையாய் இறங்கினான். “மாடிப்படி வழியா எறங்கவேண்டிதான. என்னா அவசரம்?” அவனது வேகம் கண்டு பயந்த முனியம்மாளும் கடிந்தாள். மாடிப்படின்னா ஒண்ணொண்ணா எறங்கணும் சாரம்னா நாலே தடுக்குதான். எல்லாம் தெரியும் முனி”

இப்படி நல்லபடியாக ஓடிக்கொண்டிருக்கிற வேளையில் தான் ஆலைச் சங்கொலியாக அழுகிற குழந்தையின் இம்சை. “என்னான்டுதாம் பாரேன்” ஓயக்கா முனியம்மாளை அனுப்பிவைத்தான்.

என்னாதேன் காரணம் என்றாலும் சகித்துக்கொள்ள முடியாத நிலையில்தான் முனியம்மா இருந்தாள். பெத்த பிள்ளையாகவே இருந்தாலும் சூழ்நிலை அறிஞ்சு இருக்கப் பழகணும். சொந்த வேலையா, அடுத்தாள் பேசிவிட்ட வேலை. அதும் எஞ்சினியர் சம்பந்தப்பட்டது. அடிக்கொருக்கா ரோந்து வந்துகிட்டே இருப்பாங்க. வேலைய விட்டு பிள்ளையப் பாத்துக்கிருந்தா என்னா நெனைப்பாங்க.

“ஏண்டா? என்னாதே ஆச்சு ஒனக்கு?” அழுது கொண்டிருந்தவனை ஆரத்தழுவினாள். முந்தானையிலிருந்த கலவைத் தூசுகளை உதறி கண்ணீரைத் துடைத்தாள்.

“கைப்பிள்ளன்னா, பாலக் குடுத்து தொட்டுல தூங்கப் போடலாம். அதாம் இம்புட்டுக்கு வளந்துட்டான்ல. வீட்ல கெழவி கிட்ட விட்டு வராம” இத்தனை நாள் வீட்டிலிருந்த கிழவி இப்பன்னு பாத்து ஊருக்குப் போய்த் தொலஞ்சிட்டா. வேலாயி மதினி மடியில் வைத்திருந்த ஆரஞ்சு மிட்டாயைத் தந்தாள். வெயிலில் தண்ணித் தாகம் எடுக்கும் சமயம் வாயில் போட்டுக்கொள்வாள்.

மிட்டாயை வாங்கி முனியம்மாவின் கையில் தந்தவன், “இத்திலி” எனக் கேட்டான்.

‘‘அடத் தூமச்சல” தன்னையறியாமல் வந்துவிட்ட வார்த்தையில் விசனப்பட்டாள். “பெத்த பிள்ளையக் கேக்கற வாத்தையா இது” வேலாயி மதனியும் சங்கடப்பட்டாள்.

“பின்ன என்னா மதினி, அத்துவானக் காட்ல வந்து என்னத்தக் கேக்கறான் பாரு” என்ன பதில் சொல்வதென விளங்காமல் நின்றாள். காலையிலிருந்து ஒரே பிடி சாதமா இருக்கான். வேலைக்குக் கிளம்பும்போதே இட்டலி கேட்டான். தெருமுனையில் கோயிந்தக்கா கடை போட்டிருந்தாள். அப்போதுதான் எடுத்து வைத்தாள். முதலில் பணியாரம், இனிப்பு ஆப்பம் சுட்ட பின்தான், இட்லி தோசைச் சட்டிகளை அடுப்பில் வைப்பாள். “பணியாரம் திங்கறியாடா கண்ணு” ஆசையாய் எடுத்துக் கொடுத்தாள். என்னவோ சிறுபிள்ளைகளெல்லாம் ஆப்பம் பணியாரம்தான் கேக்கும் இவனுக்கு என்ன நாக்கோ, இட்டிலி, உப்புமாதான்.

ஆட்களை வேலைக்குக் கிளப்பிக்கொண்டிருந்த நேரத்தில் இவனது பஞ்சாயத்துப் பார்க்கப் பொழுதில்லை. கலவை மிசினை டெம்போவில் கட்டி, சட்டி மம்பட்டிகளை ஏத்தி ஆள்களும் வண்டியிலேறி விட்டார்கள். “இருக்கறதக் குடுக்கா’ என நாலைந்து பணியாரத்தை பேப்பரில் சுருட்டி வாங்கிக்கொண்டு வண்டியில் ஏறிவிட்டாள்.

பிள்ளையின் அழுகையைப் பொருட்படுத்தவில்லை. ‘அங்க வந்து கடைல வாங்கித் தாரேன்’ என் அப்போதக்கிச் சமாதானம் சொல்லியிருந்தாள்.

“பணியாரம் தின்னிட்டியா?” கேட்டவளின் முகத்தை ஏறிட்டு கண்ணோடு கண் பார்த்தான். அப்படியே கண்களை உருட்டி தரையைப் பார்த்தான். பணியாரம் கட்டிக் கொடுத்த காகிதம் கீழே கிடந்தது. காகிதத்துள் ஒன்றும் மண்ணில் ஒன்றுமாய் சிதறிக்கிடந்தது. காகிதத்தை எடுத்துப் பார்த்தாள். அச்சுக்குலையாமல் ஆறிப்போய்க் கிடந்தது. “ஏன் பணியாரம் எறங்கலியாக்கும்?”

மண்ணில் கிடந்த பணியாரத்தில் எறும்புகள் அரித்துக் கொண்டிருந்தன.

“இத்திலி” ராகம் பாடினான். நாலு பணியாரத்தில் மீதி ரெண்டைத் தின்னானா அதையும் எங்குட்டும் போட்டுட்டானா? கையிலிருந்ததைப் பிய்த்து ஊட்டினாள். தலையைத் திருப்பி மறுபடியும் “இத்திலி” என்றான்.

“இருக்கதத் தின்னு மகனே இந்த எட காட்ல, எங்குட்டுப் போய் இட்லி வாங்க. இப்பத் தின்னு, அப்பேண்ட்டச் சொல்லி வாங்கிட்டு வரச் சொல்லலாம். என்னய்யால்ல.!” கெஞ்சினாள்.

வெயில் அவர்கள் நின்றிருந்த மரத்து நிழலையும் மீறிச் சுட்டது. ஊருக்கு வெளியே கரட்டை ஒட்டி புதிதாக எழும்பிக்கொண்டிருக்கும் குடியிருப்புப் பகுதி. கரட்டில் அதிக காற்று கிடைக்கும் என்று சொல்வார்கள். வெக்கையே வெளுத்து வாங்கியது.

தடதடவென கரடு அதிரச் சத்தம் போட்டபடி பெரிய பைக்குகள் இரண்டு வந்தன. பெரிய எஞ்சினியர் சார் பைக்கை அணைக்காமல் காலூன்றி நின்றார். நடுத்தர வயதினராய் லேசான முன் வழுக்கையும் மெல்லிசான பிரேமிட்ட கண் கண்ணாடியும் அணிந்து ஸ்டைலாய் முகத்தை உயர்த்தி நடந்துகொண்டிருக்கும் வேலையை நோட்டம் விட்டார். அவரது கண்ணாடியில் கட்டடத்தின் சாரத்தில் துவங்கி சாரத்தில் பயணிக்கும் சாந்துச்சட்டி, அதனை வாங்கி மேலே பரத்தலுக்குக் கடத்தும் சித்தாள், கலவை வெளிக்காற்றில் காய்ந்து பதம் மாறாமல் இருக்க, மண் வெட்டியால் புரட்டிக்கொண்டே இருக்கும் நிமிந்தாளது பக்குவம், வேலையாட்களின் சிரத்தை, அவசரம், அலட்சியம் அத்தனை பாவங்களையும் மறைந்திருந்த கண்களின் வழியே

எடை போட்டார். அவரது கனத்த உடலைச் சுமந்திருந்த பைக் திணறித் திணறி நின்றபடி இருந்தது.

உடன் வந்த சைட் எஞ்சினியர் கையிலிருந்த கைப்பையுடன் சடாரென இறங்கினார். வேலை பார்க்கும் எல்லோரையும் விரட்டினார். “வேகம், சுத்தம், ஒழுக்கம்” இப்படியான அர்த்தத்தில் பார்க்கும் வேலையாட்களிடம் பேசினார். சார் வந்ததை அறிந்ததும், ஓயக்காவும், தளத்திலிருந்த சைட் எஞ்சினியரும் ஆஜரானார்கள். ஓயக்கா வழக்கம்போல சாரத்திலிருந்து குதித்து வந்தான். சாரத்தின் ஆட்டத்தையும், ஓயக்காவின் பதற்றத்தையும் கண்ட எஞ்சினியர் “ஏய்யா மங்கி மாதரி குதிச்சு வாரான்? சாரம் புட்டுக்கும்போல” என்றார். “இவனுக வழுக்கற லாம்ப் போஸ்ட்லயே சாதாரணமா ஏறி எறங்குவானுக சார்” என பதில் சொன்னார்.

“ஏன் லிப்ட் கொண்டுக்கு வராம, இப்பிடி தரையில போட்டு வரட்டு வரட்டுனு இழுக்கற?”

“அய்யா, கொரங்காட்டி அதெல்லாஞ் சொல்லலிய்யா. இந்த மிசின் அவர்தா அனுச்சுவிட்டாரு” உடம்பை குனித்தபடி சொன்னான் ஓயக்கா. மூவரும் கசபுசவெனப் பேசிவிட்டு, “நீட்டா இருக்கணும் என்ன?” எச்சரித்துவிட்டு கட்டடத்தை ஒரு சுற்று சுற்றி வந்தனர்.

“அதெல்லா நீட்டாம சிக்கிரமா முடிச்சிடுறம் சார்” ஒரு எஞ்சினியர் ஓயக்காவைப் பொருட்படுத்தி நின்று பேசியது அவனது வாழ்க்கையில் இதுவே முதல்முறை.

“நீட்டான்னா சுத்தமா இருக்கணும்னு அர்த்தம்” சைட் எஞ்சினியர் மொழிபெயர்த்தான். சுத்தம் என்றதும் முனியம்மா ஞாபகத்தில் வந்தாள். பிள்ளையைப் பார்க்கப் போனவள் இன்னமும் என்னா செய்கிறாள். எவ்வளவு பெரிய எஞ்சினியர் வந்து வேலையைப் பாத்து விசாரிச்சுட்டுப் போறார். இந்த நேரம் கூட நிக்காமப் போய்ட்டாளே!

சாரு வந்ததப் பாத்தேன் என்றாள் முனியம்மா. பிள்ளைய அழுகைய அமத்திக்கிட்டு இருந்ததால வரமுடில. பிள்ளையத் தூக்கிட்டு வரமுடியுமா? அம்புட்டுத்தே, நீங்க குடும்பம் நடத்த எங்க வேலத்தளம்தான் கெடச்சிதான்னு கேட்டார்னா, அதேன் ஒளிஞ்சு நின்னேன். சொல்லிவிட்டு, பிள்ளையை பாதுகாப்பாகத் தொட்டிலைக் கட்டித் தூங்கப்

போட்ட கதை சொன்னாள். கீழே உறங்கவிட்டால் பூச்சு பொட்டு ஊர்ந்து செல்லுமிடம், தொட்டில் தாய் மடிபோல கதகதப்பாக அரவணைத்து பிள்ளையை உறங்க வைக்கும்.

"குமாரு உங்கள ஏமாத்திட்டான். நீங்களும் வெள்ளந்தியா இருந்துட்டீக" என்றார் சைட் எஞ்சினியர். ஓயக்காவுக்கும் முனியம்மாவுக்கும் விளங்கவில்லை. ரேட் நிறையப்பேசி பத்தாத கூலிக்கு தள்ளிவிட்டுட்டானோ?

அதெல்லாமில்லை என்ற சைட் எஞ்சினியர், அவன் வந்திருந்தா பெரிய கலவ மிசினையும், லிப்ட்டையும் கொண்டு வந்திருப்பான். ஓங்களுக்கு சின்ன மிசினக் குடுத்து அனுப்பிவிட்டான். சாரத்து வழியா ஏறி சரக்க கொண்டுக்குப் போகணும். சீக்கிரம் வேலை ஆகாதில்ல. அதத்தான் பெரியவர் சொல்லி சங்கடப்பட்டார். இன்னைக்கு போட்டு முடிச்சிடுவாங்களான்னு சந்தேகத்தோட போறார்.

முனியம்மாளுக்குத் திக்கென்றது. "அட சண்டாளா!" மனசுக்குள் சபித்தாள்.

ஓயக்கா இல்லை என தலையாட்டினான். அப்பிடியெல்லா இருக்காது சார். பெரிய மிசின்னா வாடக கூடும், எனக்கு லாவம் இருக்காது. புதுசா எறங்கறவெ ரெண்டு காசு சேத்து மிச்சம் பண்ணட்டும்னு. குடுத்தான் சார். ஒருத்தேன் நம்மளக் கூப்புட்டுப் வேல்தர்ரான்னா பெருமையாப் பாக்கணும் சார்." என சைட் எஞ்சினியரைத் தேற்றினான்.

"இப்பப் பாருங்க, ஓங்க கண்ணு முன்னாடியே எவ்வளவு சீக்கிரமா வேலைய முடிச்சுத் தாரேன்னு" முனியம்மாவை அழைத்துக்கொண்டு கான்கிரீட்டுக்குள் முழ்கினான். டீ டயத்துக்கு கலவை மெசினை அணைத்தான். கால் மணி நேரம் வடையும் டீயும் முடித்த பிறகு எஞ்சினை ஓட்ட எத்தனித்த சமயம் எஞ்சின் கைகொடுக்கவில்லை. ஆளாளுக்கு தெரிந்த வித்தைகளெல்லாம் செய்து போராடினாலும் என்ன விலை எனக் கேட்டது. கடேசியில் குமாருக்குப் போன் போட்டதும் கொசுவை அனுப்பி வைத்தான். அவனும் லாக்கைப் பிடித்து திருகி, தூக்கிப் பிடித்து சக்கரத்தை பின்னோக்கி சுத்திப் பார்த்து? கடேசியில் டீசல் டேங்கை சோதித்திப் பார்க்க டேங்க் துடைத்த மாதிரி காலியாகக் கிடந்தது.

எஞ்சினை எடுக்கும்போது டீசல் டேங்க் நிரப்பித்தான் அனுப்பப்படும். மதியம், அதுக்கு மேலும் ஓடும். தவிர கேனில் அஞ்சு, பத்து லிட்டர் டீசல் வாங்கி இருப்பு வைத்துக்கொள்வார்கள். ஓயக்கா மதியச் சாப்பாட்டுக்கு போகும்போது கேனில் டீசல் வாங்க நினைத்திருந்தான். ஆக, டேங்க் முழுசும் நிரப்பப்படவில்லை எனத் தெரிந்தது.

அரை மணி நேரத்துக்கும் கூடுதலாக வேலை நின்றது. அந்த நேரத்தில் பிள்ளையிடம் போகவேண்டும் என்ற எண்ணம் இரண்டு பேருக்கும் வரவில்லை. மின்சாரம் பாய்ந்த உடம்பாக ஒரே அதிர்வு. விர்ரென நரம்புகளெல்லாம் இழுத்து முறுக்கிக் கட்டப்பட்ட இறுக்கம். நடக்க உக்காரத் தெம்பில்லாமல் டீசல் வாங்கப்போனவன் வரும் வழிபாத்து துடித்துக்கொண்டிருந்தனர்.

மதியச் சாப்பாட்டுக்கு மெசினை நிறுத்தவேயில்லை. ஒரேமுகமாய் முடித்துவிட்டுச் சாப்பிடலாம் என முனியம்மா எல்லோரிடமும் நைசாகப் பேச்சுக்கொடுத்து சம்மதம் வாங்கிவிட்டாள். ஓயக்கா ஓடிப்போய் கூடுதலாக ஒரு டீ வாங்கிவந்து கொடுத்து சரிக்கட்டி வேலை வாங்கினான். டீ வாங்கப் போன இடத்தில் இட்டலி கிடைத்தது.

முனியம்மா, அதை வாங்கி மடியில் கட்டிக் கொண்டாள். ஊட்டுவதற்கு சமயமில்லை. தொட்டிலில் கிடந்த பிள்ளை கீழே இறங்கி வெறும் தொட்டிலை ஆட்டிவிட்டு யார் கூடவோ பேசிக்கொண்டிருந்தான். வேலை பார்த்துக் கொண்டே நோட்டம் விட்டாள். பேச்சுக் கொடுத்த நபர் மரத்துக்குப் பின்னால் இருந்தான். ஆள் தெரியவில்லை. பக்கத்தில் போய்ப் பார்க்கச் சந்தர்ப்பம் இல்லை. கன்கிரீட் போடுமிடத்தில் ஆணும் பொண்ணும் பம்பரமாகச் சுழன்றுகொண்டிருந்தனர். நேரம் மதியம் மூணுக்கு மேல் ஆகியிருக்கும் இன்னமும் ஐந்து மூடை தான் பாக்கி. அரை மணி முக்கால் மணி நேரத்தில் முடிந்துவிடும். மொத்தமாக பிள்ளையைக் கொஞ்சிக் கொள்ளலாம்.

மீண்டும் பைக் சத்தம் கேட்டது. முனியம்மாவுக்கு உடம்பு மறுபடி உதறல் கண்டது. “இன்னோர்க்கா எஞ்சினியர் வந்துட்டாரா?”

காலையில் எஞ்சியருடன் கைப்பை சுமந்து வந்தவரும்,

கொரங்காட்டியும் வந்தனர். பைக்கை விட்டு இறங்கியதும் நேரே மெசினருகே இருந்த முனியம்மாவிடம் வந்தான் குமார். முனியம்மாவும் குடுவைக்கு ஊற்றிக்கொண்டிருந்த தண்ணீர்க் குடத்தை ட்ரம்மில் மிதக்க விட்டு எஞ்சின் சத்தம் பேச்சை பாதிக்காத தூரத்தில் வந்து நின்று அவனை எதிர் கொண்டாள்.

“என்னா முனி, மணி நாலாகப்போவுது இன்னமா முடிக்காம இருக்கீக?”

தகர செட்டுக்குள்ளிருந்து சிமென்ட்டு மூடையைத் தூக்கி வந்த ஓயக்கா அதை இறக்கி வைத்துவிட்டு, “இன்னம் அஞ்சு மூட்டதான் கொமாரு. ஒவ்வேல முடிஞ்சிச்சா?” என விசாரித்தான்.

அவன் பதில் சொல்லுவதற்குள், “டீசல் தீந்து போயி நிப்பாட்டுனதுல லேட்டு” மறைமுகமாக குமாரின் குற்றத்தை சுட்டினாள்.

“”என்னக் காட்டியும் சர்வீசுக் கூடுதலான ஆளு நிய்யி. மிசினு எடுக்கும்போது எல்லாத்தியும் சரிபாக்க வேணாமா? நாங்க ஒரு வேலைலையா நிக்கிறம்? உள்ளூர்ங்கப் போயி அரமணி நேரத்துல டீசலப் புடிச்சி வந்தாச்சு. அசலூரா இருந்தா?” தன் குற்றத்தை அப்படியே திருப்பிப் போட்டான்.

வாங்கித்தான் ஆகவேண்டும் இது அவன் வேலை. சரிக்குச் சரி பேசினால் அடுத்த வேலையைச் சொல்லமாட்டான். மிசினிலிருந்து முனியம்மாளுக்கு அழைப்பு வந்தது. “கலவையத் தட்டிவிடவா இன்னம் ரெண்டு சுத்து சுத்த விடவா முனீமா?”

தட்டச் சொன்னாள். தட்டிவிட்ட கலவையை அள்ளி சாரத்தில் ஏற்றி பரத்தலுக்கு கொண்டு செல்லவும், அடுத்த கலவைக்கு ஜல்லியும், மணலும், சிமென்டும் மெசினின் குடுவைக்குள் கொட்டவும் தலைச்சுமையுடன் தயாராய் நின்ற சித்தாள் நிமிந்தாள்களுக்கு முன்னால் சுழன்று கொண்டிருந்த குடுவையை நிறுத்திக் கவிழ்த்தபோது சடக்கென குப்புறக் கவிழ்ந்தது குடுவை. சரக்கெல்லாம் தரையில் கொட்டியதோடு குடுவையை தாங்கி ஓடிய பல் சக்கரத்தில் இரண்டு பல் முறிந்துவிட்டது. “ஆர்ரா மிசின ஓட்னவெ?” குமார் உரக்கக் கத்தியபடி மெசினருகே வந்தான்.

எல்லோரையும் காட்டிலும் எஞ்சினியரின் தூதுவர் அதிகமாகப் பதறினார். "இம்மிடியட்டா ரிப்போட் அனுப்பச் சொன்னார். ஆக்சிடண்டச் சொல்லவா வேல இன்னம் முடியலேன்னு சொல்லவா?"

"வேற மிசின் எடுத்து வந்துடலாமா?" லோக்கல் சைட் எஞ்சினியர் குமாரிடம் கேட்டான். இப்படியான நேரத்தில் தானும் வந்து மாட்டிக்கொண்டோமே என்கிற பதற்றத்தில் இருந்த குமாரால் உடனடியாக எதுவும் பதில் தரமுடியவில்லை.

"வாண்டாம் சார் நாலு மூடதான பாக்கி, சட்டுன்னு கைக்கலவ போட்டு வேலைய முடிச்சிட்லாம் சார்" என்ற முனியம்மாவின் யோசனைக்கு ஒப்புதல் கிடைத்தது. உடைந்த மெசினை ஓரம் கட்டி நிறுத்திவிட்டு, கொட்டிக்கிடந்த சரக்கை அள்ளி மேலே அனுப்பினர். தரை சுத்தப்படுத்தப்பட்டு நாலு மூட்டைகளுக்குமான ஜல்லி, மணல், சிமென்ட் சரக்குகள் அடுக்குகளாகக் மொத்தமாக கொட்டப்பட்டன. உடனே குமாரும் வரிந்து கட்டி மம்பட்டியைக் கையில் எடுத்தான். ஓயக்கா சிமென்ட் மூடைகளைத் தட்டி பரசிவிட்டு அவனும் மம்பட்டி பிடித்து கிளறினான். புட்டுக்கலவை தயாரானதும் குமார் அவனை சாரத்துக்குப் போகச் சொன்னான். காலியான சட்டிகளை மேலிருந்து சீக்கிரமாக கீழே கடத்திவிடச் சொன்னான்.

முனியம்மா பெண்கள் அனைவரையும் சாந்து சட்டி அள்ள விட்டு கலவைக்குத் தண்ணீர் ஊற்றும் வேலையை தனித்துப் பார்த்தாள். மடியில் இட்டலி பொட்டலம் கனத்துத் தொங்கியது. ஊடுமாடுமாய் பிள்ளையையும் பார்த்துக் கொண்டாள். இப்போது கண்முழிக்காத குட்டி நாய்க்குட்டி ஒன்றைத் தூக்கி வைத்திருந்தான். அதனோடு பேசிக்கொண்டும் நாய்க்குட்டியை தொட்டியிலிட்டு தாலாட்டிக் கொண்டுமிருந்தான்.

கலவை வெகு வேகமாய் சாரத்தில் ஏறிக்கொண்டிருந்தது. சைட் எஞ்சினியர் வேலை ஓவர் ஆல் முடிந்துவிட்டதாகவும் ஃபினிஷிங் டச் பண்ணிக்கொண்டிருப்பதாகவும் எஞ்சினியருக்கு தகவல் அனுப்பினார்.

மேல் சாரத்தில் நின்றிருந்தான் ஒயக்கா, கலவை கொட்டப்பட்ட சட்டிகளை ஓடி ஓடிச் சேகரித்து வந்து ஒயக்காவிடம் தந்தாள் வேலாயி. அவளிடமிருந்து வாங்கி கீழ்ச்சாரத்தில் நிற்கும் சின்னவாண்டுக்கு கைமாத்திக் கடத்தினான். சின்னவாண்டு அதை தரைக்கு வீசினான். ரெண்டு சட்டி நாலு சட்டி என எடுத்துவந்த வேலாயி ரெண்டு கொத்தனாரிடமும் சேர்ந்திருந்த எட்டு பத்து சட்டியையும் மொத்தமாய்ச் சுமந்து வந்து பரத்தல் சுவரில் வைத்தாள்.

"யக்கா கையில குடு" என்றான்.

"நெறையா இருக்குப்பா ஒண்ணொன்னா எடுத்துக்க"

"கீழதான போகப்போகுது மேலயா ஏத்தப்போறோம்" என்றவன் அவிழ்ந்த வேட்டியை சரி செய்ய தலையைத் தாழ்த்தியபோது மொத்தச் சட்டியையும் எடுத்துப் போட்டாள் வேலாயி, "கெட்டியாப் புடுச்சுக்க" வேட்டி ஒருகையும் சட்டி ஒருகையுமாக நின்றவனை சட்டியின் மொத்த கனமும் பின்னுக்குத் தள்ள, கண்ணிமைக்கும் நேரத்தில் மேல்சாரத்தில் இருந்து மல்லாக்கச் சரிந்து விழுந்தான். சட்டிகள் தரையெங்கும் சிதறிவிழ, ஒயக்கா சொத்தென செங்கல் குவியலில் கிடந்தான்.

21

கல்யாண மண்டபத்தில் காலையிலிருந்து சினிமாப் பாட்டாகப் பாடிக்கொண்டிருந்த ரேடியோ திருப்பூட்டும் நேரம் நெருங்கிவிட்டதால் மேளதாள ரிக்கார்டை யாரோ போடச்சொல்லியிருந்தனர். மண்டபத்துக்குள் இருந்த மண மேடையில் சினிமா பாட்டுக்குத் தக்கபடி வேர்க்க விறுவிறுக்க ஆடிக்கொண்டிருந்த சிறுவர்கள் சினிமா பாட்டு நின்றதும் வித்த ஆட்டில் சொச்ச ஆடாக என்ன செய்வதெனத் தெரியாமல் திகைத்து நின்றனர்.

கீழே வரிசை போட்டிருந்த பெஞ்ச்சில் சிறுவர்கள் விதவிதமான உடையில் தங்களைச் சரித்து உட்கார்ந்து ஆட்டத்தை ரசித்துக் கைதட்டியும் உடன் எழுந்து ஆடியும் மகிழ்ந்திருந்தனர். ஒவ்வொருத்தனும் புல் பேன்ட், பெர்முடாஸ், அரைக்கால் டைட் நிஜார், கலர்க் கலரான பெல்ட் வைத்த டவுசர்கள், கண்களில் கண்ணாடி, கைகளில் பிளாஸ்டிக் டிஜிட்டல் கடிகாரம் என வித்தியாசமான கெட்டப்பில் அசத்த, சிறுமிகளின் அலங்காரமும் விதவிதமாக இருந்தது. நாட்டாமைதான் அங்கலாய்த்துக்கொண்டார். பொம்பளப் பிள்ளைகளப் பாரு. ஒரு புள்ளையாச்சும்

தலைல எண்ணெயத் தேச்சுச் சீவி, ஒரு ரிப்பனு வச்சு சடப் போட்ருக்குகளா? பூராம் பேயாடுற பதவக் காடுகளா தலய விரிச்சிப்போட்டு இப்பிடியா திரியும்ங்க. இதுல கலர்க் கலராப் பொட்டு, சிமிக்கி, மாட்டலு, சினிமாக்காரி மாரி பகுடரு அலங்காரத்துக்கு மட்டும் கொரவில்ல" என அருகிருந்த ஆட்களிடம் ஒப்பித்து வாயாறினார்.

முன்கூட்டியே வந்த வெளியூர் ஆள்கள் காலைச் சாப்பாடு சாப்பிட்டு விட்டு அசதியாக பெஞ்சுகளில் வந்து 'விழுந்து' கிடந்தனர். பத்தரை - பன்னிரண்டு மணி முகூர்த்தம் என்பதால் உள்ளூர்க்காரர்களில் வேலைக்குப் போகும் கூலியாட்கள் மாடியில் சாப்பிட்டுவிட்டு வாசலில் நிற்கும் அய்யாம்மாளிடம் மொய்க் காசைத் தந்தபடி வெத்திலை பாக்கை அள்ளிச் சென்றனர். கொசுவுக்கு நிக்க நேரமில்லமல் வாசலுக்கும் மேலே பந்தி நடக்குமிடத்துக்குமாய் ஏறி இறங்கியபடியிருந்தான். சாப்பிட்டுக் கிளம்புகிறவர்களைப் பிடித்து அய்யாம்மாவிடம் அனுப்புவது, மொய் செய்யுமிடம் சொல்லி அனுப்புவது அவனுக்கு முக்கிய வேலை.

"லேய் ஆடுங்கடா. கால் வலிக்கிதா?" சேர்களில் சரிந்து கிடந்த சிறுவனில் ஒருத்தன் மேடையில் இருந்தவனை உசுப்பிவிட்டான்.

"மைக் அண்ணன்ட்ட பாட்டுப் போடச்சொல்றா" நாதஸ்வர ஓசைக்கு கால்கள் படியாமல் திண்டாடினான். சிரத்தையாய் எழுந்து இரண்டு சிறுவர்கள் மைக் அண்ணனைத் தேடிச் சென்ற சமயம், பெரிய சமுக்காளத்தைச் சுமந்தபடி இரண்டு பேர் மண மேடைக்கு வந்து ஆடத்தயாராக நின்ற சிறுவர்களை கீழே இறக்கிவிட்டு மேடையில் சமுக்காளத்தை விரித்தனர். இன்னும் இரண்டு பேர் பொண்ணு மாப்பிள்ளை உட்காரும் அலங்கார சோபாவை மையமாக நிறுத்தினர். மேடையின் பின்புறத்தில் குமார், சங்கீதாவின் புகைப்படம் அச்சடித்த பிளக்ஸ் அறையப்பட்டிருந்தது. ஊதா நிற கோட்டும் சூட்டும் போட்டு கருப்புக்கண்ணாடி அணிந்து குமார் தலைவர் பாணியில் தலையைக் கோதியபடி போஸ் கொடுத்திருந்தான். சங்கீதா மயில் கழுத்து நிறத்தில் பட்டுச் சேலையும் மாவடு டிசைனில் முழங்கை வரை சட்டையும் அணிந்து நீலாம்பரி ஸ்டைலில் நுனிப்பல் தெரியச் சிரித்துக் கொண்டிருந்தாள்.

மேடையின் நான்கு தூண்களிலும் மெல்லிய சீரியல் விளக்குகள் சுற்றப்பட்டு கலர்க் கலராய் மின்னின. முன்னிரு தூண்களில் வெண்குழல் விளக்குகள் கட்டப்பட்டு ரோஸ் நிறத்தில் ஜிகினா ஒட்டி எரிய விடப்பட்டிருந்தன. சேரில் மண மேடைக்கு எதிர் வரிசையில் மட்டுமல்லாது மண்டபம் முழுக்க ஓடிச் சுற்றி வந்து நிகழ்வுக்கு உயிர் கொடுத்துக்கொண்டிருந்தது. சிறுவர் சிறுமிகளோடு பெண்களும் குறுக்கும் மறுக்குமாக நடந்துகொண்டிருந்தனர். ஆண்கள் மாடிப் பந்தியிலும், வாசல் முகப்பிலும் நின்று கழுத்திலும், கைகளிலும் சந்தனக் காப்பு மின்ன கதையளந்து கொண்டிருந்தனர். அவர்களின் உடம்பில் காலை வெயிலின் ஆசீர்வாதம் படிந்து மெல்ல மெல்ல வளர்ந்த வண்ணமிருந்தது.

இங்கே உப்பார்பட்டி தெக்கு தெரு வீட்டில் பருசம் போட்டதும் இழுத்து வந்து ஒளித்துவைக்கப்பட்டிருக்கும் மணமகள் சங்கீதாவை வயசுப் பிள்ளைகளும் புதிதாக கலியாணம் கட்டிய குமரிகளும் அலங்கரிப்பு எனும் பெயரில் உடம்பை உரித்தெடுத்துக்கொண்டிருந்தனர். கேலிப் பேச்சும் தன்னைத்தானே உருவேத்திக் கொள்ளும் வசிய வார்த்தைகளுமாய் ஆண்கள் நுழைய முடியாதபடிக்கு கலகலத்தனர்.

சங்கீதா தங்கியிருக்கும் அறைக்கு அடுத்த வீட்டில் இருந்த குமாரும் நிலைகொள்ளாமல் தவித்தான். ஊரிலிருந்து வந்து ராத்திரி முழுக்க ஊத்துதான். நிக்கவே முடியவில்லை. தனக்கு இப்பிடியொரு நிலை ஆகிப்போனதே, உள்ளூரில் திருவிழா மாதிரி கொண்டாடாமல் தீவுக்குள் வந்து நிக்க வச்சிட்டாளே பூங்கொடி! ஆனாலும் வேலையாள்கள் பூராவும் எறும்புப் புத்திலிருந்து வந்த மாதிரி வரிசை கட்டி வந்துகொண்டே இருந்தனர். இந்த இடத்தை யார் சொன்னது எனத் தெரியவில்லை, ரெண்டு பெட்டிச் சரக்கும் காலியாகிப் போனது. இனி மதியச் சாப்பாட்டு நேரத்தில் ராத்திரி வராதவர்கள் தலைகாட்டினால் இல்லை என கைவிரிக்க முடியாது. ஒரு கட்டிங்கூட இல்லாம கலியாணம் முடிச்சிட்டானப்பா நல்ல மிச்சம்! ஏசிவிடுவார்கள். ரோட்டில் நாளப்பின்ன தலைகாட்ட முடியாது.

ரசிகர் மன்றத்துப் பசங்கள். ஏழு பிளக்ஸ் அடித்து ஊர் பூராமும் நிறுத்தி இருக்கிறார்கள். அவர்களுக்கே ஒரு பெட்டி செலவானதாக கொசுவு காலையில் கணக்குச் சொன்னான். ஓராள் ரெண்டாள் வந்தால் சரக்கை கையில் வாங்கி ஒதுங்கி விடுகிறார்கள் நாலைந்து பேர் செட்டாக வரும்போது, "தனியா என்னான்னு சாப்ட்றது. ச்சும்மா ரெண்டு அவுன்ஸ் மட்டும் கம்பனி குடுப்பா" என கெஞ்சுகிறபோது குமாரால் மறுக்க முடிவதில்லை. ரெண்டு ரெண்டு அவுன்சாகச் சேர்ந்து ஃபுல்லுக்கு மேலே போயிருக்கும். அறைக்குப் போகாமல் பசங்களோடு சேர்ந்து திண்ணையில் தூங்கிவிட்டான். காலையில் அய்யாம்மாவும் பொன்னுச்சாமியும் ஆட்டோ பிடித்து வந்து அடித்து எழுப்பினார்கள். தலையைத் தூக்க முடியவில்லை. மகனது நிலமை கண்டு அய்யாம்மாவுக்குத் தெரியாமல் ஒரு கட்டிங்கை கையில் திணித்துவிட்டார் பொன்னுச்சாமி. கக்கூசுக்குள் ஒண்ணுக்குப்போகும் சாக்கில் வாய் கொப்பளித்து கடகடவென ஊற்றிக்கொண்டான். வீட்டில் போய் குளித்துச் சாமி கும்பிட்டு விட்டு நிமிர்ந்ததும் மனசில் பயம் அப்பிக்கொண்டது. ஒவ்வொரு திசையிலும் பூங்கொடியின் முகம் குமாரை விரட்டிக்கொண்டே இருப்பதாக பதற்றமாக இருந்தது. "பூங்கொடி எதும் மண்டபத்துல திரியிறாளாடா?" கொசுவிடம் கேட்டான். "ம்? ஓம் மண்டைக்குள்ளதே ஒக்காந்துருக்கா. ஒன்னத் தூங்க விடமாட்டா!" எரிகிற அடுப்பில் எண்ணெய் விடுவதுபோல பதற்றத்தை அதிகமாக்கினான். தலை பாரம் அதிகரித்துக் கிறுகிறுத்தது. "உண்மையில் மண்டைக்குள் நிக்கிறாளோ? அதுதான் தலைக் கனமா இருக்கோ?" அவளை மறக்க காலையில் வந்த மன்றத்துப் பசங்களோடு ஒரு ரவுண்ட் விட்டுக்கொண்டான். "ணே கலியாண மாப்ள திடீர்னு மேடைக்கு கூப்புட்டா வந்து ஒக்காரணும். இப்பப் போயி சரக்கப் போடுறீக?" யாரோ ஒரு நல்ல மனுசன் எச்சரித்தான். "ஆமால்ல, கம்பெனிக்கி போட்டுட்டேன். தப்பு தப்பு" என்று வாசனைப் பாக்குகளை வாங்கி வந்து பைபையாக வாய்க்குள் போட்டுக் குதப்பிக்கொண்டான்.

வரிசைப் புளியமரத் தோப்பில் பூங்கொடியுடன் நடந்த சம்பவம் நினைவுக்கு வந்தது.

'கடேசி வரைக்கும் நீ ஆம்பளன்றதச் சாதிச்சிட்டீல்ல?" வழக்கமாக பூங்கொடி தனது அருகில் நின்றதும் அவளது தலையைத் தடவுவது, கன்னங்களை வருடுவது, மூக்கை நிமிண்டுவது எனும் சில்மிஷங்களைத் தொடரும் குமாரை இன்று, விரலைக் கூடத் தொடவே விடவில்லை.

"இன்னம் என்னிய நீ புரிஞ்சிக்கவே இல்ல பூங்கொடி" மீண்டும் மீண்டும் கை நீண்டது.

"இதுக்கும் மேல புரிஞ்சிக்கணும்னு சொல்றியா? சொல்லு புரிஞ்சிக்கறே!"

"நீ என்னிய முழுஸ்சா நம்பறேல்ல! நிச்சியமா அந்த நம்பிக்கைய காப்பாத்துவேம் பூங்கொடி!"

அலட்சியமாகச் சிரித்தாள். "எப்பிடி? நாளைக்கு இன்னொருத்தி கழுத்துல தாலியக் கட்டீட்டு என்னோட நம்பிக்கையக் காப்பாத்துவ. அப்பிடித்தான?"

"ஸ்சோ கடவுளே, நீ ஒன்ன மட்டும் பாரு பூங்கொடி. ஊர்ல ஆயிரம் நடக்கும் நிக்கிம் அத்தனைக்கும் பேரு வச்சுப்பேன் பாத்துக்கிருந்தம்னா, நம்ம சோலி நடக்காது"

"அதுதே நல்லாத் தெரியிதுல்ல. ஒஞ்சோலி நல்லாவே நடக்குது. நடத்துற. நீ யாரு? அய்யாம்மா பெத்த அருமப் பிள்ளயில்லியா? சொல்லியா தரணும்?" எனக் கேட்டவள், "அது கெடக்கட்டும். இப்ப எனக்கு என்னா வழி சொல்ற?" குரலில் கடுமையை செலுத்தினாள்.

"ஒனக்கு என்னா செய்யணும்? சொல்லு"

"எங்கழுத்துல தாலியக் கட்டணும்"

"அவ்வளவுதான இப்பவே கட்டீர்ரேன். போதுமா"

"எது இந்த பீக்காட்டுக்குள்ளயா?" சுற்றிலுமிருந்த புளிய மரங்களையும் பல சாதி மரப் புதர்களையும் காட்டிப் பேசினாள். அவனது பைக்கும் பூங்கொடியின் சைக்கிளும் தூர் பெருத்த புளிய மரத்தின் அருகருகே நிறுத்தப்பட்டிருந்தன. எப்போதும் போல அவனை வரிசைப் புளிய மரத்தடிக்கு அழைப்பு விடுத்திருந்தாள். மதியப் பொழுதாகையால் வேலைத்தளத்தில் இருந்தமானக்கி வந்தான். இன்றோடு வேலைகளைப் பூராவும் அய்யாம்மா நிறுத்தச் சொல்லியிருந்தாள். ஒருவாரம் எந்த வேலையும்

எடுக்கவேண்டாம். நாள் செய்வதில் ஆரம்பித்து கலியாண வேலை, ஏழாம் நாள் விசேசம் வரை வீட்டை விட்டு வெளியே போகக்கூடாது என சாதி நாட்டாமையை முன்னுக்கு நிறுத்தி அவனிடம் சத்தியம் வாங்காத குறையாய்ச் சொல்லியிருந்தாள்.

"இது இது பீக் காடாக்கும் ?" மேட்டில் நின்ற கூரையில்லாத அய்யனார் கோயிலயும் பீடத்தையும், சிறிய வேலாயுதத்தையும் காண்பித்தான். வெள்ளி செவ்வாய்க்கு இந்தக் கோயிலுக்கும் அருகிருக்கும் ஆளுயரப் பாம்புப் புற்றுக்கும் பால் வார்க்க வரும் தாய்மார்களின் எண்ணிக்கை நாளுக்கு நாள் உயர்ந்து கொண்டே வருகிறது. மஞ்சளும் குங்குமமும் இட்டு இட்டு புத்து மண்ணின் நிறமே செம்மஞ்சள் நிறமாகிப் போனது. பத்தாக்குறைக்கு பால் விடுவதால் பாலின் கறையும் சேர்ந்து மோல்டு செய்தது மாதிரி புற்று பளபளத்தது. யாரோ ஒரு நல்ல மனுசி அதற்கும் ஒரு சூலாயுதம் நிறுத்தி முனையில் எலுமிச்சம் பழத்தைச் சொருகி இருந்தாள்.

"அப்பன்னா நாளைக்கி அந்த கரட்டுக்காரிக்கு இங்கனைக்கு வச்சே திருப்பூட்ட வேண்டிதான? என்னத்துக்கு அம்புட்டுக் காச செலவழிச்சு மண்டவத்துல கலியாணம் நடத்துற?"

"இதுதான் ஒன்ட்ட இருக்க பெரச்ன ஒனக்கு வேணுங்கறத மட்டும் பேசு!"

"நேத்து வரைக்கும் நீ தாலிகட்ட மாட்டேன்னுதான சொன்ன. அத நம்பிக்கிருந்தேன்ல இன்னக்கி பெரண்டு பேசுறயே இது எந்த விதத்துல நாயம்?"

"அந்தப் பிள்ள கழுத்துல தாலி கட்டுனதுனால ஒன்னிய வெரட்டி விட்டேனா இல்லியே! இந்த நேரத்திலயும் ஒரு சொல்லுக்கு கட்டுப்பட்டுத்தான வந்துருக்கேன். கங்கணம் கட்டுன கலியாண மாப்ளைக கடவீதிக்கு வரமாட்டானுக தெரியும்ல"

"ஆமா , நிய் எதுக்கு இப்ப நாங் கூப்புட்டதும் வந்த?"

"லகளயா? கூப்புட்டயேன்னு அவதியான சமயத்திலயும் ஓடி வந்தா. ஒனக்கு கேனப்பயலாத் தெரியிதாக்கும்."

"கேனப் பயலோ கிறுக்குப் பயலோ ஒங்கூடத்தா சேந்து வாழணும்னு முடிவுலதான நா திரியிறேன். எத்தன பேர் கேவலமாப் பேசுனாலும் ஏசுனாலும். ஒன் நெனப்புலதா

உசுர வெச்சுக்கிருக்கேன். ஆனா நிய்யி, இப்ப மாறிட்ட. நா ரெம்பப் பயந்து போயி இருக்கே" உடம்பெல்லாம் நடுக்கம் வந்தவளாய் விதிர்விதிர்த்து நின்றாள்.

"ங்கவா பூங்கொடி" கோயிலின் பீடத்தருகே அழைத்துச் சென்றான். "இந்த சாமி சத்தியமாச் சொல்றேன். ஆயிரம் பேர்கூடச் சுத்துனாலும் ஒரு காலத்திலயும் ஒன்னிய கைவிடமாட்டேன். வகுத்துப் பிள்ள மேல சத்தியம் பண்ணுறேன். அம்புட்டுக்குப் பிரியம் வச்சிருக்கேன். செல நடப்பு விசியத்தப் புரிஞ்சிக்க. எனக்கு இன்னம் நாலு கலியாணம் நடந்துச்சினாலும் இப்ப சொன்னதுதான். என்னைக்கிம் ஒனக்கு ஒரு கொற வக்கெமாட்டேன். வகுத்துப் புள்ள இப்ப வேணுமா வேணாமாங்கறத நிய்யே அழிச்சுக்க கழிச்சுக்க. எதுண்டாலும் எனக்குச் சம்மதம்தான்."

"அப்ப அவளக் கட்டிக்கத்தேம் போறயா?"

"வேற என்னா செய்யச் சொல்ற? எங்க வீட்ல ஆத்தா ஜோசியம் சாதகம்னு பாத்து அம்புட்டுத் தவதாயப்பட்டு அலயாத எடந்தேடி அலஞ்சு பொண்ணுப் பேசி இருக்கா. பூவெச்சிப் பொட்டுவச்சி நாலொரு மனுசரக் கூப்புட்டு சவையேத்தி மண்டவம் பேசி, சோத்த ஆக்கிப் பந்தி வக்கெ ரெடியா இருக்கவ ஆசையில மண்ணள்ளிப் போட்டா நா வெளங்குவனா? சொல்லு. அதனால ஆருக்கும் பொல்லாப்பு வேணாம் பூங்கொடி"

அவன் பிடித்திருந்த கையை உதறினாள். "நா ஒத்துக்க மாட்டே. நேத்து வரைக்கும் ஒங் கழுத்துலதா தாலியக் கட்டுவேன்னு சொல்லிப்பிட்டு இந்த பித்தலாட்டப் பேச்செல்லா நா ஒத்துக்க மாட்டேன். ஒங் கலியாணமும் நடக்கச் சம்மதிக்க மாட்டேன்"

"யே பூங்கொடி கடுப்ப ஏத்தாத. சொன்னா சரின்னு கேக்கணும். நாந்தே ஒனக்கு தாலி கட்றேங்கறேன்ல. அதோட முடிச்சுக்க. அதவிட்டு கலியாணம் நடக்க விடமாட்டேன் அப்பிடி இப்பிடின்னு வசனம் பேசுனேன்னு வையி. அப்பறம் நீ அங்க வந்து தொங்குறேன்னு சொன்னத இங்கனயே அடிச்சு ஒன் சேலையிலயே ஒன்னக் கட்டி இந்த மரத்துலயே தொங்க விட்டுப் போயிருவே. நானும் கிருச கெட்டவந்தான் ஆமா" அவளது இரண்டு புஜங்களையும்

பிடித்து புளியம்பழம் உலுப்புவதுபோல உலுப்பி கண்களில் வெறிகொண்டு சொன்னான்.

அவன் பேசி முடித்து முகத்தைத் திருப்பி நகன்றதும் விடுவிடுவென சைக்கிளை நோக்கி நடந்தாள். “இங்க பாரு சத்தியமா நிய்யி இப்பிடி பழி தீப்பென்னு நெனைக்கல. ஒங்க ஆத்தாளவிட வெசக்காரண்டா நீ. இப்பச் சொல்றேன். எழுதி வச்சிக்க நிச்சியம் ஒங் கலியாணம் நடக்காது. நா இங்க சாகறனோ அங்க சாகறனோ ஆனா, ஒன்னிய மட்டும் நிம்மதியா இருக்க விடமாட்டே. இது வகுத்துப் பிள்ளமேல சத்தியமாச் சொல்றேன்” சைக்கிளை இறக்கத்தில் விட்டு நங்கென குதித்து சீட்டில் அமர்ந்தாள்.

ராவெல்லாம் பூங்கொடி தூக்கில் தொங்குவது போலவும் பேயாய் வந்து தன்னை கழுத்தை நெறிப்பது போலவும் பீதியும் பயமும் குமாரை ஆட்டுவித்தன.

பொழுதேறிய பிறகுதான் அய்யாம்மா வந்தாள். நேத்திக்கு இருட்டிய நேரத்தில் பூலாண்டியும் முத்துப்பேச்சியும் சாதிக் காரர்களோடு வந்து கலியாணத்தில் எந்தப் பிரச்னை பண்ணமாட்டோம் என வாக்குச் சொல்லிவிட்டுப் போனதாகவும் சொன்னாள். அப்பவும் பூங்கொடி வந்தாளா? அவள் என்ன சொன்னாள் என்பதை யாரும் சொல்லவில்லை.

தனக்கும் அவளுக்கும் வரிசைப் புளிய மரத்தில் நடந்த பேச்சை இதுவரை யாருக்கும் குமார் சொல்லவில்லை. சொல்லலாமா ... பூங்கொடி தன் வயித்தில் அடித்துச் சத்தியம் செய்ததைச் சொல்லிவிடலாமா? சொல்லுவதானால் அய்யாம்மாவிடம்தான் சொல்ல வேண்டும். அவள்தான் தலைமேல் சுமந்து அலைகிறாள். ஒருபக்கம் பாக்க பாவமாகவும் இருந்தது. எந்தப் பொறுப்பையும் வாங்காமல் விடுதியாளகத் திரியும் அய்யா பொன்னுச்சாமியைப் பார்க்க அய்யாம்மா உயரத்தில் இருந்தாள். பொம்பளையா இருந்தாலும் எதையும் தாங்கிச் சுமக்கும் தைரியம் ஆருக்கு வரும் அதனால் வேலைத் தளத்தில் முடிந்தமட்டும் வாங்கிக்கொள்வான். இந்தக் கலியாணம் அவளுக்கு பெரிய சவால்.

ரெண்டு வருசத்துக்கு முன்னால் நடந்த இவனது முதல் கலியாணம் சொந்தத்தில் நடந்தாலும் பேய் பிடிச்ச பெண்ணைக் கட்டிவைத்து குடும்பம் அல்லோலப்பட்டது. ராத்திரியெல்லாம் அலறுவாள். சுண்டுவிரல் படவிட மாட்டாள். எத்தனை வைத்தியம் எத்தனை பூசை, பூசாரி. அத்தனையும் வாங்கிக்கொண்டு ராவோடு ராவாய் போய்க் கிணத்தில் விழுந்து செத்தவளை அய்யாம்மாள் தள்ளி விட்டாள் என ஊரே தூற்ற அதிலிருந்து வெளியேவர அத்தனை பாடு.

சங்கீதாவைப் பார்த்து வந்ததிலிருந்து அவளது முகத்தில் அத்தனை களை. ரெம்ப நாளைக்கு அப்பறம் ஆனந்தமாய் அலைகிறாள். கொஞ்சம் வசதியான இடம். என்ன இருந்தாலும் பூங்கொடி தன்னைப்போல ரெண்டாம் கட்டு. சங்கீதாவை முடிச்சால் ஊரில் மரியாதை இருக்கும். அது இப்போதைக்கு அய்யாம்மாளுக்கு வேண்டியிருக்கிறது. மூத்தவளால் தன் மீது விழுந்த கறையைக் கழுவ சங்கீதா வீட்டுக்கு வந்தால் மாறிப்போகும் என நம்புகிறாள். பூங்கொடிக்கு இதைப் புரியவைக்க முடியவில்லை. ஆனால் அய்யாம்மா தனது வழியில் சாதிக்காரர்களைச் சரிக்கட்டி பூங்கொடியின் வீட்டில் சமாதானம் ஆக்கிவிட்டாள் போலும். அது நிஜமா? பூங்கொடி சரிக் குடுத்தாளா?

அய்யாம்மாவின் மெட்டும் மிடுக்கும் குமாருக்கே புதுச்சாகத்தான் இருந்தது. எப்பவுமில்லாமல். ஏறிய விலைச் சேலையை உடுத்தி சரசரவென சத்தம் வர நடந்து போகிறாள். கழுத்தில் பளீரென மின்னும் வகையில் ரெண்டுமூணு சங்கிலிகளைத் தொங்கவிட்டு காதில் பெரிய தோடும் போட்டு சின்னப்பிள்ளையாய் கூச்சமில்லாமல் அலைகிறாள். எல்லாமே தங்கமா? கிளீட்டா? எப்படியோ சந்தோசமாகத் திரிகிறாள். இந்த நேரம் 'வகுத்துப்பிள்ள சத்தியமா ஒங்கலியாணம் நடக்காது' என பூங்கொடி விட்ட சம்பிராயத்தைச் சொல்லி சங்கடப்படுத்த வேண்டாம். எதுன்னாலும் வரட்டும் நேருக்கு நேராக மோதிப் பாக்கலாம். கண்களை மூடிச் சமாதானம் கொள்ள முயன்றான்.

22

அய்யாம்மா வீம்புக்கே மெய்ன் ரோட்டிலிருந்து மண்டபம் வரைக்கும் அலங்கார வளைவுகளைப் போடச் சொன்னாள். ஒவ்வொரு வளைவும் ஒவ்வொரு நிறம். முகப்பில் குமார் - சங்கீதா மார்பளவு படம். அத்தோடு ரஜினி ரசிகர் மன்றத்து ப்ளக்ஸ்கள் வளைவுகளை இணைத்து ஊன்றியதும் தெருவே ஜெகஜோதியாய் ஆகிப்போனது. நடுவே கொசுவு லாரன்ஸ் ப்ளக்சை தனது படம் போட்டு சொந்தச் செலவில் ஒன்றையும் நிறுத்தியிருந்தான். கலவை மெசின் ஓட்டும் டிரைவர்கள் பதினோரு பேர் சேர்ந்து தங்களது முழு நீளப் படத்தைப் போட்டு முப்பதடி அளவு பெரிய பிளக்ஸ் ஒன்றை ரோட்டில் இரண்டு புளிய மரங்களுக்கு நடுவே காற்று இழுத்துப் போகாமல் இழுவைக் கயிறு போட்டு நிறுத்தியிருந்தனர்.

பெருமை, பீத்தலு என ஒப்புக்குப் பேசிக்கொண்டாலும் நிறுத்தப்பட்டிருக்கும் ப்ளக்ஸ்சை ஏதாவது ஒரு வேலையை சாக்காக்கி யாராவது ஒருத்தியைக் கூட இழுத்துக்கொண்டு பார்த்துக்கொண்டிருந்தாள் அய்யாம்மா. தனியாகவும் ஓரக்காலில் ஒளிந்து நின்று பார்த்துச் சந்தோசித்த கதைகள் இதில் சேராது.

இவையெல்லாம் பார்க்கப் பார்க்கத்தான் பெருமையோடு பயமும் பீதியும் அவளைச் சுற்றிவந்து கும்மியடித்தது. இந்தச் சந்தோசம் நீடிக்குமா? புள்ளைக மணல்ல கட்ன வீட்டப் போல சரிஞ்சு போயிருமா? என்னப் படச்ச அய்யாவே இன்னவரைக்கும் மனசறிஞ்ச எந்தக் கெடுதலும் பண்ணதில்ல. அப்பிடி எதுனாச்சும் இருந்தா அது என்ன அறியாமச் செஞ்சதாத்தே இருக்கும். நா அறியாமச் செஞ்ச தப்புக்கு என்னோட வம்சத்தப் பழியாக்கிடாத, எனக்கு என்னா வேணும்னாலும் தெண்டன குடு. ஊர்ல எத்தினியோ நல்லது நடத்தி வச்ச கடவுளு இந்தக் கலியாணத்தயும் எந்தக் கொறவும் இல்லாம நடத்தி வெக்கெணும். அதுக்கு என்னா நேத்திக் கடெங் கேட்டாலும் என்னோட உசுர அழிச்சிக்கூடச் செய்வேன். ஊர் மெச்சி நிக்கிற இந்த நாள மட்டும் கேவலப்படுத்தி என்னய சந்தியில் நிறுத்திப் புடாதய்யா.

மனசுக்குள் எத்தனை தெய்வத்தைக் கும்பிட்டாலும் அய்யாம்மாளுக்கு ஆறவில்லை. எந்த வகையிலாவது வந்து பூங்கொடி சின்ன ஒடசல் ஒண்ணு பண்ணிவிட்டாலும் இத்தனை அலங்காரமும் பகுசும் எல்லாம் ஒரு நிமிசத்தில் கேவலப்பட்டுப் போகும். அப்பறம் நேத்து வரை ஓசித் தண்ணி வாங்கிக் குடிச்ச கழுதையெல்லாம் ஒசக்க நின்னு கும்மாளம் போடும். கைதட்டிச் சிரிக்கும். மானத்தோடு வீதியில் நடக்க ஒப்பாது அடுத்து ஒரு எடம் போய் பொண்ணு கேட்டு நிக்கெ வாய் வராது. எப்படியாச்சும் இன்னியப் பொழுது மட்டுக்கும் அவளை வீட்டை விட்டு வெளியே வரவிடாமல் செய்தால்தான். நிம்மதியாக காரியம் நடக்கும்.

மூணாம் நாள் நாள்வைக்கும் சடங்கு முடிந்து சாப்பாட்டுப் பந்தி முடிய ராத்திரி ஒம்பது மணிக்குமேல் ஆகிப்போனது. விடிஞ்சால் ரெண்டாம் நாள் அடுத்த நாள் விசேச வேலைக்கு முழுக்க முழுக்க அத்தனையும் மண்டபத்துக்கு கொண்டு சேக்கணும். வாழை மரம் கட்டுவதில் தொடங்கி, காய்கறி, பலசரக்கு அய்ட்டங்களை எறக்கி வெக்கணும், தண்ணி வெண்ணி, கேஸ் சிலிண்டர் வாங்கி மொத்தமாய் சமையல்காரர் வசம் ஒப்படைக்கணும். அடுத்து உள்ளே வெளியே அலங்காரங்களைப் பார்வையிட்டு, மணவறை,

வெளியில் வரவேற்பு மேசை வரை அய்யரிடம் எழுதி வாங்கியதைப் பூராம் தேடிப்பிடித்து கூடு சேத்துவிட்டு, பொண்ணழைக்கப் போக நாத்தனார்மார்களைக் கௌப்பி விடணும், வேன் காரனை டயத்துக்குப் பேசி வண்டியைக் கொண்டு வரணும். இதுகளுக்கிடையில் விட்டுப்போன அழைப்புகளை ஞாபகப்படுத்திக் குடுத்து வரணும். எல்லாத்தும் மேலாக சாதிக்காரவகள பணம்பாக்கு வரிசையோட போய் முன்னுக்கு நின்னு நடத்திக் குடுக்க அழைக்கணும். இதெல்லாம் சந்தோஷமா கலகலன்னு நடந்துரும். ஆனா இண்டம் முள்ளு காலுக்கடியில புகுந்த மாதிரி இந்தச் சிறுக்கியோட ஆவகத்திலயே நடந்தம்னா என்னா சந்தோசம் இருக்கும்? இங்கன வந்திருவாளோ அங்கன வந்து கூப்பாடு போடுவாளோ? இப்பிடியொரு மனசோட எந்தக் காரியமாச்சும் நடத்த முடியுமா?

நாள் சடங்குக்கு வந்த நாட்டாமையிடம் "அந்தச் சிறுக்கியப் பத்திக் கொஞ்சம் பேசணும். வீட்டுக்கு வரட்டா?" அனுமதி கேட்டதும் "இந்நேரத்துக்கு மேலயா? பகலைக்கிப் பேசுவமே" என்றார். "நாளைக்கிப் பொழுதுக்கு மூச்சுவிட நேரமிருக்காது" பலத்த யோசனைக்குப் பிறகு வரச் சொன்னார்.

வழக்கம்போல கொசுவைத் துணைக்குப் பிடித்துக் கொண்டாள்.

"என்னா அய்யாம்மா கொஞ்சங்கூட கூரு இல்லாம என்னிய என்னியக் கூட்டுக்கே இருக்க? எம்பிட்டு வேல கெடக்கு எனக்கு. ஆயிரம் பேர் தேடி வருவாங்கெ, ஓம்மகெ வேற வேலையக் குடுத்திருக்கியா, அதச் செய்யலேன்னா அவெங் கோச்சுக்குவான் ஸ்சோ!" ரெம்பச் சலித்தபடி அவளோடு கிளம்பினான்.

"யே ஒளுவாடி ஒளுவாடி பொத்திக்கிட்டு வாடா. ஆத்தரம் சமயத்த அறிஞ்சு பேசு. ஒன்னிய என்னா கரகாட்டம் பாக்கவா தொணைக்கிக் கூட்டுப் போறேன். ரெம்பத்தே துளுத்துப் போய்ப் பேசுவ வெங்காயம். நாளப் பொழுது நல்லபடியா விடியணுமேன்னு நானே அரண்டு போய் நிக்கிறேன்!" வெட்கம் விட்டுத்தான் கொசுவிடம் பேசினாள்.

"என்னா அய்யாம்மா இம்புட்டுக்குப் பிரிக்கினியா இருக்க? இப்பிடிப் பயக்குறவ அப்றமென்னாத்துக்கு

பூங்கொடி கிட்டக்க அம்புட்டுச் சம்ராயம் போட்ட? ஹூம்”

கேலியாச் சிரித்தான்.

“டே, அவளெல்லா எனக்கு ஒரு ஆளாடா? அவகூட நா எதுக்குச் சம்ப்ராயம் போடறேன்? நிய்யி சொல்றாப்ல பயக்கறவளா இருந்தா இப்பிடி எதுக்கு ஊரு மெச்ச தண்டோராப் போட்டு வீதி வீதியா படத்த நட்டு கலியாணத்தப் பண்றேன் ? நாலாம் பேர் அறியாம நட்டநடுச் சாமத்துல தாலியக் கட்டி கூட்டிக்கு வந்திருப்பேன்ல. எவளாலயும் என்னய ஒண்ணும் புடுங்க முடியாதுன்னு காமிக்கத்தான இவ்வளவும் செய்யிறே” தன்னைத்தானே மெச்சிக்கொண்டு பேசினாள். ஆனாலும் ஈரக்குலைக்குள் ஓடுகிற நடுக்கத்தை மட்டும் ஒளித்து வைத்துக்கொண்டாள்.

“பெறகு என்னத்துக்கு வெள்ளக் கொடியத் தூக்கிட்டு வீதில அலயுற! வாடி வாடி என்னொடய பேச்சின்னு பாடெ வேண்டிதான?”

“யே கூமுட்ட, ஆக்குறவளுக்கு ஆறு மாசப் பாடு. அழிக்கிறவளுக்கு ? அர நுமுசந்தே ! அதனால அணயக்கட்டிப் பாப்பம். நின்டா நமக்குச் சேதாரமில்லீல்ல?”

“மல்லுக்கு வந்தான்னா?”

“அந்த வெறி இந்த வெறின்னு மொத்தத்தையும் சேத்து வச்சி, நீ என்னாடி தொங்கறதுனு நாமளே அடிச்சுத் தொங்க விட்ற வேண்டியதே. இல்லியா ஆங்காரம் பூங்காரம்னு கொரவளைய ஆன்னு புடிச்சுக் கடிச்சுத் தூன்னு துப்பீட்டுப் போறே” அய்யாம்மாளது கண்களில் அளவில்லாத வன்மம் மின்னியதை அந்த இருட்டு வேளையிலும் கண்டு பயந்து போனான் கொசுவு.

நாட்டாமை வீட்டில் எல்லோரும் உறக்கத்தில் இருந்தனர். நாட்டாமை பெரிய கொட்டாவியோடு சட்டையில்லாமல் வெளியில் வந்தார். தோள் துண்டு மப்ளராகக் கழுத்தில் தொங்கியது. கொட்டாவியின் முடிவில் ஹூங்காரத்தை முழங்கிவிட்டு இடது கையை உயர்த்தி அக்குள் வழியாய் கைவிட்டு முதுகைச் சொறிந்தார்.

“சொல்லு அய்யாம்மா?” என்றவர், நொடிப்பொழுதில் தன்னை சுதாரித்து வலப்பக்கத் திண்ணையில் உட்கார்ந்தார். “நிர்வகஸ்தர்ட்டப் பேசிட்டே அய்யாம்மா. பூலாண்டியப்

பாத்துக்கலாம்னாக. அத நெனச்சி நீ கவலப்பட வேணாம். போயி ஆக வேண்டிதப் பாரு" மற்றுமொரு கொட்டாவியினை விட்டு சுவரில் சாய்ந்தார். அய்யாம்மாளை அனுப்பிவிட்டு கொல்லைக்குப் போகும் வேலை இருக்கிறது.

அய்யாம்மளுக்குச் சிவுக்கெனப் போனது. தியயில எறங்கி நடந்துவந்துக்கிருக்கேன். இம்புட்டு அமேதியா குளுரு காஞ்ச மாதிரி பேசறீக பெருசு" பற்றத்தையும் கோவத்தையும் நெஞ்சில் அடக்கியபடி கேட்டாள்.

"ஒண்ணும் பதறாத அய்யாம்மா. ஊருல நம்மள மீறி, இத்தன தலக்கட்டத் தாண்டி அசலூர்க்காரெ அம்புட்டுத் தாட்டியமா சவைல வந்து நின்னுருவானா? போம்மா, எதோ ஒரு வேகத்தில பேசற பேச்செல்லாம் கணக்கு வெக்கெக் கூடாது"

"கோச்சுக்காதீக, என்னிய வெறும் பொட்டச்சியா மட்டும் நெனச்சுப் பதில் சொல்ல வேணாம். மத்தவகளவிட ஒங்களுக்கு என்னிய நல்லாத்தெரியும். நா பொம்பளக்கிப் பொம்பள ஆம்பளைக்கி ஆம்பள. ஆ ஊன்னு தாட்டியம் பேசறவனல்லா உக்கிபோட வச்சி வேலய வாங்குறவ. இன்னிக்கி இங்க வந்து கையக்கட்டி நிக்கிறன்னா பெரச்சன அப்பிடி! தண்ணியடிக்கிற ஆம்பளய முண்டாத் தட்டுற பயில்வானக் கூட போறபோக்குல தட்டீட்டுப் போயிறலாம். ஆனா சம்புராயம் போட்டவ பொம்பள, வகுத்துல அடிச்சு சம்ராயம் போட்டுப் போயிருக்காய்யா" மேல் மூச்சு வாங்கப் பேசினாள் அய்யாம்மா. நாட்டாமையின் அலட்சியம் அவளுக்கு கோபத்தின் உச்சியைக் காட்டியது.

சாய்ந்தவர் அவளது பேச்சால் நிமிர்ந்தார். அய்யாம்மாள் இத்தனை நாளும் தங்கள் சொல்லுக்கெல்லாம் சரிக்கொடுத்து சடங்குகளில் எந்த கேள்வியுமில்லாமல் நடந்துகொண்டது எல்லாமே ஆச்சர்யம்தான். இல்லையானால் ஒவ்வொன்னுக்கும் ஆயிரம் தொலவக்கனை போட்டுக் குடைந்துகொண்டிருப்பாள். ஆம்பளைக்கு மட்டும் ஏன் அப்படி? பொம்பளன்னா எதுக்கு எளக்காரம் என்று எதிர்க்கேள்வியால் திணற அடிப்பாள். மகனுக்கு ரெண்டாங் கலியாணம் என்பதாலும், பூலாண்டியின் மகள் வில்லங்கம் செய்வதாலுமே சாதிப் பெரியாள்களுக்கு அவளிடம் மரியாதை கிடைக்கிறது. இப்போ மறுபடி

வேதாளமாக மரத்தில் ஏறி விட்டாள். அவருக்கும் சுருக்கென கோபம் வந்தது. ஆம்பளைக்கி ஆம்பளை என்றால் எதுக்கு இந்நேரத்தில் இந்த வீடு தேடி வருகிறாள். கேட்டுவிட வாய் துடித்தாலும் பதவியும் அனுபவமும் வாயைக் கட்டிப் போட்டன. "ஏம்மா, சரியத்த ஆம்பளயே ஒண்ணும் பண்ண முடியாதுங்கறப்ப பொம்பளப் பிள்ள என்னாத்தம்மா செஞ்சிடும்?"

கொசுவுக்கு வேதனையாய் இருந்தது. இதைத்தான் அவனும் அய்யாம்மாளிடம் சொன்னான். எதுன்னாலும் காலைல பாத்துக்கலாமென்று இங்க வந்து கொசுக்கடில நிறுத்தி உசுர வாங்கறா. இந்நேரம் வால் போஸ்டர் ஒட்ட பசங்க பசையக் காச்சி வச்சிக்கிருப்பானுக. இவ பஞ்சாயத்து என்னிக்கி முடிஞ்சி எப்ப நம்மள ரிலீஸ் பண்ணப் போறாளோ?

"நாட்டாம, நீங்க அறிஞ்சு பேசறீங்களா இல்ல வீம்புக்குச் சொல்றீங்களான்னு தெரியல. ஆம்பளய அவ்வளவா சவைல எடுத்துக்க மாட்டாங்க. பொம்பள வாயிம் வயிறுமா வந்து நிக்கிறா சவைல என்னா நடக்கும்? அவ ஆரயும் எதுஞ் செய்யாம தன்னயே கையக்காலக் கிழிச்சுக்கிட்டானு வையிங்க. கழுத்தக்கூட அறுத்துட்டா என்னாகும். நானும் எம் புள்ளயும் மட்டுமில்ல. சாதி சனம் அத்தன பேரும் கோர்ட்டுல போயி நிக்கணுமா இல்லியா?" சாதாரணமாகக் கேட்ட கேள்வியில் நாட்டாமைக்கு ஒண்ணுக்கு முட்டிவிட்டது. நிமிர்ந்து அடி வயிற்றில் கையை அழுந்தப் பிடித்துக் கொண்டார்.

"அப்பிடில்லா ஆகாது அய்யாம்மா. அதப் பேசிக்கலாம்"

"நானும் அதத்தாஞ் சொல்றேன் நாட்டாமை. பேசறது பேசறம் நேரத்தத் தள்ளிப்போட வேணாம் டக்குன்னு வேலைய முடிச்சிட்டா அடுத்தடுத்த வேலைய அவதி இல்லாமப் பாக்கலாம்ல"

"ரைட் அய்யாம்மா, காலம்பற வெள்ளனக் கெளம்பி, வேணா ஆள்விட்டு அவகள இங்க வரச்சொல்லி பேசிடுவோம். நிய்யும் ஓம் புருசனும் வந்துருங்க. சரி, இருட்டு வேளைல பாத்துப்போ, லே கொசுவு நாய்க கூடுதலா இருக்கும்டா, பாத்து கூட்டிப்போ" அவள் நகர்ந்த

நொடிப்பொழுதில் அடிவயிற்றில் அழுத்தி இருந்த கையை எடுக்காமல் இறுகப் பிடித்தபடி கொல்லைக்குள் புகுந்தார் நாட்டாமை.

"வீட்ல அவங்ககிட்ட சொல்லீருங்க. நானும் காலைல வந்து சொல்றே. நாளைக்கி ஒருநா அம்ம வீட்ல வந்து அல்லாரும் கஞ்சி தண்ணியக்காச்சி குடிச்சிக்கே உள்ள வேலையப் பாப்பம் ஒத்தாளா நிக்கிறேன்ல ஒத்தாசக்கி வரச்சொல்லுங்களே" அய்யாம்மாவின் கோரிக்கையைக் கேட்டுப் பதில் சொல்லும் நிலையைத் தாண்டியிருந்தார் நாட்டாண்மை. "சரி அய்யாம்மா சொல்றே" கொல்லைக்குள் நுழைந்தவர், கோவணத்தைத் தளர்த்திய பிறகே பதில் சொன்னார்.

23

அய்யாம்மாவின் எண்ணப்படியே அத்தனையும் நடந்தது. ஊரெல்லாம் வால்போஸ்டர்கள்! அதைவிட அய்யாம்மாளைப் பார்ப்பவரெல்லாம் தரும் புன்னகைதான் அவளுக்கு உசுர்த் தண்ணியாக இருந்தது. முடிந்தமட்டும் தெருப் பெண்கள் எல்லோரையும் இழுத்துப் போட்டு வேலை வாங்கினாள். யாரிடமும் பிற வேலைகளுக்குப் போகவேண்டாமென கெஞ்சிக் கேட்டுக்கொண்டாள். வீட்டாள்களுக்குப் பூராவும் தனது வீட்டிலேயே சாப்பாடு எடுத்துக்கொள்ளவும் சொல்லி தனியாக ஒரு சிப்பம் அரிசியை ஒதுக்கித் தந்தாள். வீட்டுக்கு வெளியே பழைய இரும்பு ஆகாத சாமான்களை ஒதுக்கிவைக்கும் இடத்தை சுத்தம் செய்து சமையலுக்கு தண்ணீர் வேண்டும் என்பதற்காக இரண்டு பிளாஸ்டிக் ட்ரம்களையும் நிறுத்தி இருந்தாள். சமையல் வேலைக்கு வீட்டாள்களை நம்பினால் ரெண்டு வேலையும் கெட்டுப்போகும் என முடிவெடுத்து, சாரதி மாஸ்டருடன் வேலைக்குப் போகும் சத்தியாவை நாள் சம்பளம் பேசி நிறுத்தினாள். “வேணுங்கறத ஆக்கிக் குடு. ஆரையும் மொகம் பாத்து நடத்த வேணாம் சோறுன்னு

கேட்டா மறு சொல் சொல்லாமச் செஞ்சு குடுத்துடு" என சுதந்திரம் கொடுத்திருந்தாள். அதுவொரு பக்கம் ஓடிக்கொண்டிருந்தது. தன்னோடு ஒரு பெண்ணைச் சேர்த்துக்கொண்டு அந்தச் செட்டிலேயே பந்தி விளம்பவும் இடத்தை தயார் செய்துவிட்டாள் சத்தியா. அதனால் வீடு புழக்கத்துக்கு விரிந்து கொடுத்தது.

சாரதி மாஸ்டர் பலசரக்குச் சிட்டையை தேனி ஸ்டோர் கடையில் கொடுத்திருந்தபடியால் அவர்களே சாமானெல்லாம் போட்டு மண்டபத்தில் இறக்கிவிட்டனர். பொன்னுச்சாமி வாழை இலை தேடி ஆட்டோ எடுத்துக் கொண்டு மேற்கே தோட்டத்து முதலாளியைத் தேடிப் போயிருந்தார். வாழை மரம் பிரச்சனையில்லை. லச்சுமணப் பிள்ளை எப்பவும்போல ஓங்குதாங்காய் வெட்டிவந்து கொப்புங் கொலையுமாய் வீட்டில் கட்டிவிட்டார். மண்டபத்திலும் நிறுத்திவிடுவார்.

காய்கறிக்கு சாரதி மாஸ்டரோடு உழவர் சந்தைக்குப் போக குமார், கொசுவை தயார் செய்திருந்தான். கொட்டு மேளம் வந்துவிடும். பொண்ணழைப்புக்கு பொம்பளைகளைக் கிளப்பி வைப்பதுதான் பெரிய வேலை. உள்ளூர் என்பதால் காலையில் வருவதாகவே சொன்னார்கள். சாதியாள்கள் தங்களைக் கூப்பிடாமல் பூ வைத்துவிட்டதால் பருசம் போட சவையைக் கூட்டத்தான் வேண்டும். எதாச்சும் பிரச்னை வந்தாலும் சாதியாக நின்னுதான் நடத்தினோம் என சொல்ல ஒரு ரிக்காடு காட்ட முடியும் என்றபோது அது ரெம்பச் சரியாகப்பட்டது அய்யாம்மாளுக்கு.

அதனால் முதல் நாளே பொண்ணழப்பு நடக்க வேணுமென்றாள். அதுவும் நினைச்சபடியே வில்லங்கம் ஏதுமில்லாமல் நடந்தது. சபையில் இந்தக் கலியாணத்தில எதும் மாறுபாடு வெவகாரம் எதும் யாருக்கும் இருக்கா என்ற கேள்வி கேட்டபோது, அய்யாம்மாள் உண்மையிலேயே பதற்றத்தில் இருந்தாள். யாராவது புகுந்துவிடுவார்களோ? குமாரே திடுமென மனசு மாறி எதையாச்சும் சொல்லிவிடுவானோ எனப் பயந்தாள். சாமி புண்ணியத்தில் அப்படி எந்தச் சங்கடமும் இல்லாமல் பருசம் போட்டு சேலையை வாங்கி சங்கீதா உடுத்திக்கொண்டாள்.

இதுக்கெல்லாம் காரணம் நாட்டாமையின் ஓயாத அலைச்சல். பாவம் அவர்தான் மாட்டுக்கு நேரங் கண்டு தீவனம் அள்ளிப்போட்டவர். காலையில் பஞ்சாயத்தைக் கூட்டுவார் என எந்த வேலையையும் தொடாமல் காத்திருந்த அய்யாம்மாளை மதியம்வரை பரிதவிக்கவிட்டு பொண்ணழைக்கக் கிளம்பகிற வேளையில் அய்யாம்மாவையும் பொன்னுச்சாமியையும் அழைத்துக் கொண்டு பூலாண்டி வீட்டுக்கே போனார். அய்யாம்மாவுக்கு அது பிடிக்கவில்லைதான். அவ்வளவு பெரிய இவளா அவ? ஊர்ப்பட்ட வேல கெடக்கிற நேரத்தில வீட்டுக்குப் போயி பேசணுமா?

சாதித் தலைவர் கொடமுருட்டி கணேசனிடம் நடந்து வருகையில் அவனது காதில் குசுகுசுத்தாள். "ரெம்ப ஓவரா இருக்குப்பா ஓங்க நாட்டாம பண்ற வேல. ஆயிரத்தெட்டு வேலய அப்பிடியப்பிடியே விட்டுப்பிட்டு இந்த அவுசாரி வீட்டுக்கு இழுத்துட்டு வாராரே பெரிய மனுசெ. இந்தாளுக்கும் எதும் மருந்தக் கிருந்த வச்சிட்டாளா?"

"ஓவ் வாயி அடங்காதா! எப்பப் பாத்தாலும் பாள்னு தொறந்து வச்சுட்டிருப்பவ! ஒரு விசயத்த ஒராள்ட்ட மேவிச்சுட்டா அம்புட்டுத்தே விட்றணும். எனக்குந்தே பெருசு நடவடிக்க கடுப்பா இருக்கு. பஞ்சம் பொழைக்க வந்த அசலூர்க்காரப் பெய அவன நாலு தட்டுத் தட்டி உக்கி போட வெக்காம, வால் உருவி விட்டுக்கிருக்காரேன்னு? ஆனாலும் கம்முனு அந்தாள் பொச்சுப் பின்னாடியே போறேன்னா ஏன்? பெறவு சொல்றேன்" நாட்டாமையின் செய்கையை அவனாலும் யூகிக்க முடியவில்லை. செய்ய வேண்டியதைச் செய்து முடிப்பார் என்பது மட்டும் தெரியும். அதுவரை மூச்சுக் காட்டக்கூடாது, பழியாய்க் கோபிப்பார்.

ஓடைத்தெருவில் விறகுக் கடை- முக்கைத் திரும்புகையில் அங்கே ஒரு பிளக்ஸ் நிறுத்தியிருக்கக் கண்டாள் அய்யாம்மா. சிவுக்கென வேர்த்துப் போனது குமார் மேல் கோவம் வந்தது. 'கிருச கெட்ட நாயி, எங்கனைக்கி வந்து ஊன்டி வச்சிருக்கான். சும்மா இருக்கவளயும் ஊதிவிட்ட மாதரில்ல ஆகப்போவுது'

ஆட்டோ சத்தம் கேட்டதும் பூங்கொடிதான் எட்டிப் பார்த்தாள். பளிச்சென நைட்டியில் நின்றிருந்தாள். முகம்

கழுவிய நிலையில் எங்கோ கிளம்புவதற்கான ஆயத்தம் தெரிந்தது. இவர்களைப் பார்த்ததும் "அம்மா" என குரல் கொடுத்துவிட்டு வீட்டுக்குள் புகுந்தாள். அய்யாம்மா ஆட்டாவுக்கு காசு கொடுத்துத் திரும்பியபோது பூலாண்டியும் முத்துப் பேச்சியும் வாசலுக்கு வந்து நின்றனர். கையெடுத்துக் கும்பிட்டனர். "வாங்க"

"நா ஆ ஆன் பொல்லாதவன் - பொய் சொல்லாதவன் – ஒரு வம்புக்கும் தும்புக்கும்" எங்கிருந்தோ ஒரு கலியாண வீட்டில் பாட்டுச்சத்தம் வந்து விழுந்தது.

வீட்டுக்குள் ரெண்டு பிளாஸ்டிக் நாற்காலிதான் இருந்தது. நாட்டாமையும் கணேசனும் அமர, பாய் விரிப்பில் பொன்னுச்சாமி ஒருகாலை குத்திட்டு மறுகாலைக் கிடத்தி சுவரில் சாய்ந்து உட்கார்ந்தார். எப்போ வந்தாலும், "மச்சினா, தங்கச்சீ, யே மருமகளேய்" என கலகலப்பாக வீடு நுழைவார் பொன்னுச்சாமி.

பூலாண்டி, முத்துப்பேச்சி இருவரது முகத்திலும் துயரத்தின் சாயல் அப்பியிருந்தது. பூங்கொடியின் தங்கச்சி எல்லோருக்கும் செம்பில் தண்ணீர் கொண்டுவந்து கொடுத்தாள்.

"சங்கையா கடைல அய்யா சொல்லுச்சுன்னு, கலரு வாங்கீட்டு வா" மகளை கடைக்கு அனுப்பிய முத்துப்பேச்சியை கணேசன் தடுத்தான். நிறைய வேலைகள் இருப்பதாகச் சொன்னான்.

"பெரிய பிள்ளையக் கூப்புடும்மா?" நாட்டாமை ஆரம்பித்தார்.

"அவ எதுக்கு?" முத்துப்பேச்சி காரணம் புரியாமல் கேட்டதும் சுளீரெனக் கணேசன் பதில் சொல்லலானான் "சாதிக்காரவகச் சொன்னாச் செய்யணும். அதே இந்த ஊரு வழம"

நாட்டாமை அவனது தோளைத்தொட்டு அமைதிப் படுத்தினார். "பரவால்ல, உள்ளதான இருக்கு. நாம பேசறது கேக்கும்மப்பா" என்றார்.

"ம்! ச்சொல்லுப்பா பூலாண்டி. அப்றம் என்னா செஞ்சுக்களாம்?" மொட்டையாக நாட்டாமை பேச்சைத்

தொடங்கினார்.

பூலாண்டி முத்துப்பேச்சியைப் பார்க்க முத்துப்பேச்சி நெற்றியினைச் சுருக்கினாள். "வெளங்கல. என்னா சொல்றீங்க?"

"இல்லப்பா, நீங்கதே நாட்டாம கிட்டக்க எதோ கேட்டுக் குடுக்கச் சொன்னியாமே. படி கட்டாமயே ஒனக்குப் பேச வந்துருக்கம். இப்ப வெளங்குதா?" கணேசன் விளக்கினான். "அசலூர்க்காரன்னாலும் ஊர் வித்தியாசமெல்லாம் பாக்கல சொல்லு" பேச்சில் பூலாண்டியின் இருப்பை உணர்த்துவதில் முனைப்பாக இருந்தான்.

"நேத்திக்கித்தா அசலூர், இப்ப தலக்கட்டு வரி நாங்களும் தாரம்ல. இன்னமு எங்கள உள்ளூர்னு ஒத்துக்க மாட்டீகளாக்கும்" முத்துப்பேச்சி கேட்டாள்.

"நீ சொல்றது சரிதாம்மா, தலக்கட்டுன்னு சேத்துட்டாலே எந்த வித்தியாசமுங் கெடையாது. இல்ல ஒங்களுக்கு நாம அசலூர்லருந்து வந்தவக அதனால அக்கற இல்லாம சாதீல நடந்துக்கிறாக அப்பிடீன்னு ஒரு கொற மனசுல வந்துறக்குடாது. அதுக்குகாகச் சொல்றதுதா. ஏ இன்னம்மே அவகள யாரும் அசலூர்னு சொல்லாதீகப்பா" என்ற நாட்டாமை "நீயே சொல்லுமா என்னா செய்யணும். ந்தா அய்யாம்மா வந்துருக்கா, அவ புருசனும் இருக்கான். என்னா வேணும்னு சொல்லு. இப்ப பொண்ணழைக்கப் கெளம்பணும். அவகளக் கெளம்பச் சொல்லவா? இல்ல ரேடியாவ நிறுத்தச் சொல்லவா?"

திடுமென இப்படி ஒரு கேள்வியை வைப்பார் என பூலாண்டியோ முத்துப்பேச்சியோ எதிர்பார்க்கவில்லை. அய்யாம்மாளும் பெருசு தொபுக்கடீர்னு எறங்கிப் போய் நிக்கும்னு சத்தியமாய் நினைக்கவே இல்லை. அதனால் ரெண்டு பக்கமும் கனத்த மௌனம் நீடித்தது. அதனை யார் கலைப்பது என போட்டியும் நிலவியது.

இந்த நிமிசம் வரைக்கும் ஒரே குழப்பமாகத்தான் இருந்தது. காலையில் திருப்பூட்டி விடுவார்கள் சாதியில் விசயத்தைச் சொல்லி வந்து இத்தனை நாளாகியும் தாக்கல் என்பது எதுவும் வரவில்லை. ஒருவேளை எல்லோரும் சொல்வது மாதரி அசலூர் என்பதால் இருக்குமோ என்றே முடிவு

செய்திருந்தான். பூங்கொடியைப் புரிந்துகொள்ளவே முடியவில்லை. என்ன செய்கிறாள் செய்யப்போகிறாள் என்பது அவளுக்கே தெரியுமா? அப்படித்தான் அவளது நடவடிக்கைகள் இருந்தன.

விட்டத்தைப் பார்த்து படுத்துக் கிடப்பதும், கதவைச் சாத்திக்கொண்டு உறங்குவதும், சட்டென எழுந்து முகம் கைகால் அலம்பி பொட்டுவைத்து பளிச்சென எதற்கோ தயராவதும், நொடிக்கு நொடி மாறும் அவளது செய்கைகள் பதற்றத்தை உண்டாக்கின. ஒரு நேரத்திய கடுப்பில் "மூட்ட முடிச்ச ரெடி பண்ணு பேச்சி, சுருளிப்பட்டிக்கு சொந்த ஊருக்கே போயிருவம், போதும் நாம இந்த ஊர்ல பொழச்ச பொழப்பு" என்று சொன்னபோதும் முகத்தில் எந்த உணர்ச்சியையும் காட்டாமல். "யப்பா நாள ஒரு நாள் மட்டும் தாக்காட்டு அந்த அய்யாம்மா வாயிலயும் வவுத்துலயும் அடிச்சிக்கிட்டு கதறுவா அத மட்டும் ஒரு நுமுசம் பாத்துட்டுக்கெளம்பலாம்" என சொன்னபோது புருசனுக்கும் பொஞ்சாதிக்கும் எதும் விளங்கவில்லை. எதோ ஒரு பெரிய வில்லங்கத்தில் இழுத்துவிடப் போகிறாள் என்பது மட்டும் விளங்கியது. அதற்கேற்ப சாதியாட்களும் வராத நிலையில் பித்துப்பிடித்து நின்ற சமயத்தில்தான் நாட்டாமை இப்படி கேட்கிறார். என்ன சொல்ல?

"பேத்தனமான கேவியால்லா இருக்கு" யாரும் எதிர்பாராத நிலையில் முத்துப்பேச்சி பேசினாள்.

"என்னா பேச்சுப் பேசறேன்னு அறிஞ்சு பேசுக்கா? நாங்க பேசறது பேத்தனமா இருக்காக்கும்? நீங்கள்லா சட்டம் படிச்சு ஐக்கோட்ல வேல பாக்கறீக?" கணேசனுக்கு சுருக்கென கோபம் வந்தது

"பெறவு என்னா தம்பி? ரேடியாவ நிப்பாட்டணும்னு உம்மயிலயே ஒங்களுக்கு நெனப்பு இருந்துச்சின்னா இந்நேரம் அத நிப்பாட்டிட்டுல்ல இங்க வந்துருப்பீக. சும்மா நூலு விட்டுப் பாக்கறீக! அப்டித்தான, நீங்க ரேடியாவ நிப்பாட்டுனா எங்களுக்கென்னா இன்னஞ் செத்த பெலக்கா போட்டா என்னா? இங்க ஆருக்கும் வீசாது நாறாது."

"முத்துப்பேச்சீ, யேய் என்னா வாயி ரெம்பத்தே நீளுது. நாறுதா நாறலயான்னு மோந்து பாத்தாத்தான தெரியும்?

பெரியாள்க இருக்காக மரியாதையாப் பேசு” அய்யாம்மாள் தன்னையும் மீறிப் பேசிவிட்டாள்.

“நா என்னா மதினி தப்பாப் பேசிட்டே? சொல்லு சொல்லுன்னா வேற என்னாத்தச் சொல்ல? என்னா சொல்வேன்னு உங்களுக்குத் தெரியாதா? எதோ எங்க வாயப் புடுங்கணும்னு பேசற மாதரி தெரிஞ்சது. அதேன் சொன்னே”

“ஏம்மா இத்தன வாத்த பேசறத ஒரு வாத்தைல பேசி முடிச்சிருக்கலாம்ல”

“அந்தப் பையே அதான் மாப்ள, பூங்கொடிக்கு தாலியக் கட்டுவேன்னு சொன்னாரு. அதுக்குத்தே காத்துக்கிருக்கம்” பூலாண்டி சடாரெனப் பேசினார்.

“ஓகோ அப்பிடி எல்லாம் வேற நெனப்பு இருக்கா?” அய்யாம்மாளின் வாய் பொத்தி, “ஏம்ப்பா பூலாண்டி கொஞ்சமாச்சும் நெஞ்சுக்குள்ள ஈரத்த வச்சுப் பேசுப்பா. எம்புட்டுத் துட்டச் செலவழிச்சு ஊருக்குள்ள திருவிழாவா கலியாணத்த நடத்திட்டு இருக்காக? அத நிறுத்திட்டு ஒம்மக கழுத்துல தாலி ஏறணும்னு சொல்றியே, அந்தப் பிள்ளயும் ஒம்மக போல ஒரு பொண்ணுதானப்பா அந்த ஈவு எரக்கமெல்லா புருசெம் பொண்டாட்டி ரெண்டு பேருக்கும் வராதா?” நாட்டாமை வேறுபுறம் பயணித்து பேச்சை நடத்தலானார்.

“பூங்கொடியும் ஒரு பொம்பளப் பிள்ளதான” யாரும் எதிர்பாராதவிதமாக பூங்கொடியின் தங்கச்சி பேசியது.

“இங்கோருமா நா நாட்டாம. எனக்கு எல்லாருமே எம்பொண்ணுகதான் ரெண்டுவேரும் நல்லாருக்கணும். அதுக்காவத்தே பேசவர்ரே. பூங்கொடி பெரச்ன தனியானது. அத எப்ப வேண்டாலும் பேசி நல்ல முடிவுக்கு வரலாம். இந்தப் பிள்ள ஒன்னமாரி பச்ச மண்ணு. பொண்ணுப் பாத்து, பூவச்சி, நேத்து பருசமும் போட்டு அல்லாம் அல்லாமே முடுஞ்சு தாலி மட்டுந்தே பாக்கி இந்தச் சமயத்தில அத நிறுத்தனம்னா அந்தப் பிள்ள மனசு என்னா பாடுபடும். அவக ஆத்தா அப்பெ என்னாமாரி துடிச்சுப் போவாங்கெ... கொஞ்சம் ஒசி”

“அதேசமயம் இங்கயே பெறந்து வளந்தவனுக்குக்கூட இந்த மாதரி சங்கம் வளஞ்சு குடுத்த சரித்திரம் கெடையாது. வீட்டத்தேடி வந்துட்டம்ங்கறதுக்காக எல்லாத்தியும் கேட்டு வாங்கிப்புடலாம்னு ஆசப்படக்கூடாது. ஒன்னுக்குள்ள ஒன்னு சண்ட சத்தம் வந்திரக்குடாது. அடுத்தாளு உள்ள நொழஞ்சு நமக்கு நாயம் பேச வந்துடக்குடாதுன போங்குல வந்துருக்கம். அதனால பிடிவாதத்த விட்டு நடப்ப அறிஞ்சு நடக்கணும்பா” கணேசன் வந்த கடமை தீர்ந்தது என செம்பிலிருந்த மிச்சத் தண்ணீரை எடுத்துக் குடித்தான். மணிக்கட்டைத் திருப்பி நேரம் பார்த்தான். பொண்ணழைக்க ஆள் ஏற்பாடு செய்யப்போகணும்.

“அடிக்குது குளிரு அணைக்கிது தளிரு” வெளியே மன்னன் ரஜினி ஊரெல்லாம் பாடிக் கொண்டிருந்தார். “முல்லைப் பூங்கொடி கொம்பைத் தேடுது...”

“அன்னியொன்னியாப் பேச வாணாம்யா. மொதல்ல இவன செருப்பக் கொண்டி அடிக்கணும். எம்மகனச் சொல்றே குமார” என்ற பொன்னுச்சாமி, “அந்தப்பய ஒழுக்கமா ஒருபக்கம் வாய் வச்சிருந்தான்னா ஆருக்கும் இந்தப் பாடு கெடையாது. தாயோளி அவெஞ் செஞ்ச நாயம் எத்தனவேர பாடு வாங்குது. அதுனால இப்ப இங்க இந்தப் பிள்ளைக்கி என்னா சொல்லப் போறோம்னு ஒரு வார்த்தைல டக்குன்னு முடிக்கலாம்ல. அதவிட்டு ஆகாது போகாதெல்லாம் பேசி சளாவருச சுத்திக்கிட்டு!” என முடித்தார்.

“அப்பிடி ஒருவார்த்தைல முடிக்கிற காரியமில்ல பொன்னுச் சாமி. ரெண்டு பிள்ளையளுக்குமே பொழப்பு இல்லியா? என்னா பூலாண்டி இன்னைக்கிக் காட்ற வேகத்த இந்தப் பேச்சுவாத்த நடக்குறதுக்கு முந்தி வந்துருந்தாப்லன்னா நல்லாருந்துருக்கும்.”

“இவரு மகெந்தா எங்கள வாய் தொறக்க விடவே இல்லியே. நாம் பாத்துக்கறே நாம் பாத்துக்கறேன்னு வாய் அடச்சிட்டானே. முந்தாநாள்கூட என்னா சொன்னானு கேளு?” பூலாண்டி கொதித்துப் போய்ச் சொன்னார்.

“ம் சரி தின்ன சோத்துக்கு வெஞ்சனம் தேடக்கூடாது பூலாண்டி. இப்பயும் ஒன்னும் ஒனக்கு ஆகாமப் பேசல.

அந்தப்பெய செஞ்சது அக்குருமந்தே. இல்லேன்னு சொல்லல. வவுத்துல ஒரு சொமயக் குடுத்துப்புட்டு இன்னொரு கலியாணத்த முடிக்கப் போறவன அது எந்தச் சாதியா கொலமா இருந்தாலும் ஏத்துக்க முடியாது. பெரச்ன என்னான்னா மாடசாமி மக, அதயும் கொஞ்சம் ஓசிக்கணும். சவைக்கி வந்த பிள்ளய பூ வச்சி, நிச்சியம் பண்ணி பருசச் சேல கட்டுன பிள்ளய திருப்பி அனுப்பறது அல்லாத்துக்கும் பாவம். இன்னைக்கி இது முடியட்டும். நாளைக்கே ஓம் பெரச்னைய ஒம்மக என்னா நெனைக்கிதோ அது இஷ்டப்படி நானே முன்னுக்கு நின்னு முடிச்சு விடுறே, சரின்னு சொல்லு" கையெடுத்துக் கும்பிட்டார் நாட்டாமை.

பூலாண்டியும் முத்துப் பேச்சியும் பேச வாயின்றி ஒருத்தரை ஒருத்தர் பார்த்துக்கொண்டனர். எல்லோரும் ஒன்னு சேர்ந்துவிட்டார்கள். தாம் மட்டும் ஊருக்குள் ஒத்தை வீட்டுக்காரர்கள் ஆகிவிட்டோம் என்பதை உணர்த்திவிட்டார்கள். உள்ளே பூங்கொடி வெளியில் வராமல் உட்கார்ந்திருந்தாள். இருந்தமானைக்கே அவளை எட்டிப்பார்த்தாள் முத்துப்பேச்சி அதை உணர்ந்த நாட்டாமை "அந்தப் பிள்ளயக் கூப்புடுமா" என்ற நாட்டாமை பூங்கொடியை தானே கூப்பிடவும் செய்தார். அவள் வரவில்லை தங்கை உள்ளே போனாள். அப்பவும் சத்தம் காட்டவில்லை. அய்யாம்மளுக்கு உட்கார்ந்த இடம் காந்தலெடுத்துச் சுட்டது. கண்களை உருட்டிச் சமாளித்தாள். "சரி விடு நாட்டாம. அந்தப் பிள்ளதே சங்கடப்பட்டுக்கிட்டு வரமாட்டேங்கிதுல்ல, நாம பேசுனது காதில விழுகாமயா இருக்கும்? ஆத்தா அப்பெ சொன்னாச் சரித்தேன்னு இருக்கு. சரி நாம கெளம்புவோம். ஊர்ப்பட்ட வேல கெடக்கு" கணேசன் எல்லோரையும் எழுப்பினான்.

அவர்கள் கிளம்பிச் சென்ற நிமிடத்தில் பூங்கொடியும் வீட்டுக்குள்ளிருந்து வெளியில் வந்தாள். யாரிடமும் எதும் பேசாமல் அவளும் வெளியில் கிளம்பினாள். "ஏய், எங்கடி போற? பூங்கொடி ஒன்னத்தே?" முத்துப் பேச்சியின் கேள்வி காற்றில் தேய்ந்து மறைய பூங்கொடி விறுவிறுவென வீதியில் நடந்தாள்.

"ராமே ஆண்டாலும் ராவணே ஆண்டாலும் எனக்கொரு கவலை இல்லே" வீதி முக்கைத் திரும்புகையில் ஒலித்த பாட்டுச் சத்தம் பூங்கொடிக்குக் கேட்கவே இல்லை.

24

சினிமாப் படத்தில் வருவது மாதிரி கலியாண மண்டபத்துக்குள் போலீஸ்காரர்கள் இரண்டு பேர் நுழைந்தனர். “ஏய் மைக் செட்டு ஆர்ரா? ரேடியாவ நிப்பாட்டுடா” கையில் லத்தியோடு சத்தம் கொடுத்தனர். எதிர்பார்த்திருந்தவன்போல மேளம் கொட்டிக் கொண்டிருந்த இசைத்தட்டை சட்டென அணைத்தான்.

அடுத்த இலக்காக மணமேடைக்கு நகர்ந்தனர். மேடைக்கு முன்னால் கிடந்த சேர்களில் சிறுவர் கூட்டமே அதிகமிருந்தது. அதற்கடுத்து பெண்கள் உட்கார்ந்து வெத்திலை மடித்தும், மென்றும் பேசிக்கொண்டிருந்தனர். ஆண்கள் அவ்வளவாக இல்லை. மணமேடை காலியாய் இருந்தது. சீரியல் லைட்டுகளும் பொண்ணு மாப்பிள்ளை சோபாவும், பூத் துணுக்குகள் உதிர்ந்து சிதறிக் கிடந்தன. ஜவுளிகளின் அட்டைகளும், பாலிதீன் பைகளும் மேடையின் விளிம்புகளிலும் ஓரக்கால்களிலும் கிழிந்தும் நைந்தும் கிடந்தன.

“பொண்ணு மாப்ளய எங்க?” கேட்டபடி நாலா பக்கமும் கண்களால் தேடினர். யாரும் பதில் சொல்லவில்லை.

சொல்லமாட்டார்கள் எனத் தெரிந்துகொண்ட போலீசார் பரபரவென மணமகன் - மணமகள் அறைகளுக்குத் தாவினர். அங்கே எஞ்சியிருந்த அய்யாம்மாவும், பொன்னுச்சாமியும் சிக்கிக்கொண்டனர். பெண் வீட்டில் மாடசாமி தப்பிக்க பட்டாளம்மாள் அகப்பட்டாள். நல்ல வேளையாய் கொசுவு அறைக்குள் இருந்தாலும் அவனை அதிகாரிகள் பொருட்படுத்தவில்லை. அந்த சந்தர்ப்பத்தைப் பயன்படுத்தி வெளியேறி சமையல்கட்டுக்கு வந்து பந்தியில் ஆளோடு ஆளாக உட்கார்ந்து சாப்பிட ஆரம்பித்தான். சாரதி அவனைப் பாராட்டினார். "சரியான வேல செஞ்ச கொசுவு. இந்த சமயத்தில ஒன்ன மாதிரி ஆள் வெளீல இருந்தாத்தான் நல்லது" பாக்கியம் வந்து அவனை தனியாகக் கவனித்து சப்ளை செய்தாள்.

ஊருக்குள் வெள்ளம் புகுந்த மாதிரியான பரபரப்பில் செய்தி அத்தனை வேகமாய்ப் பரவியது. "அய்யாம்மா வீட்டுக் கலியாணத்துல போலீஸ் வந்துருச்சாம். கலியாண பொண்ணு மாப்ளயக் காணாமாம். போலீசு அய்யாம்மாவ கட்டி போலீஸ் வேன்ல இழுத்துட்டுப் போகுது". அய்யாம்மளோடு கோபித்து கலியாணத்துக்குப் போகக்கூடாது என்று முடிவெடுத்தவர்கள், வீம்புக்கே மண்டபத்தை வந்து பார்த்துப் போனார்கள். ரோட்டில் சும்மா நடந்தவர்களும் போலீஸ் நுழைந்த இடத்தைப் பார்வையிட மண்டபத்துக்கு வந்து போனார்கள். வந்தவர்களில் சிலர் மொய் வாங்க ஆளில்லாத தைரியத்திலும், ஆக்குன சோத்தைக் காலி பண்ணிய புண்ணியம் கிடைக்கும் என்ற எண்ணத்திலும் பந்தியிலும் உட்கார்ந்தார்கள். சாரதியும் பந்திக்கு வரும் யாரையும் எழுப்பாமல் சோறு இருக்கிற மட்டும் சாப்பாடு போடச் சொல்லியிருந்தார். பிரச்னை முடிஞ்சு விசேச வீட்டாள்கள் சாப்பிட வரும்போது பார்த்துக் கொள்ளலாம். இப்போதைக்கு தயார் செஞ்ச பாத்திரத்தைக் கழுவிப் போட வேண்டும்.

கலியாண வீட்டார் மணமக்களோடு தப்பித்து விட்டனர் என்ற செய்திகேட்டு இன்ஸ்பெக்டரும் வந்துவிட்டார். சமையல் கட்டுக்கு வந்து விசாரணை செய்தனர். சாரதியும், பாக்கியமும் எந்த விசயமும் தங்களுக்குத் தெரியாதென உறுதியாகச் சொன்னார்கள். தங்களுக்கு ரேடியோச் சத்தம்

நிறுத்திய பின்னரே விசயம் தெரியும், அப்போதும் பந்தி குறையவில்லை. இப்போதுவரை நடந்து கொண்டேதான் இருக்கிறது. எங்கள் கவனம் இதைவிட்டு வெளியே போகாது என்றதும், போலீசார் மண்டபத்தின் இண்டு இடுக்கெல்லாம் லத்தி போட்டு சோதித்து விட்டு மண்டபத்து உரிமையாளரையும் மேனேஜர் வாட்ச் மேன் உள்ளிட்ட அத்தனை பேரையும் ஸ்டேசனுக்கு வரச் சொல்லி உத்தரவிட்டுச் சென்றார்.

கணேசன் தலைவர் எனும் வகையில் போலீசார் மண்டபத்துக்குள் நுழைந்த காரணத்தைக் கேட்டான். 'தன்னை கல்யாணம் செய்யறதா ஏமாத்தி கர்ப்பவதி ஆக்கி, இப்போ வேற பொண்ணுகூட கலியாணம் நடத்தறதா குமார் சன் ஆப் பொன்னுச்சாமி அப்படீங்கறவர் மேல பூங்கொடிங்கற பொண்ணு புகார் தந்திருக்கா!" என விளக்கினார். "இந்தப் பிரச்னய நாங்க சாதியில வச்சுப் பேசிக்கிறம் சார்" நாட்டாமை வாய்தா கேட்டார்.

"ஏன் இதுவரைக்கும் இந்த விவகாரம் உங்க சாதி ஆள்களுக்குத் தெரியாதா ? புகார்ல சாதிய மென்சன் பண்ணல. புகார்ல கண்ட பையனோட அப்பாம்மா கெடச்சதனால ஒங்கள விசாரணைக்குக் கூப்பிடல. தேவப்பட்டா தகவல் வரும். வந்து போலீஸுக்கு ஒத்துழைப்புத் தாங்க"

"இல்ல சார், இத நாங்களே எங்க சங்கத்தில வச்சுப் பேசி தீத்துக்கறம்" கணேசனும் கேட்டுப் பார்த்தான்.

"அத ஸ்டேசன்ல வந்து சொல்லுங்க. ரெண்டு தரப்பும் ஏத்துக்கிட்டா. நோ ப்ராப்ளம்" என்றவர், "கூடியமட்டும் பொண்ணையும் பையனையும் ஸ்டேசன்ல வந்து ஆஜராகச் சொல்லுங்க. அதுதான் எல்லாருக்கும் நல்லது. இல்லாட்டி அக்யூஸ்ட்டவிட அவங்களுக்கு சப்போர்ட் பண்ணுனவங்கதான் அதிகமான சிக்கலுக்கு ஆளாவாங்க" போகும்போது மண்டபத்தில் உள்ளவர்களை நோட்டம் விட்டார். கொசுவுக்கு தன்னையே இன்ஸ்பெக்டர் குறிவைத்துப் பார்ப்பதாக உணர்ந்தான்.

நேற்று இரவே பூங்கொடி போலீஸ் ஸ்டேஷன் வந்து போன விவகாரம் சாதித்தலைவர் கணேசன் வழியாக நாட்டாமைக்குச் சொல்லி அய்யமாவிடம் வந்து சேர்ந்தது. துடித்துப் போய்விட்டாள். தன்னுடைய கவுரவம், மானம்

மரியாதை எல்லாம் எதோ ஓருபக்கம் சுழிக்காற்றில் சிக்கிச் சின்னாபின்னமாகிப் போவதாகப் பதறினாள். போலீஸ் வந்து கலியாண மண்டபத்தில் புகுந்து அடித்து உடைப்பது போலவும், தெருவில் நிறுத்தியிருக்கும் பிளக்ஸ் பேனர்களைப் பூராவும் அவிழ்த்து நாசம் செய்வது போலவும், தன்னையும் தன் வீட்டார் அனைவரையும் கைவிலங்கிட்டு வீதி வழியே ஊர்வலமாக "தப்புப் பண்ண மாட்டோம் தப்புப் பண்ண மாட்டோம்" என உரக்கச் சொல்லியபடி நடத்திச் செல்வது போலவும், குமாரும் சங்கீதாவும் கலியாணக் கோலத்தில் ஜெயிலுக்குள் கண்ணீர்விட்டு அழுதுகொண்டிருப்பதாகவும் பலப்பல எண்ணங்கள் நெஞ்சுக்குள் அலைமோதி ஈரக்கொலையை உருவி வெளியில் போட்டன.

"அதெல்லா ஒண்ணும் ஆகாது அய்யாம்மா. டேசன்ல நமக்கு ஆள் இருக்காங்க. அஞ்சுக்குப் பத்து சேத்து ஆகும். ஒன்னியவோ ஓம் பிள்ளியவோ ஆரும் வந்து ஒரு ஆணியவும் புடுங்க முடியாது. நாம் பாத்துக்கறேன்" கணேசன் தெம்பு சொன்னான். நாட்டாமையின் பார்வையில் கணேசனுக்கு அவன் கேட்ட பணத்தை கொசுவை வைத்து எண்ணிக் கொடுத்தாள். "ஊருக்குள்ள போலீசுக்குப் போன சேதி வெளீல மூச்சுக் காட்டக்குடாது பாத்துக்க"

அவசர அவசரமாக பருசம் போடும் நிகழ்வை நடத்தி சங்கீதாவுக்கு மாப்பிளை வீட்டுச் சேலையைக் கட்டி ராத்திரிச் சாப்பாட்டை துரிதமாய் முடித்தார்கள். பொண்ணையும் பிள்ளையையும் உடனுக்குடன் ஒளித்துவைத்தார்கள். குமாருக்கே பூங்கொடியின் இந்த வேலை அதிர்ச்சியாய் இருந்தது. அவளிடம் படித்துப் படித்துச் சொல்லியிருந்தான். இந்தக் கலியாணங் காட்சியெல்லா அய்யாம்மாவக் குளுப்பாட்டத்தான். என்னாருந்தாலும் பெத்தவ எதோ ஆசப்படுறா, அவ ஆசைக்காக ஒருநா அப்பிடி இப்பிடி இருந்துபுட்டு அப்பறம் தனி வீடு புடுச்சு நா வந்திர்ரேன். நாம சேந்து இருக்கலாம்னு அவ்வளவு சொல்லியும் நம்பிக்க இல்லாம இப்பிடி களவாணிப் பயலப்போல ஒளிஞ்சு திரிய வச்சிட்டாளே'பயங்கரமாய்க் கோவம் வந்தது.

ஒரு பொட்டப் பிள்ளைக்கி அம்புட்டுச் செல்வாக்கா? சாதியில் ஏனைய நிர்வாகிகள் ஆச்சர்யப்பட்டபோதுதான் கணேசன் நடந்ததை விளக்கமாகச் சொல்லலானான்.

முத்துப்பேச்சி மகள சாதாரணமா எட போடவேணாம், அன்னக்கி நாம அவக வீட்ல போயி சமாதானம் பேசிட்டு வந்தமா? அதுல அந்தப் பிள்ளைக்கிச் சம்மதமில்ல. நாம இருக்கும்போதே அம்மகிட்டக்க மொகங்குடுத்துப் பேசல பாத்தீகள்ல? நாம கெளம்புனதும் ஆத்தா அப்பென்ட்டப் பேசியிருக்கு. மண்டவத்துக்குப் போகவேண்டாம் சாதியாளுக சொல்லிட்டாகள்ல. பேசிக்கிடலாம்"னு அப்பெஞ் சொன்னதக் கேக்காம இந்தப்பிள்ள தானடிச்ச மூப்பா டேசனுக்குப் போயிருச்சி. அங்க, "இப்பிடிக்கிப்பிடி என்னய வவுத்துல புள்ளயக் குடுத்துட்டு, வேற புள்ளயக் கலியாணம் முடிக்கிறான்னு ரிப்போட் குடுத்துருக்கு. ஸ்டேசன்ல நமக்கு ஆள் இருக்கில்ல, தாக்கல் தெரிஞ்சு நாம போயி, அவக அப்பெ ஆத்தாகிட்டப் பேசியாச்சி, நாங்களே எங்க சங்கத்துல வச்சுப் பேசி முடிச்சுக்கறம்னு' சொல்லியாச்சு. லோக்கல் டேசன்ல சரின்னுட்டாக.

அதுக்குப் பெறகு இந்தக் கழுத நூறு நாள் வேலைக்குப் போன பழக்கத்துல கச்சிக்காரவககிட்டப் போயிருச்சி அந்தப் புண்ணியவாளங்கெ ஆராருக்கோ மனுப்போட்டு, எஸ்பி, கலெக்டர் வரைக்கும் இழுத்துப் போய்ட்டாங்கெ. எதோ நமக்கு உள்ளாளு இருக்கதால அப்பைக்கப்ப சேதி தெரிய பொண்ணையும் மாப்ளயையும் எஸ்கேப் ஆக்கியாச்சு"

"பாவம் அய்யாம்மா! வாய்லதே அப்பிடி இப்பிடிப் பேசுவாளே ஒழிய ஆருக்கும் வல்லடியா எந்தத் தீங்குஞ் செய்ய மாட்டா. அவளுக்கு இப்பிடியா வாய்க்கணும்? இத்தனைக்கும் ஒண்ணுக்குள்ள ஒண்ணுபோலத்தே பெணஞ்சுகிட்டுக் கெடந்தாங்கெ திடீர்னு என்னா வந்துச்சுன்னு தெரியல"

"எம்புட்டுக் காசு செலவு ? லச்ச லச்சமா அள்ளி எறச்சால்ல. ஒத்தப் பெயலுக்கு நல்ல விதமான நடத்தணும்னு நெனச்சா! இப்பிடி அல்லோலப்பட்டுட்டா"

"ஆனா இதெல்லா ரெம்ப அக்குருமம்ப்பா. என்னாதேம் பெரச்னன்னாலும் நமக்குள்ள வச்சிப் பேசிக்கணும். இப்பிடி போலீசு டேசன்னு இதுவரைக்கிம் நம்மாளுகள்ல ஆனது இல்லியே! அசலூர்க்காரெங்கறது சரியாப்போச்சு பாத்தியா?"

“இவெங்களத்தான அய்யாம்மா குடும்பமாக்குனா? உண்ட வீட்டுக்கே தெண்டம் வச்சுப் புட்டாய்ங்கள்ல?”

“இவெங்கள ஊர விட்டே அடிச்சு வெரட்டணும்மப்பா”

“இப்ப, அவெங்க கவருமெண்டு கஸ்டடியில் இருக்கானுக. எதும் செய்ய வேணாம். எல்லாம் முடிஞ்சு வரட்டும்”

“எவனும் அவனுகளோட அன்னந்தண்ணி பொழங்கக் கூடாதுப்பா. முக்கியமா எந்த வேல வெட்டிக்கும் புருசெம் பொண்டாட்டி எவளையும் கூப்புடக்குடாது. இனி எப்பிடி ஊருக்குள்ள பொழப்பு நடத்துவங்கென்னு பாப்பம்?”

“எல்லாஞ் சரி. என்னமோ கன்னி கழியாத சின்னப் பிள்ளையச் சீரழிச்சிட்டான்னாக்கூட நாமளே செகுள்ல ரெண்டு அப்பு அப்பி கட்றா தாலியங்கலாம். ஏற்கெனவே இன்னொரு பெயகூட இருந்து சலிச்சு வெளிய வந்தவதான? இப்ப என்னத்த அய்யரு மந்தரம் ஓதி தாலிய வாங்கனுங்கறா? வீம்புக்கே வம்மம் வச்சு செய்யிற மாதரில்ல இருக்கு”

மண்டபத்தில் சலிக்காத உரையாடல் நீடித்துக் கொண்டிருந்தது. பேசுவது யார்? என்ன சம்பந்தம் எனும் வரையறைகள் ஏதுமில்லாமல் சாதிப் பாசமும் ஊர்ப் பாசமும் ஒன்று கலந்து பேச்சில் வலம் வந்தன.

சாப்பாடு தீர்ந்ததும் பாத்திரங்களைக் கழுவி மண்டபத்தில் கணக்கு ஒப்படைத்த சாரதி, மீந்திருந்த பலசரக்கு, காய்கறிகளை யாரிடம் ஒப்படைக்க எனத் தெரியாமல் ஸ்டோர் ரூமில் அடைத்து சாவியை தானே வைத்துக்கொண்டார். கணக்கு முடிக்க எப்படியும் வரவேண்டி இருக்கும் அப்போது ஒப்படைக்கலாம். இந்த சமயம் எவரிடம் தந்தாலும் சரிவராது. தன் உதவியாளர்களுடன் நாட்டாமையிடம் சொல்லிவிட்டு மண்டபத்தை விட்டுக் கிளம்பினார். அதேபோல ஒலி பெருக்கியும் பந்தல், மணவறை உள்ளிட்ட அலங்கார விளக்குகள் ஸ்பீக்கர் வரை கழட்டி வண்டியில் ஏற்றலாயினர்.

மண்டபத்துக் கணக்காப்பிள்ளை மொத்தக் கணக்கு களையும் எழுதி வைத்துக்கொண்டு காத்திருந்தார். கணேசனும் நாட்டாமையும் இன்னும் சில சங்க நிர்வாகிகளை அழைத்துக் கொண்டு ஆட்டோ பிடித்து எஸ்பி அலுவலகம் சென்றனர். பூங்கொடி கச்சிக்காரர்களுடன் வாராந்தாவில் அமர்ந்திருந்தாள்.

25

ஒரே குலுக்காகத் தலையினைக் குலுக்கி மறுத்துப் பேசினார் மாவட்ட காவல் அதிகாரியான எஸ்.பி. "இத்தனை ப்ளான்டா அத்தன ங்ராண்டா ப்ளக்ஸ், போஸ்டர் சென்டா மேளம்னு ஊருக்குள்ள அப்படி ஒரு கலியாணத்த நடத்தி இருக்கீங்க. போலீஸ் வந்ததும் பொண்ணு மாப்பிள்ள மட்டும் எஸ்கேப்? இத டிபார்ட்மென்ட் நம்பணும்?" எதிரில் அமர்ந்திருந்த சாதியாட்களை முகத்துக்கு முகம் பார்க்கப் பிடிக்காதவராய் நின்றுகொண்டிருந்த தனது துறை அதிகார்களுக்குச் சொல்லிக்கொண்டிருந்தார்.

"அதெப்பிடி சார். அவங்க கூண்டோட தப்பிச்சுப் போகிற வரைக்கும் வெய்ட் பண்ணி ஸ்பாட்டுக்குப் போனீங்களாக்கும்?" சப் இன்ஸ்பெக்டரின் கண்களை ஊடுருவிக் கேட்டார்.

"இல்லிங்யா முகூர்த்த நேரம் பத்தர மணிக்கு மேலதான். நாங்க யேர்லியரா எட்டு மணிக்கெல்லாம் ட்ரோல் முடிச்சிட்டு இம்மீடியட்டாக் கிளம்பிட்டோம். அவங்க ராத்திரியே ப்ரிப் ப்ளானாக் கெளம்பிட்டாங்க சார்." மேலதிகாரியின் பார்வையை நேருக்கு நேராக எதிர்கொள்ள

அச்சப்பட்ட சப்-இன்ஸ்பெக்டர் தன் கண்களைத் தாழ்த்தியபடி பதில் பேசினார்.

“ப்ரிப் ப்ளானா? வேற யாரும் போட்டுத் தந்த மாஸ்டர் ப்ளானா?”

“எங்களுக்கே ஷாக்கிங்கா இருந்தது சார். ஸாரி?”

“நெக்ஸ்ட்?”

“ஈவ்னிங்க்குள்ள பிடிச்சுடுவோம் சார். ரூமர் இருக்குங் சார்”

“ம்!” டைம் வேஸ்ட் பண்ணாம க்விக்காப் போங்க”

தங்கள் கோப்புகளை எடுத்துக்கொண்டு அதிகாரிக்கு விறைப்பாய் சல்யூட் செய்துவிட்டு அறையிலிருந்து கிளம்பினார்கள்.

ஒருநிமிட இடைவெளிக்குப் பின் தன் முன்னால் அமர்ந்திருந்த சாதியாட்களைப் பார்த்த அதிகாரி, “சொல்லுங்க, இன்னமும் அவங்க எங்க இருக்காங்க அப்படீங்கறது உங்களுக்குத் தெரியாதுன்னு சாதிக்கப் போறீங்க அப்படித்தான?”

“அதில்லைங்க சார். இது வேணுக்கவே வீம்புக்குக் குடுத்த புகாரு. ஊருக்குள்ள ஒரு குடும்பம் நல்லா பொழச்சா காமாறப்பட்டு பண்ணுவாங்கள்ல, அதான் சார். பெயல ஊருக்குள்ள வெசாரிச்சுப்ப் பாருங்கமே” நாட்டாமை உட்கார்ந்திருந்த சேரிலிருந்து உடம்பை கொஞ்சம் உயர்த்திக்கொண்டு பேசினார்.

“உங்களுக்கு அந்தப் பையன் என்ன ரிலேசன்ஷிப்? என்ன உறவு?”

“இவர், ஜாதி நாட்டாமைங்க சார், நான் தலைவர், இவரு...” என ஒவ்வொருவராக அறிமுகம் செய்யத் தொடங்கிய கணேசனை மறித்துக் கை உயர்த்திய அதிகாரி, எதிரில் நின்றுகொண்டிருந்த போலீசாரைப் பார்த்தார்.

“பையனோட பேரண்ட்ஸ ஸ்டேசன்ல நிறுத்தி வச்சிருக்காங்க சார்” அதற்கிடையில் ஒரு பெண் காவலர் கதவைத் தட்டி உள்ளே வந்து சில காகிதங்களில் அதிகாரியிடம் கையெழுத்து வாங்கிப் போனார்.

அறை குளிருட்டப்பட்டிருந்தது மேசையில் மைக்கூடு மாதிரி ஒரு பேனா ஸ்டாண்ட் சில கோப்புகள் பின்புறம் பெரிய பலகையில் மாவட்ட வரைபடம், இருபுறமும் திரைச்சீலை போத்தப்பட்ட பெரிய சன்னல்கள், மேசைக்கு முன்னால் ஆறு மர நாற்காலிகள், இடதுபக்கம் சிறிய மேசையுடன் உதவியாளர் இருக்கை. வெளிக்கதவோரம் அனாமத்ததாக ஒரு மேசைமட்டும். அதில் காப்பி கப், ப்ளாஸ்க் ஒன்றும் இருந்தன.

“அய்யா, நீங்க சொல்றத எல்லாம். எஸ்கேப்பாகிப் போனவங்க வந்தப்பறம்தான் கேக்க முடியும். பிரச்னை நீங்க நெனைக்கிற மாதிரி பெட்டிக் கேஸ் கிடையாது. ஹியூமன் ரைட் சம்பந்தப்பட்டது. சிஎம் செல்லுக்கு ஈக்குவலான கேஸ். ச்சும்மா வாய்க்கு வந்தபடி உளறாதீங்க. ஃபேக்டப் பேசி கேச, வித்ரா பண்ணப் பாருங்க”

“அய்யா உத்தர்வு குடுத்தா. இத நாங்க எங்க சமுகத்திலயே வச்சுப் பேசி முடிச்சுக்கறம்” கணேசன் பவ்யமாக எழுந்து நின்று பேசினான்.

“நா இப்ப என்ன சொன்னேன். இது அந்த லெவலத் தாண்டியாச்சு. இவ்வளவு நாளாப் பேசி முடிக்காம, இன்ன வரைக்கும் என்ன பண்ணீங்க? ஏய்யா பொண்ணு தனியா வந்து வவுத்தப் பிடிச்சிட்டு நிக்கிறா கொஞ்சங்கூட ஒரு இரக்கமில்லாம நாங்களாப் பேசி முடிச்சுக்கறோம்ங்கறீங்க! இதுதே சமூக் சட்டமா?”

“இல்லீங்யா ரெண்டு மூணுத ரம் பேசுனம்ங்யா சொல்லாமக் கள்ளாம அதுபாட்டுக்கு இங்க வந்திருச்சு”

“அப்படீன்னா என்னா அர்த்தம்? உங்ககிட்ட அந்தப் பொண்ணுக்கு நியாயம் கிடைக்கலேன்னுதான அர்த்தம்?”

“அந்தப் பிள்ளையோட அப்பாம்மால்லாம் சரின்னுட்டா கய்யா”

“பிரச்னை அந்தப் பொண்ணுக்குத்தான. அந்தப் பொண்ணு சரின்னா நீங்க ஒங்க இடத்தில வச்சே பேசிக்கலாம். ஒத்துக்குமா?”

“நீங்க சொன்னா ஒத்துக்கும்யா !” நாட்டாமை பரிதாபமாகச் சொன்னார்.

"ஏட்டையா இவகளையும் பிடிச்சு ஸ்டேசன்ல போடச் சொல்லுங்க அப்பத்தான் கேஸ் சீக்கிரம் முடியும். நெக்ஸ்ட்"

அவரது அந்த வார்த்தையில் வந்திருந்த அனைவரையும் கைத்தாங்கலாகப் பிடித்து அறையை விட்டு வெளியில் அனுப்பினார்கள். "எல்லாருமாச் சேந்து ஓடிப்போனவகளக் கொண்டு வாங்க. அய்யா ரொம்ப அப்செட்டாகியிருக்கார். உங்களுக்குத் தெரியாம எப்பிடி ஓடுவாங்க. நீங்க சொல்றத யாரும் நம்பமாட்டாங்க. சட்டுன்னு வேலயப் பாருங்க. அய்யா சொல்ற மாதரி நடந்தீங்கன்னா. அப்பறமா பேச்சு வார்த்தையில கூடக்கொறய வச்சுப் பேசிக்கலாம்."

அவர்கள் மொத்தமாக வெளியில் போகும்போதும் பூங்கொடி வராந்தாவில் சாய்மானம் போட்டு உட்கார்ந் திருந்தாள்.

எஸ்.பி அறையிலிருந்து வந்த ஒரு காவலர் பூங்கொடியிடமும் அவளோடு இருந்த கட்சி ஊழியரிடமும் ஏதோ சொல்ல, "சரிங் சார். நாங்க கௌம்பறம். அய்யாகிட்டச் சொல்லீருங்க" என கட்சி ஊழியர் பூங்கொடியை அழைத்துக்கொண்டு அலுவலகத்தை விட்டு வெளியில் வந்தார்.

"நீங்க வீட்டுக்குப் போங்கம்மா. ஓடிப்போனவங்கள சாயங் காலத்துக்குள்ளாற பிடிச்சுடுவாங்கலாம். அவங்க வந்ததும் பேசிக்கலாம். ஆள் அனுப்பறேன்னு சொல்லியிருக்காங்க. தைரியமாப் போங்க. யார் என்னா சொன்னாலும் இந்தக் காதுல வாங்கி அந்தப் பக்கம் விட்ருங்க. எது ஒண்ணுன்னாலும் எனக்கு போன் செய்யுங்க. ரைட்டா" என்று தோழர், தனது இருசக்கர வாகனத்தைக் கிளப்பினார்.

26

குமார் உள்ளபடியே கொதிநிலையில் இருந்தான். பூங்கொடி இப்படியாக மாறுவாள் என்று நினைத்துப் பார்க்கவில்லை. எத்தனை எடுத்துச் சொல்லியும் எதையும் அவள் காதில் வாங்கவில்லை. தேவையில்லாமல் குடும்பத்தை அலைக்கழிய வைத்துவிட்டாள். அய்யாம்மா சொன்ன சொல் பலித்து நிஜமாகவே நடுத்தெருவுக்கு தன் குடும்பத்தை கொண்டுவந்து நிறுத்திவிட்டாள்.

தன்னைப்பற்றிய கவலையைவிட சங்கீதாவின் கலவரமடைந்த முகம், அவனை மிகவும் சங்கட்டப்படுத்தியது. கலியாணத்துக்கு முதல் நாள் பருசம் போட்ட வேளையில், பருசச் சேலையை வாங்க சபையில் சங்கீதா அடியெடுத்து வைத்த கணத்தை அவனால் மறக்க முடியவில்லை. சாதாரண பூனம் சேலைதான் உடுத்தியிருந்தாள். சாம்பல் நிறம், பூ டிசைன் இல்லாமல் இங்கிலீஸ் கலரில் கட்டமும் - கோடுகளுமாய் புது டிசைனில் உடுத்தியிருந்தாள். ரவிக்கை முழங்கை வரை நீண்டிருந்ததில் சினிமா ஸ்டாராக மின்னினாள். அதிலும் முகத்தில் பூசப்பட்டு ஜொலித்த மஞ்சளின் ஜொலிப்பு அவள் மீதான கவர்ச்சியை - அழகை அதிகப்படுத்திக்காட்டியது. வில்லடிபட்ட பறவையாய்,

சங்கீதாவின் அந்த வசீகரத்தில் அப்படியே கிறங்கிக் கரைந்தும் போனான்.

அவசர அவசரமாக நடந்த சடங்குகள், சாங்கியங்கள் பொண்ணை - மாப்பிள்ளையை எந்தச் சடங்கிலும் முழுசாய் நிற்கவொட்டாமல் "ரைட், அடுத்து அடுத்து" என விரட்டி விரட்டி நடத்திய விதத்தில் எல்லோருமே பதற்றத்துக்கு ஆளானார்கள். பருசச்சேலை வாங்கிய நிமிசத்தில் சங்கீதாவை உடுத்தியும் உடுத்தாமலும் மண்டபத்தை விட்டுக் கிளம்பச் சொல்லி, உப்பார்பட்டியில் அய்யாவின் சொந்தக்காரர் ஒருத்தரது குடிசை வீட்டில் தங்கியும் தங்காமலும், போலீசுக்குப் பயந்து இங்கே தேடிவந்து விடுவார்களே என்ற அச்சத்தில் பாதிப் பொழுதை உறங்கியும், பாதிப் பொழுதை உறக்கமில்லாமல் காவல் காக்க வந்திருக்கும் வாலண்டரிகளோடு ஊரைச் சுற்றி வந்தும் கழித்தான். இதில் ஒவ்வொரு நிமிசமும் சங்கீதா பட்ட பாடுதான் நெஞ்சாங்குழியை விட்டு மறைவேனா என்கிறது.

பருச மேடையில் பார்த்த அந்த ஆப்பிள் போல உருண்ட முகம் போலீசு விரட்டுகிற சேதி கேட்டதிலிருந்து வாடிய வெள்ளரிப் பழமாய் சுருங்கிப் போனது. உருண்டு திரண்ட கண்கள் கருத்து இமைத்தோல்கள் சுருக்கம் விழுந்து வேறு ஒரு பிள்ளையாக நினைக்க வைத்தன. எந்த நேரமும் உடம்பு அதிர்ந்துகொண்டே இருந்தது. பக்கத்தில் இருந்த அவளது அம்மா பட்டாளம்மா தோளை அணைத்து "ஒண்ணுமில்லடி, தெம்பா இரு. நாங்கள்லாம் இருக்கோம்ல" என ஆறுதல் வார்த்தை சொல்லியவண்ணம் இருந்தாள்.

எல்லாத்துக்கும் காரணம் பூங்கொடி.

சாயங்காலமாக போலீஸ்டேசன் வருவதாகச் சொல்லி விட்டிருந்தான் குமார். சாதியாட்கள் அத் தகவலை ஸ்டேசனில் சொன்னார்கள். அதுப்படியே எதிர்தரப்பான பூங்கொடிக்கு கட்சி சங்கம் வழியாக தகவல் சொல்லப்பட்டது. எஸ்பி அலுவலகம் வரவேண்டாம் நகரத்தின் மகளிர் ஸ்டேசனில் வைத்து பேச எஸ்பி உத்தரவானது. பூங்கொடி அதுகுறித்து விசனம் கொண்டாள். "ஏதாவது உள்ளடி அரசியல் வேலை நடந்திருக்கும். அதனால் லோக்கல் ஸ்டேசனில் தள்ளிவிட்டார்கள். அதனால் பரவாயில்லை.

எங்கே நடந்தாலும் நம்மோடுதானே பேசப்போகிறார்கள், பார்த்துக்கொள்ளலாம்” என்றனர் கட்சிக்காரர்கள்.

பூலாண்டிக்கும் முத்துப்பேச்சிக்கும் ஸ்டேசனுக்கு வரவே பிரியமில்லை. என்னதான் நடந்தாலும் சாதியாள்களது பகை, நல்லபாம்புக்கு ஒப்பானது. மனசுக்குள்ளயே வச்சுக்கிருந்து, திடீர்னு பெரிய கஷ்டத்தைக் கொடுக்கும் என்பதை பல வகையிலும் சொல்லிப் பார்த்தாள். எந்த வகையிலும் பூங்கொடியை அசைக்க முடியவில்லை. பூங்கொடி சொன்ன நேரத்துக்கு முன்னதாகவே மகளிர் ஸ்டேசனுக்குச் சென்று காத்திருந்தாள். மனசு கேட்காமல் பெற்றவர்கள் பின்னே வந்து சேர்ந்தனர். ஸ்டேசன் வாசலில் நாட்டாமை தலைவர் கணேசனோடு நின்றிருக்கக் கண்டு தலையைத் தொங்கவிட்டு ஒதுங்கினர். உடனிருந்த சாதியாள்கள் எவரும் இவர்களோடு பேசவில்லை. பேசக்கூடாது என சாதிக் கூட்டத்தில் வாய்மொழி உத்தரவாகியிருந்தது. அனைவரது கண்களிலும் வன்மம் மிளிர்ந்தது.

கட்சித் தோழர்கள் குறித்த நேரத்தில் வந்து சேர்ந்தனர். அறைக்குள் வேறொரு விசாரணை நடந்துகொண்டிருந்தது. காத்திருப்பு அறையில் அய்யாம்மாவும் பொன்னுச்சாமிவும், சாதியாள் ஒருத்தரும் பிணைக் கைதிகளாய் அமர்ந்திருந்தனர். அந்த அறையின் வெளிச்சுவரில் சாய்ந்திருந்த நீள பெஞ்சில் பூங்கொடி உட்கார்ந்தாள்.

பெண்காவலர் ஒருத்தர் அடுத்த விசாரணைக்கு எடுக்க வேண்டியவர்களை தயாராக இருக்கச் சொல்ல வந்தார். “ஒங்க தரப்புல எல்லாம் வந்துட்டாகளா” கட்சித் தோழர் ஆமெனத் தலையாட்டினார். அய்யாம்மாளோடு நின்றிருந்த சாதி ஆள், அய்யாம்மா மேல் பார்வையை ஓடவிட்டு, “அல்லாரும் இருக்காங்கங்க” என்றார்.

“பெல் அடிச்சதும் உள்ளாற வாங்க” சொல்லிவிட்டு வேறு பக்கம் நடந்தார்.

ஸ்டேசனில் மாலை வெயில் சுளீரென உறைத்தாலும் கட்டடத்தைச் சூழ்ந்திருந்த மர நிழல்கள் அத்தனையையும் செரித்து காணாமல் ஆக்கின. திடீரென ஏதாவது ஒரு பக்கத்துக் காற்று சிலுசிலுவென புறப்பட்டு வருகையில் நின்றும் அமர்ந்தும், ஏன் விசாரித்துக்கொண்டிருக்கும்

அதிகாரிக்குமே செல்லமான உறக்கத்தை ஈந்தன. அதனால் அவ்வப்போது தம்மை சுதாரிப்புச் செய்துகொள்ள தொண்டையைச் செரும வேண்டுவது அதிகாரிகளுக்கு அவசியமான ஒன்றானது.

அய்யாம்மாவிடம் குமாரு வந்துருவான்ல என அடிக்கடி கேட்க சங்கட்டமாகவே இருந்தது. வந்துருவான். வந்துட்ருப்பான், வரான், இப்படி மொன்னையான பதில்களை அவளும் சொன்னாள். இதுக்கு மேலும் கேட்டால் என்ன பதில் பேசுவாள் எனச் சொல்ல முடியாது. சத்தம் போடலாம், வையலாம், ஆனால் இன்னைக்கும் அவன் இங்கே வந்து ஆஜராகாவிட்டால் இன்னைக்கி ராத்திரி ஜெயில் படுக்கை நிச்சயம் என்பது மட்டும் தெரிந்தது.

பூங்கொடிக்கு சப்போட் பண்ணுவது கொக்கிப் பார்ட்டி! சும்மாவே இருக்க மாட்டாங்கெ. தேவையில்லாம நாம வந்து மாட்டிக்கிட்டோம். நாட்டாம சொன்னாருன்னு தலையக் குடுத்தது. ரெண்டு நாளா வீட்டுப் பொம்பளையப் பாக்க முடியல. பிள்ளியள்ட்டப் பேசமுடியல. முடிஞ்சு போனா வீட்ல பெரிய சத்தம் தொங்கிக்கிருக்கு. ஆனாலும் ஒரு பொட்டச் சிறுக்கி இம்புட்டுத் தாட்டியமா நிக்கக்குடாது. இத்தன கூட்டத்தையும் என்னான்னு கேட்டுட்டாளே! நாட்டாமையும், தலைவர் கணேசனும் குமாரை எதிர்பார்த்து வாசலில் நிற்கிறார்கள். அவன் வந்தால் கூடவே அவர்களும் வந்துவிடுவார்கள்.

அதற்குள் போலீஸ்காரம்மாவின் அழைப்பு வகுத்தைக் கலக்குகிறது. உட்கார்ந்த இடத்திலிருந்து எழுந்து வந்து எட்டிப் பார்த்தான், பூங்கொடியும், பூலாண்டியும் கட்சிக்காரர்களும் கண்ணில் பட்டனர். வலது ஆள்காட்டி விரலை உயர்த்தி எச்சரித்தான். “இது நல்லதுக்கில்லடா பூலாண்டி. தப்பு, ஒட்டுமொத்தக் குடும்பமும் ஒண்ணு சேந்து தப்புப் பண்றீக. அனுபவிப்பீங்க பாரு” சத்தமாகச் சொல்லிவிட்டு பழையபடி வந்து உட்கார்ந்துகொண்டான். கொல்லன் பட்டறை உலைத் துருத்தியாய் நெஞ்சுக்கூடு ஏறி இறங்கியது.

“இன்னம் வர்லியா?” பொன்னுச்சாமி சப்தம் எழாமல் கேட்டார். “அல்லாரும் வாசல்லதா நிக்கிறாக.” பதிலும் அந்த மீட்டரிலேயே ஒலித்தது.

விசாரணை முடிந்தவர்கள் இன்ஸ்பெக்டர் அம்மாவுக்கு கைகூப்பி விடைபெற்றுக் கிளம்பினர். “சொன்னதெல்லா புரிஞ்சதுல்ல, அடுத்தும் கம்ப்ளய்ன்ட் வந்துச்சு. நேரா சென்ட்ரல் ஜெயில்தான். ஏழு வருசம் அமுத்திப் போடுவேம் ம், போ” வாசலில் நின்ற காவலரை ஒதுக்கிக்கொண்டு வெளியில் வந்தனர்.

“பூங்கொடி கேஸ் உள்ள வாங்க” பெண் காவலர் அறை வாசலில் நின்று சத்தமிட்டார். அய்யாம்மாளை எழுப்பிய சாதியாள், வாசலைப் பார்த்தபடி அறைக்குள் நுழைந்து இன்ஸ்பெக்டர் அம்மாவுக்கு வணக்கம் தெரிவித்தனர். பெண் காவலர் வெளி வாசலுக்கு வந்தும் உரக்கக் கூவினார். “பூங்கொடி கேஸ் உள்ள வாங்க” கட்சிக்காரர்களோடு நுழைந்தாள் பூங்கொடி. பூலாண்டி முத்துப்பேச்சி இருவரையும் எரித்துவிடும் பார்வை ஒன்றைப் பார்த்துவிட்டு இமைகளைத் தாழ்த்திக்கொண்டாள் அய்யாம்மா.

கணேசனது போன் சூடாகி காதைப் பொசுக்கியது. “என்னா மசுத்துக்குடா இப்பிடி எங்களப் போட்டு உசுர வாங்கித் தொலைக்கிற? நிய்யி தாலியக் கட்டி பகுமானமா பொண்டாட்டியோட ஊரச் சுத்த, நாங்க இங்கன எங்கத் தாலிய அறுக்கணுமா? உப்பார்பட்டில இருந்து இங்க வர, இம்புட்டு நேரமா?” குமாரை போனில் வறுத்தெடுத்தார். எத்தனை நேரம் போன் பேர்டுவது.

கணேசனை மோதிச் சாய்த்துவிடும் வேகத்தில் வந்து நின்றது ஒரு ஆட்டோ. அந்த வேகம் கண்டு உடன் நின்றிருந்தவர்கள் பயந்து ஒரு எட்டு பின் நகர்ந்தனர். “எவன்டா அவெ? கிரித்தரியம் பிடிச்சவெ? இம்பிட்டு ஓரத்துல நின்டாலும் மேலுக்கு ஏத்த வாரானே” ஓங்கிய கையோடு நாட்டாமை ஆட்டோ மீது பாய்ந்தார்.

27

"பெரிய்யா..!" கூப்பிட்டபடி கலியாணப் பட்டுடன் குமார் கீழிறங்கினான். டிரைவர் இருக்கையில் பிதுங்கி உடார்ந்திருந்த கொசுவு, முதலில் ஒருகாலை மட்டும் நீட்டி இறங்கினான். அவர்களைக் கண்டதும் சாலையில் சிதறி நின்ற கூட்டம் ஒன்று திரண்டது. "குமாரு வந்துட்டான்..." சின்னதான சலசலப்பு ஏற்பட்டது.

"வாடா அய்யா, இப்பதான்டா உசிரு கூட்ல சேந்துச்சி. உள்ளாற போ, கூப்புட்டாக" நாட்டாமையை ஒதுக்கிவிட்டு குமாரின் கைப்பிடித்து அழைத்தான் கணேசன். அவனைத் தொடர்ந்து சங்கீதாவும், அவளது தாயார் பட்டாளம்மாளும் இறங்கினர்.

இன்ஸ்பெக்டர் அறைக்குள் அவர்கள் நுழைந்ததும் ஓரமாய் நின்றிருந்த அய்யாம்மா தன்னிலை மறந்து ஓடோடி வந்து மகனையும் மருமகளையும் ஒருசேரக் கட்டிப்பிடித்து அழலானாள்.

"எந்தச் செம்மத்துல என்னா பாவஞ் செஞ்சேனோ, எம் மக்கா இப்பிடி கலியாணக் கோலத்துல கச்சேரில வந்து நிக்கிம்படியாச்சே. இதெல்லாம் கண்டும் இன்னம் உசுரோட

இருக்கனே, ஏ பட்டாளம்மா, அடியே வீருசின்னு நீயெலா பரதேவதைங்களா இருந்தா இப்பிடி நடக்கவிடுவீகளா? சாமியெல்லா செத்து, ஆண்டு பலவாயிருச்சு. இப்ப இருக்கதெல்லா வெறும் கல்லு, மண்ணு. பெத்த வகுற இப்பிடி கும்பி கொதிக்க வச்சுப் பாக்கற நீங்கள்லாம் சாமியே இல்ல. இன்னக்கிச் சொல்றே நீ நாசமாத்தேம் போயிருவ. அஞ்சு காசுக்குச் சூடமேத்திக் கும்புட ஆள் கட்டு இல்லாம பொட்டலாப் பொகஞ்சி அனாதியா அலயப் போறவ"

குமாரும், சங்கீதாவும் கலியாணக் கோலத்தில் வந்தது இன்ஸ்பெக்டர் உள்ளிட்ட அனைவரது கண்ணையும் உறுத்தியது. "ஆர்ரா இவெங்கள இப்பிடி வரச்சொன்னது?" கொசுவிடம் நாட்டாமை கிசுகிசுப்பாய்க் கேட்டார்.

"போன்ல நீதான சொன்ன? நீ இல்லியா?"

"நா எதுக்கு இதெல்லாஞ் சொல்றே. பாரு மகன கலியாணக் கோலத்தில வீட்டுக்குக் கூப்புட முடியாம டேசனுக்கு வந்து நிக்கவச்சிட்டமேன்னு அய்யாம்மா உருகறா"

"ந்தாம்மா, போதும் போதும். இது ஆபீசு. சத்தம் சவுன்டெல்லா ஓரளவுதான் இருக்கணும். போ தள்ளி நில்லு. நீங்க ரெண்டுவேரும் அந்த பெஞ்சீல ஒக்காருங்க" என்ற இன்ஸ்பெக்டர், "சாப்டீங்களா?" எனக் கேட்டார். குமாரும் சங்கீதாவும் ஒன்றாக ஆமெனத் தலையாட்டினர்.

"சரி, எல்லாரும் வந்தாச்சுல்ல" என்ற இன்ஸ்பெக்டர் மனுவை கையிலெடுத்துப் பார்த்தவர், "சொல்லு தம்பி. இந்தப் பொண்ண நேத்துக் கலியாணம் முடிச்சிட்ட, அதுக்கு முந்தி அதாரு, பூங்கொடி, பூங்கொடிதான" கையிலிருந்த தாளை நோட்டம்விட்டார். "ம், பூங்கொடி கூடப் பழகி அந்தப் பொண்ணு இப்ப கர்ப்பமா இருக்கறதா ஓம்மேல புகார் வந்திருக்கு ? இதுக்கு நீ என்னா சொல்ற? அந்தப் பிள்ள சொல்றது உண்மையா ? ரெண்டு பேரும் விரும்பினது நிஜமா?"

பதிலை எப்படிச் சொல்வதென குமார் யோசித்துக் கொண்டிருந்த நேரத்தில் விருட்டென அய்யாம்மா, "அதெல்லா உம்ம இல்லீங்மா. அவ, பொய் சொல்றா" என பகர்ந்தாள்.

“ஒன்னையவா கேட்டேன் ? ஒங்கூடயா பழகுச்சு ? நிய்யா அந்தப் பிள்ளய கெடுத்து, வகுத்துப் பிள்ளயக் குடுத்த?” இன்ஸ்பெக்டரம்மா சீற்றத்துடன் பேசலானார். “ஆம்பளயக் கேட்டா ஆம்பள சொல்லணும் பொம்பளயக் கேட்டா பொம்பளதே பதில் பேசணும். ஏடாகூடாப் பேசினா மொத்தத்துக்கு எழுதி அனுப்பிச்சிடுவேன்”

திடீரென அய்யாம்மா நெடுஞ்சாண் கிடையாய் விழுந்து கும்பிட்டாள். “நாங்க படிப்பறியாச் சனங்க. எங்கன என்னா பேசறதுன்னு அறியாத முட்டாச் சனங்க அம்மா. அவெ எம்மகெந்தே, மம்பட்டியக் குடுங்க மாடு மாதிரி மலையவே பேத்து எறிஞ்சு நுமுசத்துல மட்டப்படுத்திருவான். மத்தபடிக்கி மனுச மக்களோட பேசிப்பழகத் தெரியாது. ஒத்தப் பிள்ளைங்கறதால அவன கோழிக்குஞ்சா கைப்பிடிக் குள்ளாறயே வச்சி வளத்துப் புட்டேன். அதனால அறிஞ்சு ஒரு வாத்த அறியாம ஒருவாத்த பேசுவான் சமயத்தில மருவாதக் கொறச்சலாவும் வந்துரும்மா” என கைக்கும்பிட்டை விலக்காமல் விவரித்தாள்.

“அப்ப, ஓம் மகன பச்சப்பிள்ளைன்னு சொல்ற?”

“ஆமாங் மா. ஒரு வெவரமும் அறியாத பய”

“அப்ப அவெ என்னா செஞ்சாலும் ஒனக்குத் தெரியாம இருக்காது”

“ஆமாங் மா. என்னக் கேளாம எதுஞ் செய்ய மாட்டான்”

“பீடி சீரட்டு குடிப்பானா?”

“அதுதே ஊருக்குள்ள நண்டு சிண்டெல்லா குடிக்கி துங்களே!”

“சாராயம் பிராந்தி?”

“என்னிக்காச்சும் ஒருநா”

“அதும் நீ வாங்கிக் குடுத்தாத்தே குடிப்பானாக்கும்”

“இல்லம்மா, கடுசான வேல பாத்த அன்னைக்கி அவக அய்யா குடிப்பாக அப்ப மட்டும்”

“அப்படின்னா இவங்கள ஒளிச்சு கலியாணம் செஞ்சு வச்சதும் இந்தம்மாதானங்க” திடீரென கட்சித் தோழர் எழுந்து கேட்டார்.

“அய்யா, தோழர், நாந்தா கேட்டுக்கிட்டு இருக்கேன்ல”

“இல்லிங்மா, அம்பது அறுபது பேர கூப்பிட்டுப் போய் வேலைய முடிக்கற முழு ஆம்பளைய பச்சப் பிள்ளைன்னு சொல்றாங்களேம்மா”

“ஹலோ ஹலோ ! விசாரணைய நீங்க செய்றீங்களா நாஞ் செய்யவா?” அவர் இருக்கையில் அமர்ந்ததைப் பார்த்து விட்டு, கொஞ்சம் தண்ணீர் குடித்துக்கொண்டார். “அப்ப ஒம்மகனுக்கு குடுக்கற தண்டனய நீ ஏத்துக்கறியா?”

“எனக்குக் குடுங்கம்மா, நா வாங்கிக்கறேன். என்னா தண்டனன்னாலும் சரி” குமாருக்கு அய்யாம்மாவைப் பார்க்க குலசாமியே நேரில் இருந்த மாதரி தெரிந்தது.

“ம், சரி, நீ என்னாமா பூங்கொடி. பொய் சொல்றியாமே? அப்பிடியா?” பூங்கொடியைப் பார்த்து தலையை வெட்டிக் கேட்டார்.

“ஆரு பொய் சொல்றா? அந்த வார்த்தைக்கி அர்த்தங்கூடத் தெரியாதும்மா எங்க வம்சத்துக்கு. ஊர்ல போய் சொல்லச் சொல்லுங்க. ஆரு மூஞ்சில காறித் துப்பறாகன்னு பாப்பம்” ஆவேசம் வந்தவளா முத்துப்பேச்சி நின்ற இடத்தில் இருந்தபடியே கூவினாள்.

“எந்த ஊர்ல வந்து ஒப்பிக்கணுன்டீ, வா போவம், ஆரு மூஞ்சில காறித் துப்பறாகன்னு பாப்பம்! ஓ ஊருக்குப் போவமா ஏவ்வூருக்குப் போவமா? மாடு மேச்சி சாணி பெறக்கிக்கிருந்தவள திண்ணையில ஒக்காரவச்சு திருக பிடிச்சு அரைக்கச் சொல்லிக்குடுத்த கொடுமைக்கி இதுவுஞ் செய்வீங்க இன்னமுஞ் செய்வீங்கடி, எங்க வந்து என்னா பேச்சுப் பேசிக்கிருக்கா பாரு” அய்யாம்மாள் தன் சுயரூவத்தை தணிக்க முடியாமல் திணறினாள்.

இன்ஸ்பெக்டர் தன் கையிலிருந்த பிரம்பால் மேசையின் மீது அடித்து அமைதிப்படுத்தினார். “சைலன்ட், கேள்வி கேட்டவங்க மாத்தரம்தே பதில் பேசணுனு சொன்னே. கேட்டுச்சா” அவரும் கத்த வேண்டியதாயிற்று.

“பின்ன என்னாங்கம்மா? யாருன்னே தெரியாதவக மாதிரில்ல அந்தம்மா பேசுது. அந்த நாளயில இருந்து இன்னிக்கி நேத்திக்கி வரைக்கிம் அடிமாடு தொனமாடாத்தான

அடிச்சிப் பிடிச்சு மேஞ்சுக்கிருக்கம். ஊரு ஒலகத்துக்கு என்னியத் தெரியாதா ஒன்னியத் தெரியாதா இல்ல நிய்யும் நானும் என்னா வமுசமுன்னு மறந்துபோய்ட்டாகளா? என்னமோ கெடுமேடா ஆயிப்போச்சி. நாங்க ஒன்னு நெனச்சோம் நிய்யி ஒன்ன நெனச்ச, ஒம்புள்ள ஒன்ன நெனச்சான், அதுபோல எம்மவளும் என்னத்தையோ நெனச்சு டேசன்வரைக்கிம் வந்தாச்சு. அம்மா மாதிரி பெரிய அதிகாரிக மதிச்சுப் பேசறாகன்னா ஆமாம்மா இப்பிடி ஆய்ப்போச்சு, நீங்க சொல்லுங்க கேட்டுக்கறம்னு போக மாட்டாம, நாங்க பொய் சொல்றமாம்" மேல்மூச்சு வாங்கப் பேசலானாள்.

"இந்தா பாருமா ஒனக்குத் தனியாச் சொல்லணுமா? நாந்தே கேட்டுக்கறேன்னு சொல்றேன்ல. பேச்ச நிப்பாட்டு"

"பின்ன என்னாங்கம்மா ஒரு அதிகாரிக்கு மருவாத குடுத்துல்லம்மா பேசணும். பொய்யின்னா எது பொய்யி, அய்யாம்மாங்கற நிய்யி பொய்யா, என்னயக் கொணாந்து இந்த மனுசெங்கூடச் சேத்துவச்சியே அது பொய்யா, மருமகளேன்னு எம்மகள வாய் நெறையா கூப்புட்டு கொஞ்சினியே அது பொய்யா, பிள்ளைக ரெண்டும் பழகுனது மத்தபடி வந்தது போனது எதுமே ஒனக்குத் தெரியாது. அல்லாம் பொய்யி. இப்ப டேசன்ல வந்து குடும்பமே கையக்கட்டி நிக்கிறியே இதுமட்டும் நெசம்? இல்ல, அதும் பொய்யா?" அய்யாம்மாவின் மீதிருந்த அத்தனை மரியாதைகளையும் இழுத்துப் போட்டு உடைத்து, மனசாரப் பேசி முடித்தாள்.

"ஆமாடி அல்லாமே பொய்யிதான். நிய்யி, ஒம்மக, ஒம்புருசெ" அய்யாம்மா ஆரம்பிக்கத் தொடங்கியதும், இன்ஸ்பெக்டரம்மா இருக்கையிலிருந்து எழுந்துவிட்டார். "இதென்னா போலீஸ் ஸ்டேசன்னு நெனச்சீகளா, ஒங்க வீட்டு அடுப்படின்னு நெனச்சீகளா? ஒரு வார்த்த யாராச்சும் பேசுனீக, மொழியப் பேத்துப் புடுவேன்"

"யேங்மா, அவ அத்தன பேச்சுப் பேசுனா, என்னிய ஒரு வாத்த பேசவிட மாட்டேங்கறீக" அய்யாம்மா மறுபடியும் ஆரம்பித்ததும் மேசையை விட்டு அய்யாம்மா நின்றிருந்த இடத்துக்குப் போனார் இன்ஸ்பெக்டர். "இவளுக ரெண்டு

பேரையும் இழுத்துப் போய் லாக்கப்ல போட்டு லாடம் கட்டுங்க” யாருக்கோ கட்டளை இட்டார்.

அவர்கள் வருவதற்குள் கட்சித் தோழர் இன்ஸ்பெக்டரிடம் வந்து சமாதானம் பேசலானார். “டென்சன் ஆகாதீங்கம்மா”

“இல்லீங்க இவங்கள இப்படி காத்தாட நிறுத்திவச்சுப் பேசுனா சரிப்படாது. பதினஞ்சு நாள் ரிமாண்டு பண்ணி லாக்கப்ல போட்டு வறுத்தாத்தே அருமை தெரியும்” வேகமாய் எழுந்தார்.

“வாண்டாம்மா” சாதி நாட்டாமையும் பவ்யமாய் கும்பிட்டுக் கேட்டுக்கொண்டார். இருக்க இருப்பைப் பார்த்தால் உதவிக்கு வந்த தங்களையும் ஜெயில் களி திங்க விட்ருவார்கள் என பயம் வந்தது.

“ஏண்டா மண்டி வெளக்கண்ண! ஓங்கிட்டதான கேள்வி கேட்டேன்? உண்டு இல்லன்னு பதில் சொல்ல வாய் வலிக்கிதா!” பக்கத்தில் நின்றிருந்த குமாரை இன்ஸ்பெக்டர் கன்னத்தில் அறைந்தார். எதிர்பாராத அந்த அறையில் குமாருக்கு கண்கள்ல் பொறி பறந்தது. அதைவிட சங்கீதாவுக்கு உடம்பு நடுக்கம் கண்டது. அய்யாம்மாள் அறை விழுந்த சத்தம் கேட்டு அரண்டுபோனாள். ‘அய்யோ மகனே நானே அடி வாங்கிக் குடுத்த பாவியானேனே’ என மனசுக்குள் குமுறினாள். பூங்கொடிக்கும் எதோ ஒரு மூலையில் வலித்தது.

”ஒன்னால விசாரணை எப்பிடி எப்பிடித் திரும்புது பாத்தியா? அடுத்தடுத்து எங்களுக்கும் கேஸ் இருக்குள்ள, ஒங்க ஆத்தாவும் நிய்யும் பேசறத மட்டும் நாங்க காது குடுத்துக் கேட்டுக்கிருந்தா மத்த கேசப் பாக்க வேணாமா? ஒன்னய இப்பிடி பட்டு வேட்டி பட்டுச் சட்டைல நிக்க வச்சுக் கேட்டது எந்தப்பு! மொதல்ல இதப் பூராம் அவுத்துப் போட்டு இவன அண்டிராயரோட வந்து நிறுத்தச் சொல்லுமா, டீ சாப்பிட்டுட்டு வந்திரேன்” ஏட்டம்மாவுக்கு உத்தரவிட்டும் விசாரணைக்கு இடைவேளை விட்டும் வெளியில் போனார்.

பெண் காவலர்கள் குமாரை உடை மாற்றச் சொன்னார்கள். “பட்டு வேட்டிய அவுத்துட்டு சாதா வேட்டியக் கட்டுப்பா” அவனது வேஷ்டியைப் பிடித்து பெண் காவலர் ஒருத்தர் இழுக்கத் துணிந்தது குமாருக்கு உசிர்வாதையானது.

நிஜமாகவே வேட்டியை உருவிவிடுவாரோ என நடுங்கினான். வேலைத்தளத்தில் ஜட்டியும் துண்டும் உடுத்தி வேலை பார்த்தவன்தான். பொதுவிடத்தில், அதுவும் தண்டனையாக கலியாணப் பெண்ணின் முன்னிலையில் அது பரவாயில்லை. சங்கீதா பெரிதாக எடுத்துக்கொள்ளப்போவதில்லை. ஆனால் அந்தப் பாதகி பூங்கொடி கண்ணுக்கு முன்னால்? அய்யாம்மாவைப் பார்த்தான். தன்னைவிட அவள்தான் கூடுதலான பதற்றத்தில் கையைப் பிசைந்த வண்ணம் மருகி நின்றாள். தன்னுடைய கண்ணுக்கு முன்னால் குமாரு இத்தனை கூட்டத்தில் அசிங்கப்பட்டுப் போவானோ? ஊருக்குள் தெரிஞ்சால் நாளைக்கி வேலைக்காரர்களை எப்படி அதட்டி வேலைவாங்குவான்? ஓர்த்தன் சிரிச்சாலும் உசுர விட்ருவானே. இதுவரையிலும் வேண்டுதல் செய்யாத தெய்வத்துக்கெல்லாம் நேத்திக்கடன் போட்டாள்.

கொசுவு அய்யாம்மாவிடம் "என்னோட வேட்டிய அவுத்துத் தரட்டா அய்யாம்மா" என காதோரம் வந்து சொன்னான். அவனது வேட்டி மோசமில்லை. ஆனால் குமாரின் கலியாணப் பட்டு வேட்டியை இந்தப் பயல் கட்டவா? மனசு ஏற்க மறுத்தது. நாட்டாமை தன்னுடைய நீளமான மேல் துண்டைத் தருவதாகச் சொன்னார். வேட்டிக்கு மேல் சுற்றிக்கொள்ளலாம் என யோசனை சொன்னார்.

கால் மணி நேரத்துக்கு போலீஸ்காரர்கள் யாரும் அறையில் இல்லை. வெறும் காத்தாடி மட்டும் சுற்றிக்கொண்டு இருந்தது. ஸ்டேசனுக்கு வெளியில் தார்ச் சாலையில் ஓடிக் கொண்டிருந்த போக்குவரத்தின் பாம் பாம் எனும் ஓசைகளும், ஸ்டேசனின் உள்ளுக்குள் அடர்ந்திருந்த மரங்களில் குடியிருக்கும் பட்சிகளின் உயிரோசைகளும் கலந்து கேட்டுக்கொண்டிருந்தன. யார் யாரோ வந்து அறையை எட்டிப் பார்த்தும், சில பேர் "அம்மா இன்னம் வரலியா?" என இன்ஸ்பெக்டரை விசாரிக்கவும் செய்தனர்.

28

காற்று தற்காலிகமாக தனது ஓட்டத்தை நிறுத்தியிருந்தது. வீட்டின் வெளியில் நடப்பட்டிருந்த புங்கை மரக்கன்றும் தன்னுடைய இலைகளை 'ஷட்டப்' என வாய்பொத்தி ஆடாது அசையாதிருக்கச் செய்திருந்தது. ஊரெல்லாம் சுற்றியலைந்த அலுப்புடன் வந்து சேர்ந்த செவலை நாய் ஜானி, வாசலோரம் கவுத்திக் கிடந்த இரும்புத் தட்டை முகர்ந்து பார்த்தது. எப்பவும் ஏதாச்சும் பழசு பட்டை ஊறிக் கிடக்கும் தட்டு இன்றைக்கு ஏனோ காலியாக இருந்தது. என்ன விசயம்? தலையை உயர்த்திப் பார்த்தது.

புங்கை மரத்தடியில் மர்காடில் சிவப்புக் கொடியுடன் ஒரு எக்ஸெல் வாகனம் நின்றிருக்க, வீட்டுக்குள்ளிருந்து எடுத்து வந்த இரண்டு சேர்கள் நிழலடியில் விரிக்கப்பட்டிருந்தன. நிறுத்தப்பட்டிருந்த வாகனத்தின் இருக்கையில் ஒருத்தரும், மரத்தை முட்டுக்கொடுத்து இன்னொருத்தரும் முதுகைச் சாய்த்து நின்றிருந்தனர். வீட்டுக்குள் முத்துப்பேச்சி சிலையென உறைந்திருக்க, வாசலில் பூலாண்டியும், பூங்கொடியும் தள்ளித் தள்ளி தலையைக் கவிழ்த்தபடி அமைதியாய் நின்றிருந்தனர்.

தலையைச் சுழற்றி நோட்டம் விட்ட ஜானி, எக்ஸெல்லின் பின்பக்கத்து டயரை முகர்ந்து பார்த்தது. அதன் நோக்கம் அறிந்து வாகனத்தில் அமர்ந்திருந்த தோழர் கையை உயர்த்தி விரட்டினார். ஓரக்கண்ணால் அவரைப் பார்த்தபடி சோத்துச் சட்டியருகில் வந்து சுருண்டு படுத்துக் கொண்டது.

"சொல்றேன்னு கோவிச்சுக்காதீங்க பூங்கொடி. நாங்களெல்லா வேற வேல வெட்டி இல்லாதவங்கன்னு நெனச்சிட்டீங்க.. இல்ல?" என்ற மூத்த தோழர், தனது வழுக்கைத் தலையை தூசுதட்டி விடுவதுபோல கையால் ஒதுக்கிக்கொண்டார். "தேவையில்லாம ஒரு வேலையத் தொடக்குடாதும்மா, எத்தன நாள் வேல, எத்தன பேரோட உழைப்பு, எந்தவிதமான பலனும் இல்லாம வீணாக் கிட்டீங்களே. இனிமேல் உண்மையிலேயே வந்து நிக்கக்கூடிய யாரையும் சந்தேகத்தோட பாக்கவச்சுட்டீங்க"

பூலாண்டிக்கும், முத்துப்பேச்சிக்கும் என்ன பதில் சொல்வதென விளங்கவில்லை. யார் பெத்த பிள்ளைகளோ இவங்களுக்கும் நமக்கும் எந்தவிதமான ஒட்டோ உறவோ இல்லை. ஆனா, இப்பிடி சொந்தக்காரவங்களே மோசம் பண்ணிட்டாங்க என்று வாசல்படி ஏறிய நிமிசத்தில் இருந்து அன்னந் தண்ணி இல்லாமல் அஞ்சு காசு செலவுக்கு வேணும் எனக் கேக்காமல், நாயத்துக்காக ரவ்வும் பகலுமாய் சாப்பிட்டும் சாப்பிடாமலும் கூப்பிட்ட நேரத்துக்கெல்லாம், வீட்டுக்கும் போலீசு டேசனுக்குமாய் வந்து பட்டாளத்துச் சாமியாய் காபந்து செய்த அந்தத் தோழர்கள் முகத்தில் முழிக்கவே கஷ்டமாகத்தான் இருந்தது.

கட்சிக்காரக, சங்கத்துக்காரக அப்படின்னாலே நமக்கு காரியம்னு போய்க் கூப்பிட்டா, அவங்க வந்த நிமிசத்தில இருந்து நாம, குடிச்சாலும் குடிக்காட்டியும் அவகளுக்கு டீ காப்பியிலருந்து, பீடி சீரட்டு, சாப்பாடு வரைக்கும் வாங்கித் தரணும். போகும்போது பெட்ரோல் செலவு தனி. காரியம் ஆகுது ஆகலைங்கறதெல்லாம் வேற... ஆனா இவங்க பாவம், நலவாரியச் சங்கம்னு சேக்க வந்தாங்க, எந்தப் பிரச்னைன்னாலும் ஆபீசுக்கு வாங்கம்மான்னு சொல்லி ஒரு ரசீது குடுத்தாங்க.. அந்தப் பாவத்துக்காக இன்னமு கூடவே வந்து கெடக்காங்க.

இவ, இப்பிடி டேசன்ல படக்குன்னு யாரையும் கேக்காமச் செய்யாம நான் புகார வாபசு வாங்கிக்கறேம்மான்னு சொல்லிட்டு வந்திட்டா... என்னாதே செய்றான்னே வெளங்கல.

மொதல்ல, குமாரு வந்து தன்னச் சேத்துக்குவான்னு மலயா நம்புன பூங்கொடி, அவெ அய்யாம்மா சொல்லுக்கு கட்டுப்பட்டு கைய விரிச்சிட்டான், வேற கலியாணம் பண்ணப் போறானு முடிவானதும், ஊர்க்காரவகளயும், சாதியாள்களயும் முட்டிமோதிப் பாத்து எதும் ஆகலைன்னு தெரிஞ்சதும். சள்ளுன்னு பூங்கொடி தனியாத்தான் போய் நின்னு சங்க ஆவீசுல இன்னமேரின்னு மேவிச்சிருக்கா, அவ சொன்னதெல்லா அவக நெசம்மான்னு மட்டும் வெசாரிச்சுருக்காக, காரியம் தலைக்கு மேல போகவிட்டுட்டியே சித்த முந்தி வந்திருக்கலாமேன்னு வெசனப்பட்டாலும் ஒடனடியா அவக சங்கத்துப் பொம்பளைகளப் பூராவும் கூப்புட்டு டேசனுக்குப் போய்ட்டாக. இத்தனைக்கும் ஆரம்பத்துல பெத்தவக மத்தவக ஆருமே கூடப் போகல.

ஊர் விட்டு ஊர்வந்து பொழப்பு ஓட்டுற நாளயில, வேல குடுத்து ஆதரிக்கிற ஒரு கங்காணிய எதுத்து நின்னு, அதும் போலீஸ்டேசன் வரைக்கும் போனம்னா நாளப் பின்ன ஆராச்சும் நம்பி வேலைக்கு கூப்புடுவாகளா, அதனால "விடும்மா, ஆண்டவெ நம்ம தலையில எழுதுனபடி நடக்கட்டும்னு" மனசக் கல்லாக்கிக்கிட்டு பூலாண்டி ஏன் முத்துப் பேச்சியுமேகூடப் போகல.

தேனி ரயில் ரோட்டுப் பக்கத்துல இருக்க டேசன் முன்னுக்க, ஆணும் பொண்ணுமா அம்புட்டுச் சனம் பூங்கொடிக்காக நானுன்னு நின்னு உசுரக் குடுத்து தொண்ட கிழியக் கத்திக் கூப்பாடு போடுதுன்னு தாக்கல் கேட்டப் பெறவுதான் ரெண்டு பேரும் ஓடி நின்னாக.

ரோட்ல காரு பஸ்ஸெல்லா நின்னு நின்னு போகவேண்டி தாச்சு. அப்பறம் அங்கிருந்து கலெக்ட்ராபீசுக்கு போய் எஸ்பி கிட்ட மல்லுக்கட்டு. 'ஒரு புள்ளய ஆச வாத்த சொல்லி ஏமாத்தி கெர்ப்பமாக்கிட்டு இன்னியொரு கலியாணம் முடிக்கறான்னா சர்க்காரும், போலீசும் ஆருக்கு காவலுக்கு நிக்கிது?' னு வந்திருந்த பெரிய பெரிய ஆளுகபூராம் பெலக்கா கேள்வியக் கேட்டுக் குமிச்சிட்டாக. அதுக்குப் பெறகுதான்

கலியாண மண்டவத்துக்கு போலீசு வந்தது. அதிலயும் உள்ளாளு வச்சுத் தப்பிச்சிட்டான். அதுக்கப்பறமும் விட்டாகளா? ஓடுனவகளக் கண்டுபிடிக்கணும், ஒடனே நடவடிக்க செய்யலேன்னா, முதலமைச்சருக்கு போன் போடுவோம், உண்ணாவிரதம் இருப்போம்னு ஆளுக்காள் சத்தம் போட்டதும்தான் அய்யாம்மாளையும் பொன்னுச்சாமியையும் ரிமாண்டுல வச்சு ஓடிப்போனவகளக் கண்டுபிடிச்சாக.

“எல்லாம் சரிம்மா? அதான் ஸ்டேசன்ல அவங்கள அக்யூஸ்ட் மாதரி ஒக்காரவச்சி விசாரணை பண்றாகள்ல. நிய்யும் நல்லா நல்லாத்தான கேட்ட? என்னத் தெரியாதா என் கூட பழகுனது பொய்யா, அங்க வந்த இங்க போன, எதையும் அவனால மறுக்க முடியலேல்ல. ஆமா, நாந்தா எல்லாத்துக்கும் காரணம். அப்படின்னு சொல்ல வார சமயத்தில, நீ பல்டி அடிச்சிட்டியேம்மா! எங்க கிட்ட ஒரு வார்த்த கலந்துகிட்டுப் பேசி இருக்கலாம்ல” பேன்ட் சட்டை அணிந்து இன் செய்திருந்த அந்த இளைய தோழர், வண்டியை விட்டிறங்கி வந்து பூங்கொடியிடம் சொன்னார்.

“நாங்களுமே, இந்தப் பிள்ள இப்பிடி காலவாரி விடுவான்னு நம்பலீங்க சாமி. என்னா மாயம் நடந்துச்சுன்னு தெரியல. மகனுக்கு மருந்து வச்ச மாதிரி அய்யாம்மா இவளுக்கும் எதும் மந்திரிச்சு விட்டுட்டாளோன்னு தெரியல” முத்துப் பேச்சியும் கட்சிக்காரவகளுக்கு ஆதரவாகப் பேசினாள்.

போலீஸ் டேசனில் இடைவேளைக்குப் பிறகான விசாரணையில் இன்ஸ்பெக்டர் அம்மாவைக் காட்டிலும் ஒருபடி கூடுதல் தீவிரத்துடன் குமாரைக் கேள்வியால் துளைத்தெடுத்தாள் பூங்கொடி. அதற்கேற்ப அவனும் அத்தனை கேள்விகளுக்கும் வக்கீல் சொல்லித் தந்த பதிலையே சொன்னான். “எந்தக் கேள்விக்கும் பூங்கொடியத் தெரிஞ்சதாவோ அந்தப் பொண்ணுகூடப் பழகுனதாகவோ காட்டக்குடாது. அடிச்சுக் கேட்டாலும் தப்பாக்கூட உளறிடக்கூடாது. இது முக்கியம், ஆமா”

வேலைக்குக்கூடக் கூப்பிட்டதில்லை எனக் கூசாமல் பொய் சொன்னான். “பேரு என்னான்னாச்சும் தெரியுமாப்பா ” என இன்ஸ்பெக்டரம்மா கடுப்பெடுத்துப் போய்க் கேட்டதற்கும் அவன் பதில் சொல்லாமல் மௌனித்தான்.

“அப்ப, எம் பேருகூட ஆவுகமில்லியா ஒனக்கு?” என்றுதான் விசாரணையில் முதல் முறையாக வாய் திறந்தாள் பூங்கொடி.

“ஞாபகமில்லைனு சொல்லம்மா. பேரே தெரியாதுங்கறான். அப்பிடித்தானப்பா”

இன்ஸ்பெக்டரம்மா லத்தியை கையில் உருட்டிக் கொண்டு எழுந்தார். கன்னத்தில் அறை விழுந்த மாதரி, அடுத்து லத்தியடி வாங்கப் போறானோ, அய்யாம்மா பயந்தாள். அடிவாங்கி உள்ளதெல்லாம் சொல்லிவிடுவானோ..?

குமாருக்கு மனசு கெட்டித்துப் போயிருந்தது. நேற்று வரைக்கும் அவள் மீது இருந்த அன்பும் அபிலாசையும் முற்றிலுமாய் அழிந்துபோய்விட்டிருந்தது. இத்தனை வருச காலம் பேசியது, பழகியது எல்லாமே வெறுத்துப் போயிருந்தது.

எந்த வகையில் அவளுக்குதான் குறை வைத்தேன்? சின்ன வயசில் இருந்தே ரெண்டு பேரும் ஒருத்தரையொருத்தர் அறிந்தவர்கள்தான். பூலாண்டிக்கும், முத்துப்பேச்சிக்கும் தங்களை குடும்பமாக்கிய அய்யாம்மா மீது மரியாதையும் வாஞ்சையும் உண்டு. வேலை என கிளம்பிவிட்டால் முதல் தகவல் பூலாண்டி வீட்டுக்குத்தான் போகும். அதுபோல பூலாண்டியானாலும் முத்துப்பேச்சி என்றாலும் வேற கங்காணிகள் வேலைக்கு கூப்பிட்ட சமயம், ‘அய்யாம்மாக்கு வேல இல்லாட்டா வரேன்’ என்றுதான் அவர்களது பதில் அமையும்.

குமாரை எப்படியாவது படிக்க வைத்து ஒரு ஆளாக்கிவிட வேண்டும், இந்த மம்பட்டி வேலை தன் காலத்தோடு ஒழியட்டும் என கங்கணம் கட்டிக்கொண்டு, அவனைத் தனது வேலைகளின் நிழல் படியாதபடிக்கு ரெம்பவும் ஜாக்ரதையாகவே நடத்தி வந்தாள். ஆனால் பொன்னுச் சாமிக்கு கணக்கு வழக்குப் பார்க்க ஆள் தேவைப்பட்ட நேரமெல்லாம் மகனை இழுத்து வைத்துக்கொண்டான். அதில்தான் புருஷன் பொண்டாட்டிக்கு அதிகமான உரசல்கள் ஏற்பட்டன. “எங்க அய்யா பாட்டெம் பூட்டெ, முப்பாட்டெங் கால பொழப்பு என்னோடயும் ஒன்னோடயும் ஒழிஞ்சிதாம் போகட்டுமே இன்னும் ஏழு தலமொறைக்கு இழுத்துக் கெடக்கணும்னு நெனைக்கிறயாக்கும்?”

'நானென்னமோ வார சீதேவிய வழிமறிக்கற மாறில்ல பேசுறவ, அமையணும்னு விதியிருந்தா அணகட்டி மறிச்சாலும் அடிச்சுப் பிடிச்சு வந்து சேரும் ஆமா" என்று பொன்னுச்சாமி சொன்னது போலவே குமாருக்கும் பள்ளிக்கூடத்தில் நாட்டமில்லை. அய்யாம்மாவின் வாய்க்காக போய்வந்தான். பத்தாம் வகுப்பில் பெயிலாகி ரெண்டு நாள் ஊருக்குள் தலைகாட்டாமல் திரிஞ்சு, பெயிலானவனை பசாரில் அதிக செலவு கொண்ட டுடோரியல் காலேஜில் பீஸ் கட்டி சேத்து பாசாக்க நினைத்தவளின் எண்ணத்திலும் மண்ணள்ளிப் போட்டான். டுடோரியலுக்குப் போகாமல் எங்கெங்கோ சுற்றி, யார் யாரிடமோ பேசி சொந்தமாய் கலவை மெசின் வாங்கி வீட்டுக்கு வந்தான். கைக்கலவை வேண்டாம் என வீட்டு முன்னாடி தடதடவென எஞ்சினைச் சுழலவிட்டு, ஊரை அலறவைத்தான்.

"அய்யாம்மா மிசினு வாங்கி ஓட்றா" என விளம்பரமானது. அப்போதுதான் புது மில்லு கட்ட, திவாகர் எஞ்சினியர் கோயம்புத்தூரிலிருந்து தேனிக்கு வந்தார். குமாரின் எஞ்சின், முதன்முதலாய் பில்லர் குழிக்கு வாடகைக்குப் போனது, அப்படியே மிசினை ஓட்ட, கலவை கிண்ட, சுமக்க என்று பையப் பைய உள்ளுக்குள் நுழைந்தான், மில் கட்டி முடிக்க கலவை மிசின் கிழடாகிப் போனது. இப்படியே அடுத்தடுத்து புதுசு புதுசாய் ஊருக்குள் மிசின்கள் வந்தபோது அதில் முதலாவது குமாரின் பெயர் சொன்னது. கொத்தனார்களின் வேலை மாறி எஞ்சினியர்களின் வேலை தேடிவந்தது. அய்யாம்மா வேலை என்பது குமார் வேலை என்றானது.

பொம்பளைப் பழக்கம் இந்த வேலையில் சகஜமானது என்றாலும், குமாரின் முதல் பொண்டாட்டி சரோஜாவின் மறைவுக்குப் பின்னர் அய்யாம்மா அவ்வளவாகக் கண்டு கொள்ளவில்லை. அந்தச் சூழ்நிலையில் கொசுவுதான் பூங்கொடியை முதலில் வேலைக்கு கூப்பிட்டு வந்தான். அய்யாம்மாவின் வேலை நடக்கும்போதே ஊடுமாடுமாய் வந்திருக்கிறாள். அவளும் ஏதோ ஒரு இடத்தில் கலியாணம் நடந்து, கட்டியவனைக் கழித்துவிட்ட பெண்ணாகத்தான் குமாருக்கு அறிமுகம் ஆணாள். அவளது நறுவிசான வேலையும் பேச்சும், குணமும் கொஞ்சம் கொஞ்சமாய் நெருங்க வைத்தன. வெளி வேலைகளுக்கும் கூச்சமில்லாமல்

வந்தாள். ஒருவாரம் பத்துநாள் தங்கல் வேலையில் அவனது முதல் மனைவியின் நினைவை கிட்டத்தட்ட மறந்துபோகும் முகமாக பூங்கொடியின் அக்கறையும் ஈடுபாடும் இருந்தன.

ரெண்டு பேருக்குமான போக்குவரத்து, வரவு செலவு ஊருக்குகே தெரிந்தபோதும் எவருக்கும் அட்டியில்லை. புதுசு புதுசாக வேலைக்கு வந்து போகும் பெண்களையும் இருவரும் பொருட்படுத்துவது இல்லை. குமாரே பூங்கொடியோடான சல்லாபக் கணத்தில் தனது லீலைகளுள் ஒன்றாக பெருமையோடு சொல்வதை வழக்கமாக்கிக் கொண்டான். 'ஆயிரம் பேரோடு விழுந்து எந்திரிச்சாலும் பூங்கொடிக்குன்னு தனி எடம் என்னிக்கும் உண்டு, இது சத்தியம் பூங்கொடி.' அப்படித்தான் குமார், பூங்கொடியை மனசில் மட்டுமல்லாது நிஜத்திலும் நடத்தி வந்தான். ஆனால் யார் வச்ச வெடியோ, தன் மனசுக்குள் பெரிய நினைப்பை பெருக்கி வைத்திருக்கிறாள் பூங்கொடி. தொப்புள் வரைக்கும் தொங்கத் தொங்க தாலிகட்டி, அய்யாம்மா வீட்டில் குச்சுக் கட்டி வாழ நினைக்கிறாள். மறுதாலி வாங்கனவளுக்கு இப்படியான நெனப்பு வரலாமா? வரட்டும் அது, தானா அமையணும். கண்டிசன் போட்டு ஜெயிக்க நியென்ன ஜில்லா கலெக்டரா? அய்யாம்மா சொன்னாப்ல, அவ ஆத்தா அப்பனுக்கு அய்யாம்மா பொழப்பக் குடுத்தான்னா, அந்தக் கணக்கு வேற, நீ வாழாக்குடி ஒனக்கு குமாரு ஆதரவு தந்தான்னு பெருமப்படுறத விட்டு, பல்லக் குத்தி மோந்து பாக்கலாமா? பாரு, ஆருக்கு நட்டம்? ஆருக்கு வீசுது இப்போ! நீ ஆருன்னே தெரியாதுங்கறேன், என்னா ருசு வச்சிருக்க? கேவலப்பட்டதுதான மிச்சம். இதுமட்டுமில்ல, இன்னம் என்னென்ன மாதரி சீப்பட்டுச் சீரழியப் போறேன்னு பாரு' மனசுக்குள் அத்தனை வன்மம் வழியச் சிரித்தான் குமார்.

அவனது அந்தக் கொக்கரிப்பு பூங்கொடியின் உடம்பெங்கும் தாக்கி எதிரொலித்தது. அவனைப் பழகிய இந்த நாலு வருசத்தில் எத்தனைவிதமான குமாரைப் பார்த்திருக்கிறாள். எதோ ஒரு படத்தில் கமலகாசன் பத்து வேசத்தில் வருவாரே அதுக்கும் மேலான இவனது நடிப்பைப் பார்த்தவள் பூங்கொடி. புதுசா பெருசா வார வேலையப் பாத்து மலச்சு யோசிச்சு நின்னவனத் தட்டேத்தி செய்ய வச்சதுல இருந்து, செஞ்ச வேலைல சின்ன கெடுமேடு ஆகி எஞ்சினியர்கிட்ட

கைகட்டி நிக்கிறப்ப, விடு மாப்ள பெருத்த வேலையில இதல்லா சகஜமப்பா, என கட்டிப்பிடி வைத்தியம் கொடுத்து கரையேத்தினதிலிருந்து, எவளாச்சும் ஒரு கிருச கெட்ட சிறுக்கி 'ஒன்னால நாள் தள்ளிப் போச்சுன்னு' மல்லுக்கு நின்னவளையும், பயங்காட்டியோ, பணங்குடுத்தோ பிரிச்சு, காப்பாத்தி, 'இத்தோட அடுத்தவ பக்கம் சாயறத விட்றணும் என எச்சரித்து தைரியம் குடுத்த, எனக்கே ஓவ் வேலையக் காட்ட நெனச்சா! அது முடியுமா? நா இல்லாம ஒன்னால இந்த தொழில்ல நிக்க முடியாது - நெலைக்க முடியாது' எனும் சவாலோடு ஸ்டேசனில் மல்லுக்கு நின்றாள்.

கட்சிக்காரர்கள் இன்ஸ்பெக்டரம்மாவிடம் குமாரை தனியாக நிறுத்தி விசாரிக்கச் சொன்னார்கள். அல்லது வழக்குப் பதிந்து லாக்கப்பில் போட்டால் அவன், தானாக உண்மையைச் சொல்லிவிடுவான் என்றும் எடுத்துரைத்தனர். நேரம் செல்லச் செல்ல இந்தப் பிரச்னையில் சிபாரிசோ, பணமோ விளையாடுவதாகவும். கூச்சலிட்டனர். மீண்டும் தங்களை வீதியில் இறங்கிப் போராடும் நிலைக்குத் தள்ளி விடுவதாகவும் இன்ஸ்பெக்ட்டரைக் குற்றம் சாட்டலாயினர்.

இன்ஸ்பெக்டர் கோபத்தின் உச்சத்துக்குப் போனார். சாதியாட்கள் உள்ளிட்ட அத்தனை நபர்கள் மீதும் வழக்குப் பதிவு செய்யப்போவதாக மிரட்டலானார். குமாரை கற்பழிப்பு வழக்கில் சேர்க்கப் போவதாக அய்யாம்மாளை அழைத்துச் சொன்னார். மகனுக்கு தரக்கூடிய அத்தனை தண்டனைகளையும் தனக்குத் தரவேண்டுமெனக் கேட்டு காலில் விழுந்தாள். புதுமணத் தம்பதிகளைப் பிரித்து வைக்க வேண்டாமென மன்றாடினாள்.

"நாளைக்கு வாழப்போற மருமக மேல வக்கிற அக்கறை சரிமா. அதுல கொஞ்சமாச்சும் பக்கத்தில இருக்க, நேத்துவரைக்கும் ஒம்மகனோட காலடிய சுத்தித் திரிஞ்ச இந்தப் பூங்கொடி மேல வக்கெ மாட்டியா? நிய்யும் ஒரு பொம்பளதான?" விசாரணையில் நின்ற ஒரு போலீஸ்காரம்மா எதோ ஒரு உணர்ச்சிவசத்தில் அய்யாம்மாளைப் பார்த்துக் கேட்டுவிட்டார். உடனடியாக இன்ஸ்பெக்டரிடம் கண்களால் தன் வருத்தத்தையும் பதிவு செய்துகொண்டார். அவ்வளவுதான், மிதிபட்ட நாய் வாலாய் தலை உயர்த்திய அய்யாம்மாள், "எவளச்

சொல்றீக? இவளா, காலச் சுத்துனவளா? ஏம்மா, ஊர்ல கேளுங்கம்மா இவ எத்தனவேர் காலச் சுத்திக்கிருந்தான்னு. தாலிகட்டி சீந்தாம வெரட்டுப் பெத்து வந்தவ, தாலி கட்டாம ஆராருகூட அலஞ்சாளோ நீங்க வாட்டுக்கு வாய்க்குப் பத்தாம எதியும் பேசி வெக்காதீங்க. அவளுக்கும் எம்மகனுக்கும் எந்த அக்குமில்ல தொக்குமில்ல. இருந்தாத்தே இம்புட்டு நேரத்துக்கு பேசாமயா இருப்பியான். நாங்க இவள ஒருநா ஒருபொழுதும் கண்ணுல ஏறிட்டும் பாத்தது கெடையாது" ஆணித்தரமாகச் சொன்னாள். தலைக்கு மேலே சுழன்ற மின்விசிறி கரகரவென தனது இரைச்சலை சற்றும் குறைக்காமல் ஓசையிட்ட வண்ணமிருந்தது.

பூலாண்டியும் முத்துப்பேச்சியும் மீண்டும் முன்னால் வந்தனர். அவர்களோடு கட்சித்துக்காரர்களும் வெகுண்டெழுந்தனர். இதை உடனடியாக வழக்குப் பதிவு செய்து கோர்ட்டில் கூறாய்வு வழியாக விசாரிக்க வேண்டும் என்றனர். முத்துப்பேச்சி மண்ணைவாரித் தூற்றினாள்.

இன்ஸ்பெக்டர் ஒருவழியாக வழக்குப் பதிவுசெய்து கோர்ட்டுக்கு அனுப்பி சட்டரீதியில் தீர்ப்பு சொல்ல வழி செய்யலாம் என்றார். அந்த சமயம்தான் பூங்கொடி தான் புகாரை திரும்பப் பெற்றுக்கொள்வதாக கையெடுத்துக் கும்பிட்டாள். "அடிச்சு வாங்கிக் குடுக்கற எதுவும் நெலைக்காதுங்கம்மா, என்னிக்கி என்னைய அவகளுக்கு ஆவகம் வருதோ தேடிவந்து சொல்லட்டும் நா ஏத்துக்கறேன். விட்ருங்க பாவம் வீட்டுக்குப் போவட்டும்" என்றாள்.

"மன்னிச்சுங்கங்க தோழர். உங்கள நா ரெம்பவும் செரமப்படுத் திட்டேன். வேணாம் தோழர், கொஞ்சமும் மனசாட்சியே இல்லாம, கூச்ச நாச்சமில்லாம ஆத்தாளும் மகனும் அப்படிப் பேசறாங்க. ஆனா, அவங்க உள்மனசுக்குத் தெரியும். பொய் பொய்யாச் சொல்றோம்னு. வீம்பு பண்றவங்கள அடிச்சு மடக்கி அதுக்கப்பறம் ஒண்ணுசேந்து என்னாகப் போகுது. வேணாம் போதும். அவெங்கூட கொஞ்சூண்டு நாள்தானாலும் ஆனமட்டும் சந்தோசமா வாழ்ந்துட்டேன். இனிமே, எவ்வகுத்துல வளர்ற பிள்ளைக்கு அவந்தே தகப்பன்னு அவெ வாயாலதா சொல்லல. மனசுக்குள்ள ஓடுற ஓட்டத்த அழிக்க முடியாதுல்ல அவ்ளோ தான். அது அவெங்கள நிம்மதியா ஒறங்க விடாது. உண்மை

என்னைக்கும் சாகாதுன்னு சொன்னீங்க. அது சத்தியமா இருந்தா நானும் ஒருநாள் ஜெயிபபேன்." அழுத்தமான குரலில் பிசகில்லாமல் பேசினாள் பூங்கொடி.

"பேய் கீயி பிடிச்சுக்கிடுச்சா ஒனக்கு? இத்தன எடத்துல தடங்கல் வச்சும், எம்புட்டுத் தந்திரமா மகனுக்கு கலியாணத்த முடிச்சு குடும்பமாக்கிட்டா அந்த அய்யாம்மா, ஏற்ர எடத்துல ஏறி, எறங்குற எடத்துல எறங்கி, பம்முற எடத்துல பம்மி... பெரிய வித்தக்காரிங்கறதக் காமிச்சிட்டால்ல. நிய்யும் நானும் சூறக் காத்துல சிக்குன நாயா, சிக்கிச் சின்னாபின்னமாகி சீரழிஞ்சதுதே மிச்சம்." முத்துப்பேச்சிக்கு பூங்கொடியின் மேல் அளவில்லாத கோபமும் வெறுப்பும் பொங்கி வந்தது. அய்யாம்மாவிடம் தோற்றுப்போன விசயம் பெரிசாகத் தெரியவில்லை. ஊரெல்லாம் குமாரிடம் பூங்கொடி ஏமாந்து போன சேதி கிணிமுட்டி அடிக்காமலேயே பரவிவிட்டது. வீதியில் தலைநிமித்தி நடக்க வழியத்துப் போச்சே... வேலைக்கு கூப்புடுறவுக பலவும் யோசிப்பாகளே!

"பூங்கொடி, நீ பேசற பாய்ண்டு சரியானதுதான். ஆனா, ஒங்க தாயார் சொன்னதக் கேட்டியா, இத்தன பக்கம் நாம செக்கு வச்சும் அத்தனையும் தாண்டி நெனெச்சத சாதிச்சிட்டவங்கள நாம சாதாரணமா விடக்கூடாது. எல்லாமே ஆறட்டும், அவசரம் வேணாம். ஆனா இதுக்கு இறுதித் தீர்வு, சட்டரீதியான வழிமுறைதான்" இளையவர் கிளம்பும் தோரணையில் இருக்கையிலிருந்து எழுந்தார்.

"ஆமாங்கய்யா, பொண்ணுன்னா பேயிகூட எறங்கும் பாங்க, ஆனா கடேசி வரைக்கும் அய்யாம்மாவோ அந்தக் கொரங்கனோ மசியல பாத்தேங்கள்ல. நிச்சயமா இவங்கள இன்னைக்கி மாதிரி அலறி கெறங்கவச்சு, இந்தப் பிள்ளைய கூப்புட்டு வச்சு குடும்பம் நடத்தி வெக்காம விடக்கூடாதுங்க. நா என்னா செய்யணுன்னு சொல்லுங்க செய்றே" பூலாண்டியும் கட்சிக்காரர்களது மனநிலைமைக்கு ஒப்ப பேச்சுக் கொடுத்தார். தாம் பெத்த பிள்ளைக்கு தோள் கொடுத்துச் சுமக்க வருகிறேன் என்பவர்களை ஒதுக்குவது முட்டாள்தனமான செய்கை என்பதை உணர்ந்தவராய்ச் சொன்னார்.

"அய்யா, நீ என்னாய்யா இப்பிடிப் பேசற, ஒன்னயும் அம்மாவையும் அவங்க சேத்து வச்சாகன்னா ஒங்க

ரெண்டுவேத்துக்கும் அம்புட்டுப் பிரியம் இருந்துச்சு. ஒருத்தரு மேல ஒருத்தர் உசுராக் கெடந்தீங்க. இவெ, நெஞ்சில ஈரமே இல்லாம கண்ணுல பாக்கவே இல்லேன்னு சொல்றான்னா, மாலக்கண்ணு வந்து பார்வ மங்கிப்போன பயல நா எதுக்கு ஏத்துக்கணும்? அவனே வந்து நின்னாலும் போடா பொக்கேன்னு மூஞ்சில எச்சக்காரித் துப்பீருவேனாக்கும். நீங்க ரெண்டுவேரும் எதுக்கு வெட்டியாப் பொலம்பிக்கிருக்கீக." பூங்கொடி அம்மாவிடம் போய் நின்றாள்.

"ஏம்மா, பொட்டப் பிள்ளய ஊரு நாலும் பேசி ஏசுமேன்னு வகுத்துல தீயக்கட்டிக் கொதிக்கிறவகள அசால்ட்டாப் பேசற" இளையவர் வெடுக்கெனச் சொன்னார்.

"இல்லத் தோழா, பூங்கொடி சொல்றத அப்பிடி எடுக்கக் கூடாது. ஆம்பள எதுக்கு எனக்கு சர்ட்டிபிகேட் தரணும், நான் தரேன் அவனுக்கு சர்ட்டிபிகேட் அப்பிடிங்குது." இன்னொரு தோழர் பூங்கொடி பக்கம் சாய்ந்து பேசினார்.

"இதெல்லா நடக்குற காரியமாங்யா?"

"என்னால முடியும் தோழர்'' ஊன்றிச் சொன்னாள் பூங்கொடி. "ஏம் பிள்ளைக்கி தகப்பெ நாந்தேன்னு குமாரு சொல்லி வந்தாலும் அவன நான் புருசனா இனிமேல் ஏத்துக்க மாட்டேன்"

"ஒன்னால குடும்பமே கேவலப்பட்டு நிக்கிது. இதுக்குமேல மூஞ்சிய நிமித்திக்கிட்டு வீதி வழி நடக்க ஒப்புமா. எந்தச் சம்சாரிகிட்டயாச்சும் போய் நின்னு வேலன்னு கேக்க வகையிருக்கா? எல்லாமும் போச்சு. இனிமே இந்த ஊர்ல நமக்கு என்னா சோலி, அதனால நானும் ஒங்கம்மாவும் சொந்த ஊருக்கே போகனுங்கற முடிவுல இருக்கம். நீ என்னான்னா இன்னமுஞ் சம்ப்ராயம் போட்டுத் திரியிற" பூலாண்டி மகளின் விபரீத போக்கைத் தடுக்கவியலாமல் புலம்பினான்.

"நீங்க போனும்னாப் போங்க, நா ஒன்னும் ஒங்கள எங்கூட இருக்கச் சொல்லலியே"

"நாங்க இல்லாமலேயே நீ இருந்துடுவியா? துளுத்துப் போச்சுடீ ஒனக்கு."

அடிக்க ஓங்கிய முத்துப்பேச்சியின் கைகளை ஏந்திப் பிடித்த பூங்கொடி, "நாம என்னா தப்புச் செஞ்சம்? யார்

வீட்டுலயும் கன்னக்கோல் போட்டுக் களவாண்டமா, இல்ல, யாருக்கும் தரேன்னு சொல்லி தராம ஏமாத்துனமா? அடிபட்டது மிதிபட்டது எல்லாமே நிய்யும் நானுந்தானம்மா இது ஒலகத்துக்கும் தெரியும்ல. பின்ன எதுக்கு கலங்கற! ஓம்பாட்டுக்கு எப்பயும்போல நடந்துபோம்மா ஊருக்குள்ளயும் நல்லவங்க நாலுசனம் இருக்காமலயா போவாங்க" முதுகிழவியின் வார்த்தைகளாய் அவள் வாயிலிருந்து வெளிப்பட்டன.

பூங்கொடியின் வார்த்தைகளை ஆமோதித்த தோழர்கள் தற்சமயம் ஊரை விட்டுக் கிளம்பும் யோசனையை கைவிடுமாறு புத்தி சொல்லிச் சென்றனர்.

பாகம்
2

1

கிணற்றுக்குள்ளிருந்து தலையைச் சிலுப்பியபடி நீருக்கு மேலே எழும்பி வந்தாள் பூங்கொடி. முகத்தில் வழிந்த நீரை வலதுகையால் வழித்தாள். வாய்க்குள் புகுந்த நீரை நீரூற்றுப் போல கிணற்றின் விளிம்புக்கு பீச்சியடித்தாள். காலைச் சூரியக்கதிர் அவள் முகத்தில் பட்டு அம்மன் சிலைக்கு நெய்யாபிசேகம் செய்த மாதிரி நீர்த்தாரையில் மின்னினாள்.

கண்களைக் கூசச் செய்த வெயிலிலிருந்து விலகி, மீண்டும் நீருக்குள் மூழ்கியவள், தண்ணீர்ப் பாம்பாய்த் தலை உயர்த்தியபடி கிணற்றுக்குள் சுற்றி வந்தாள். மகள் ஆமீனா சொல்வதுபோல நீச்சலடிக்க நைட்டி இடைஞ்சலாகத்தான் இருந்தது. இஷ்டத்துக்கு நீந்த முடியவில்லை. அதற்காக ஆமீனா மாதிரி டவுசரெல்லாம் உடுத்தி கிணற்றில் இறங்க முடியாது. கடேசியாக உள்நீச்சலில் மேலும் கீழுமாய் போய்வந்து படியேறி, நைட்டியின் நீரை வடித்துப் பிழிந்து, துவட்டியவள். மார்புக்குக் குறுக்காக துண்டைக் கட்டிக்கொண்டு நைட்டியை மாற்றினாள். இறுதியாக தலையின் ஈரத்தை உறிஞ்சுமாறு, துண்டை தலையில் வேடுகட்டிக் கொண்டு மேலே வந்தாள்.

தோட்டத்தின் வேலியில் துவைத்துக் காயப்போட்டிருந்த துணிகளை மடித்து வாளிக்குள் திணித்து வைத்தவள், அதன் மேலாக வேலியில் பறித்த பாகற்காயை பொட்டலமாகக் கட்டி வைத்தாள். அவ்வப்போது பிடுங்காவிட்டால் வழிப்போக்கர்கள் முந்திவிடுவார்கள் இந்த சிறிய அளவிலான குருவித்தலை பாகற்காய்க்கு ஊருக்குள் கிராக்கி அதிகம். பொடிசாக அரிந்து எண்ணெய்க் காயாக வதக்கி மிளகுப்பொடி தூக்கலாகப் போட்டு சமைத்தால் எஞ்சினியருக்கு ரெம்பப் பிடிக்கும். “சுகருக்கு நல்லதுமா” என்றபடி சட்டியைக் காலி செய்து விடுவார்.

சிக்கந்தர் சேட் எஞ்சினியரிடம் பூங்கொடி வந்து சேர்ந்த போது அவர் தேனி மேலப்பேட்டைத் தெருவில் அலுவலகம் போட்டிருந்தார். சாதியாட்களால் தனித்து விடப்பட்டதும் அம்மாவும் அய்யாவும் சுருளிப்பட்டிக்குப் போய்விட, தோழர்களது சிபாரிசில் மூன்று மாத கர்ப்பத்துடனேயே பூங்கொடி எஞ்சினியரிடம் வேலைக்கு வந்து சேர்ந்தாள். சிக்கந்தர் சேட்டு பூப்பாறையில் கான்ட்ராக்ட் எடுத்து வேலைகள் செய்து வந்தார் அங்கேயே வீடு, மனைவி மக்கள் எல்லாம் உள்ளனர்.. நண்பர் ஒருத்தருக்காக தேனி - சிப்காட்டில் வேலை செய்ய வேண்டும் என்றதும் பாலக்காட்டில் இருந்த தனது ஒன்னுவிட்ட தம்பியான அன்சாரி எனும் சைட் எஞ்னியரை துணைக்கு அழைத்துக் கொண்டு தேனிக்கு வந்தார், ஒரு வருடத்துக்கும் மேலாக தங்கியிருந்து சிப்காட் வேலையை முடித்துக் கொடுத்தார். அதில் சம்பாதித்த நற்பெயரால் தொடர்ந்து வேலைகள் ஒன்றுதொட்டு ஒன்றாக தேனிக்குள் அமைந்தன. அதன் பலனாக தேனியில் அன்சாரியை மையமிட்டு அலுவலகம் போடவேண்டியதாகியது.

தோழர்கள் அழைத்து வந்த பூங்கொடியிடம் சிக்கந்தர் சேட் நேரடியாய்ப் பேசினார். அவளது வெள்ளந்தியான பேச்சும் துருதுருவென்ற நடவடிக்கையும் அவரை ஈர்த்தது, உதவியாளர்களிடம் சொல்லி, அவளை அருகில் உள்ள சைட்டுக்கு அழைத்துப் போய் சுற்றிக் காண்பிக்கச் சொன்னார். சுற்றிப் பார்க்கப் போனவள், உடன் வந்தவர்களையும் இணைத்து அங்கே இருந்த வேலையை பம்பரமாகச் செய்து முடித்துவிட்டாள் சைட் எஞ்சினியராக

மேற்பார்வை பார்க்க வந்தவர்களில் அன்சாரியும் இருந்தான். அசுரத்தனமான பூங்கொடியின் வேலை கண்டு அரண்டுபோய் சிக்கந்தர் சேட்டிடம் கதைகதையாய்ச் சொன்னதும் அன்சாரிதான். அன்றைக்கே அவளை சைட் எஞ்சினியர்களுக்கு உதவியாக தேவைப்படுகிற இடங்களுக்குப் போய்வர வேண்டும் என வேலை தந்தார். அன்சாரியின் எஞ்சினியர் ஐடியாவும் பூங்கொடியின் மம்பட்டி வேலையும் ரெட்டை மாட்டு வண்டிச் சவாரியாக ஒத்துப் போனது. அவளது சைக்கிளைப் பிடுங்கி டிவிஎஸ் எக்ஸெல் வாங்கித் தந்த அன்சாரி, பூங்கொடிக்கு சித்தாள், கொத்தனார்க்கான தினக்கூலியிலிருந்து சைட் எஞ்சினியர்களுக்கான மாதச் சம்பளம்போடச் சொல்லி எஞ்சினியருக்கு சிபாரிசும் செய்தார்.

இதில் அன்சாரிக்கு வெளிநாடு போய் சம்பாதிக்க வேண்டும் எனும் ஆவல் சிறு வயசிலிருந்தே வளர்ந்திருந்தது. ஊரிலுள்ள் தனது சொந்தக்காரர்களில் சிலபேர் வெளிநாடு போய் சம்பாத்தியம் செய்து வந்ததும் அவனது கனவுக்கு தூபமிட்டது. அதனாலேயே அம்மா மல்லிகா பீபி ஏற்பாடு செய்த கலியாண ஏற்பாடுகளை தவிர்த்து வந்தார். கலியாணம் முடித்தால் மனைவியை அழைத்துக் கொண்டு வெளிநாடு போகமுடியாது. அவள் தனியே வருஷக் கணக்கில் இந்தியாவில் காத்திருக்க வேண்டும், அதோடு தனது தாயரையும் பராமரிக்கும் பெண்ணாக அமைய வேண்டும். இதற்கெல்லாம் சரிக்கொடுக்கிற பெண்ணைத் தேடினார். குறிப்பாக அம்மாவை ஒத்தையில் விட்டுப்போக மனமில்லாமல் பல வெளிநாட்டு வேலைகள் வந்து மோதியும் அம்மாவுக்காகத் தள்ளிப்போட்டுக் கொண்டே வந்தார்.

தேனிக்கு வந்து பூங்கொடியைப் பார்த்ததும் அவளோடு பழகிய கொஞ்ச நாளில் இவளுக்காகத்தான் இத்தனை காலம் காத்திருந்தோமோ என்ற எண்ணம் மேலிட்டது. அவள் ஏற்கெனவே மணமானவள் என்பதும் குழந்தைக்கு தாயாகப் போகிறவள் என்பதையும், ஜமாத்தில் ஏற்றுக் கொள்வார்களா என்ற கேள்விக்கெல்லாம் தன்னிடம் பதிலில்லை என்பதோடு அனேகமாக இந்தப் பெண்ணே தான் எதிர்பார்க்கும் வாழ்க்கைக்குச் சரிப்பட்டு வருவாள் எனத் தோன்றியது. எஞ்சினியர் சிக்கந்தர் சேட்டிடம் பேசினார்.

அப்போது பூங்கொடி குழந்தைப் பேறுக்காக சுருளிப்பட்டி போயிருந்தாள். புருசனில்லாத ஒரு பெண்ணை வேலைக்கு வைப்பதில் உள்ள இடஞ்சல்கள் சிக்கந்தர் சேட்டுக்கும் இருந்தது. இந்த நேரத்தில் அன்சாரியின் முடிவு அவருக்கு ஆனந்தம் அளித்தது. ஜமாத்தாரைக் காட்டிலும் அன்சாரியின் தாயார் மல்லிகா பீபியின் சம்மதம் முக்கியம் என்றார். அம்மாவிடம் பேசிவிட்டதாக அன்சாரி கொடுத்த உறுதியின் பேரில் உடனடியாக சுருளிப்பட்டி போய் முத்துப் பேச்சியையும் பூலாண்டியையும் சந்தித்தார். கூடவே தோழர்களையும் அழைத்துப் போனது உதவியாக இருந்தது. பூங்கொடியின் பெற்றோருக்கு பெரிய மனுசன் இத்தனை தூரம் வந்து மெனக்கிடுவதை தவிர்க்க முடியவில்லை. அதோடு வாழாக்குடி பட்டமும் ஒழியும் என்ற தவிப்பும் இருந்தது பூங்கொடி மட்டும் நிறைய யோசித்தாள்.

முதலில் அம்மா அப்பாவின் கண்ணீருக்கு அவள் கரையவில்லை. தோழர்கள் அவளது சவாலை நினைவு படுத்தினர், "மேற்படி ஆள்களுக்கு எந்த வகையிலும் நீ குறைந்தவள் இல்லை என்று நிருபிக்க வேற வழியில்லை பூங்கொடி. இது நல்ல வாய்ப்பு. உன்னை முழுசா புரிஞ்சுக்கிட்ட குடும்பம்.. கண் நிறைந்த புருசனோடு வாழும்போதுதான் உனக்கும் வாழ்க்கையில் பிடிமானம் வரும். கையில் பிள்ளைய வச்சிருக்க அது வளந்து வரும் நாளையி ல்தான் ஒரு அப்பனில்லாத பிள்ளை என்ற குறையில்லாம உன் பிள்ளை வளரவேணும் அதுதான் அந்தப் பிள்ளையின் எதிர்காலத்துக்கும் நல்லது" என்று பேசி சம்மதிக்க வைத்தனர்.

அன்சாரியின் வீட்டில் மல்லிகா பீபிக்கு பெரிய அபிப்ராயங்கள் இல்லை. மகன் கலியாணத்துக்கு ஒத்துக் கொண்டதில் சந்தோசம். அதோடு பூங்கொடியைப் பார்த்ததும் அவளது மிடுக்கும் குழைவும் பேச்சின் தொனியும் கவர்ந்துவிட்டது. மறுப்பேதும் சொல்லாமல் ஒத்துக்கொண்டார். அத்துடன் பூங்கொடி பெற்ற பெண் குழந்தையைப் பார்த்தவுடன் தூக்கி மார்பில் அணைத்தவர் 'ஆமீனா பீபி' என முத்திட்டுக் கொஞ்சினார். ஒன்னரை மாதக் குழந்தைக்கு என்ன பெயர் வைப்பதென அதுவரை திணறிக்கொண்டிருந்த பிரச்னையும் அப்போது தீர்ந்தது.

உடனே பூங்கொடி 'பிள்ளைக்கு என்னவேணா பேர் வச்சுக்கங்க, ஆனா என்னிய பேர் மாத்தச் சொல்லி வேற அது செய்யி இது செய்யின்னு என்னைய மாறுன்னு தொந்தரவு செய்யக்கூடாது. எனக்கு என்னிஷ்டப்படி இருக்கத்தாம் பிடிக்கும். அதுக்கு மட்டும் ஒத்துக்கணும்" என தனது கண்டிசனைச் சொன்னாள்.

சிக்கந்தர் சேட் இந்த இடத்தில் குறுக்கிட்டு அவளுக்கு முழு உத்தரவாதம் தந்தார். "பூங்கொடி ஒன்னக்காட்டிலும் அன்சாரி ரெம்ப முற்போக்கானவெ, யார் எடத்திலயும் கிராஸ் பண்ண மாட்டான். சொல்லப்போனா ஒன்ன மாதிரி பொண்ணத்தா முடிக்கணும்னு ரெம்ப நாளா தேடிக்கிட்டுருந்தான்" என்றார். அன்சாரியும் அதை ஆமோதித்தார். கலியாணம் முடித்த இரண்டாம் மாதம் சொல்லி வச்ச மாதிரி வெளிநாட்டுக்கு வாய்ப்பு வந்தது. முதலில் மூன்று வருட ஒப்பந்தத்துக்கு விமானம் ஏறினார். அப்புறம் இன்னுமொரு ஒப்பந்தம் போட்டார் அப்புறமும் ஆசை தீரவில்லை "கொஞ்ச காலம் மட்டும்" என பூங்கொடியிடம் சொன்னார்.

மாதா மாதம் பூங்கொடியின் பேருக்கே பணம் அனுப்பினார். அவள் சீட்டுப் போட்டு பணத்தைப் பெருக்கினாள். இரண்டு வருசத்தில் ஏதாவது நிலம் வாங்கிப்போடலாமா என இருவரும் யோசித்தார்கள் அன்சாரிக்கு தோப்பு வாங்கிட ரெம்பவே பிரியம். பூங்கொடிக்கு சொந்த வீட்டின் மேல் ஆசை. வாய்ப்பிருக்கிறதா என விசாரித்து கடைசியில் ஊருக்கு கொஞ்சம் வெளியே குத்தகைக்கு வீட்டோடு வந்த நிலத்தை வாங்கினார்கள். அங்கே இருந்த சிறிய வீட்டில் மாமியாரோடு பூங்கொடி குடியேறினாள்.

காலையில் ஆமீனாவை பள்ளியில் விட்டுவிட்டு அதே வண்டியில் சைட்டுக்குப் போய்விடுவாள் பூங்கொடி. மாலையில் ஆமீனா தானாக பிள்ளைகளுடன் சேர்ந்து வீட்டுக்கு வந்துவிடுவாள். இந்த வருசம் அஞ்சு முடித்து விடுவாள். அடுத்து ஆறாம் வகுப்பு சேர்க்க வந்துவிடுவதாக அன்சாரி சொல்லியிருந்தான். பத்து வயசென்றாலும் உருவத்திலும் செயலிலும் தன்னையொத்து இருப்பதில் கூடுதல் சந்தோசம் பூங்கொடிக்கு. பூலாண்டியும் முத்துப்பேச்சியும் அவ்வப்போது வந்து பேத்தியாளைக் கொஞ்சிவிட்டுப் போவார்கள்.

தலை துவட்டிய ஈரம் காய்வதற்காக துண்டைத் தலையில் போட்டுக்கொண்டு வாளியை ஒருகையிலும் நடையைத் தடுக்கும் நைட்டியை மற்றொரு கையிலும் பிடித்தபடி தோட்டத்து வரப்பில் நடந்தாள். இந்நேரத்துக்கே வெயில் சுளீரென உரைத்தது. அதுவும் குளித்த உடம்புக்கு வீரென இழுத்துப் பிடித்தது. இதுக்குத்தான் ஆறு மணிக்கு முன்னாலேயே துவைக்கும் வேலையை முடித்து விடுவாள். அந்நேரத்துக்கு மோட்டாரை ஓட்டி துவைக்கத் தொடங்கினாலும் குளிக்க ஆண்கள் வந்துவிடுகிறார்கள். சமயத்தில் சில பெண்களும் தம் வீட்டுத் துணிகளை பொதி சுமந்து வந்துவிடுவார்கள். அவர்கள் அலசி முடிக்கும் மட்டும் மோட்டார் ஓடவேண்டும். பாத்தியில் தண்ணீர் கட்டி முடித்தாயிற்று என்றாலும் ‘சோப்புப் போட்டாச்சு. அலசுற வேலதான். ஒரு அஞ்சு நிமிசம்’ என நாலைந்து வாய்தா கேட்பார்கள். கரும்புக்கு அளவு தண்ணீர்தான். ஆனால் முறை வைத்து விடவேண்டும். இப்படியான கூடுதல் தண்ணீரை காய்கறிக்கோ அல்லது தருசு நிலத்துக்கோ பாய்ச்ச வேண்டியிருக்கும். இன்னிக்கி இத்தனை நேரமாகியும் யாரும் வராதது ஆச்சர்யமாய் இருந்தது. ஒருவேளை முனிசிபல் குழாயில் தண்ணீர் எடுத்து விட்டிருக்கலாம்.

பூங்கொடிக்கு வெறும் காலில் நடக்க வரப்பு நெகிழ்ந்து கொடுத்தது. மெதுக்மெதுக்கென கோரைப்புற்கள் வளைந்து அமுங்கின. பாதத்தில் அதன் ஈரம் படர்ந்து சூட்டைத் தணித்தன. காலை நேரமெனில் பனிநீர் அரும்பி நிற்கும் நடந்துபோகும் கால்களை மணிக்கட்டு வரைக்குமாவது நனைக்காமல் இருக்காது. காலைக்கழுவி விட்டது மாதிரி சொதசொதவென ஈரம் சொட்டும். இந்த அனுபவம் வேணும் என்பதற்காகவே செருப்பணியாமல் வருவாள். வேலைத் தளத்துக்கு மட்டும் செருப்பு போட்டுக்கொள்வாள். “வரப்புல பூச்சி பொட்டைக அடஞ்சு கெடக்கும். தெரியாம கால மிதிச்சா கடிச்சிப் போடும்ல! எதுக்கு வில்லங்கம்?” மல்லிகா மாமி அக்கறையுடன் கடிந்து கொள்வார்.

வரப்பில் சின்னஞ்சிறு தவளைக்குஞ்சுகள், நத்தைகள், பூரான்கள், செவிட்டு அரணைகள் ஊர்ந்துபோகக் கண்டிருக்கிறாள். இதுவரை பாம்புகளைக்கூடக் கண்டதில்லை. இரவில் என்றால் சரிதான் பகலில் பூங்கொடி செருப்புப் போட்டு நிலத்தை மிதிப்பது இல்லை.

சிலுசிலுத்த காற்று வீசி கரும்புச் சோகைகள் ஊடாக புறப்பட்டு வந்தது. வரப்பில் நடந்தவள் மீது செல்லங் கொஞ்சி பின் தொடரும் குழந்தையையாய் அவளது தோளிலும், கன்னங்களிலும் ஆலைக்கரும்பின் பசுஞ்சோகைகள் உரசிச் சாய்ந்தன. ஆளுயரம் வளர்ந்துவிட்டன. ஆலை நிர்வாகம் வந்து பார்த்து தேதி குறித்தால் அறுவடைதான். ஆலைக்கு வெட்டி விடுவதைக் காட்டிலும் பக்கத்திலேயே கொட்டகை போட்டு வெல்லம் காய்ச்சி விற்றால் நல்ல லாபம் உண்டு. ஆள் கட்டு தேவை. அறுப்புகூட அன்னன்னைக்கி அறுக்கலாம் என்றாலும் சாறு பிழிந்த சக்கைகளைக் காயவைத்து கடத்திவிடுவது தனி வேலை.

பூங்கொடியை விட்டால் பார்த்துவிடுவாள். எஞ்சினியரோ தான் எடுத்த வேலைகள் ரெம்ப பாதிக்கும் என்றார். அதனால் அன்சாரி அங்கே தனது ஒப்பந்தக் காலத்தை முடித்துவிட்டு வந்த பிறகு நமது ஒவ்வொரு ஆசைகளையும் செய்து மகிழலாம் என அணைபோட்டு வைத்தார்.

வீட்டில் ஆமீனா சத்து மாவை அடுப்பில் வைத்துக் கிண்டி கொழுக்கட்டையாகப் பிடித்துக் கொண்டிருந்தாள். சன்னல் வழியே பூங்கொடி முக்காடிட்டு நடந்து வருவது கண்டு சிரிப்பு வந்தது. “நானி, நானிம்மா இஞ்ச வந்து பாரேன் பூங்கொடியம்மா ஒன்ன மாரி முக்காடு போட்டு நடந்து வாரா” மாவுக் கையுடன் கொழுக்கட்டை பிடிக்கும் குண்டானைத் தூக்கியபடி வெராண்டாவுக்கு வந்தாள். கருப்பு நிறத்தில் பாவாடை சட்டையில் மஞ்சள் கோடுகள் வரைந்த உடுப்பை அணிந்திருந்தாள். தலையில் முக்காடிட்டு வெளுத்த வெள்ளை நிறச் சேலையில் பருத்த தன் உடலைச் சுற்றி, சுவரில் சாய்ந்தபடி கையில் பாசி மாலையை உருட்டிக் கொண்டிருந்தாள் மல்லிகா பீபி. ஆமீனாவின் குரல் கேட்டு கண்ணாடிக்குள்ளிருந்து தனது கண்களைத் திறந்து விழித்தவர், “அவோ என்னிக்கி எம் பேச்சக் கேக்கறா? வெள்ளாடாத அம்மீனா” மறுபடி கண்களை மூடிக்கொண்டு ஜெபம் உருட்டலானார்.

“அல்லாத்தான சித்த கண்ணத் தெறந்து பாரேன்” மல்லிகா பீபியின் அருகில் வந்தமர்ந்து அம்மாவைக் காண்பித்தாள்.

“அப்பிடி நல்லது நடந்தா அல்லாவோட கருணை

ஆமினா” சொல்லியபடி கண் திறக்க, பூங்கொடியும் வீட்டைச் சமீபித்திருநதாள்.

“என்னா, அப்பத்தாளும் பேத்தியும் கொள்ளக்கிச் சிரிப்பு சிரிச்சுக்கிருக்கீக?” வாளியிலிருந்த பாகறகாயை எடுத்து திண்ணையில் வைத்துவிட்டு துணிகளை எடுத்து உதறி கொடியில் காயப்போட்டாள்.

“நீ முக்காடு போட்டதப் பாத்து நானிம்மாக்கு பொறுக்க மாட்டாத சந்தோசம்” துணிக்கு மாட்ட கிளிப் டப்பாவை எடுத்து வந்து தரும்போது ஆமீனா வாய் நிறைந்த சிரிப்புடன் சொன்னாள்.

கிளிப்பை துணிகளில் மாட்டிவிட்டு, வெளியிலிருந்த தொட்டியிலிருந்து தண்ணீர் மொண்டு காலைக் கழுவி முகம் அலம்பியவள், தோளில் கிடந்த துண்டால் துடைத்துக் கொண்டாள். “எப்பிடியோ சந்தோசப்பட்டா சரித்தான். ஆனா, நா தலையில் துண்ட வெயில் மறப்புக்காகப் போட்டேன்றதையும் சொல்லிப்புடறேன். சாமி காரியத்துல பொய் சொல்லக்கூடாதுல்ல”

அன்சாரியைப் போலவே மல்லிகா மாமியும் தங்கள் சாமியை எதிர்ப்பது கிடையாது. ‘‘படச்சவனுக்கு உருவமில்லல்ல அப்பிடியானவன் யாரா இருந்தா என்னா, எந்தப் பேர் வச்சா என்னா? அல்லான்னாலும் வருவான் கடவுளேன்னு சொன்னாலும் கஷ்டத்தப் போக்கத்தாஞ் செய்வான்”

“எதோ ஒன்னு. அல்லா, ஒன் தலையில முக்காடு போட வச்சிட்டான்ல. அதுபோதும்” மறுபடி கண்களை முடி ஜபிக்கலானாள் மல்லிகா பீபி.

வீட்டுக்குள் வந்து தலையைச் சிக்கெடுத்து எண்ணெய் தேய்த்த பூங்கொடி, “என்னாடி வவுத்துப் புள்ளக்காரிக்குச் செஞ்ச மாதிரி சத்துமாவக் கலக்கி வச்சிருக்கவ? இது போதுமா!”

“ம்மா, ஒனக்கு பழைய சோறு இருக்கு. நீ சாப்பிட்டுக் கெளம்பு. ஆபீசுல ஒன்னிய வரச்சொன்னாங்க. எதோ சைட்டப் பாத்துட்டு ஆபீசுக்கு வருவியாம்?”

“ஆமா, போகணும். நீ எப்பிடி? தனியா போயிருவியா? ஸ்கூல்ல விட்டுட்டுப் போகவா!”

“எக்சாம்தான கொஞ்சம் லேட்டாகும், ஆட்டோவுல போய்க்கறேன்”

பூங்கொடி பழைய சோற்றை பிழியாமல் தண்ணீரோடு எடுத்து வைத்து மோர்விட்டு பச்சை மிளகாயைக் கீறி உப்பைத் தொட்டு சாப்பிட்டு முடித்தாள். மகள் ஆசைப்பட்டுச் செய்த கொழுக்கட்டையில் ரெண்டைப் பிய்த்து வாயில் அதக்கிக்கொண்டு வராண்டாவில் ஏற்றி நிறுத்தியிருந்த ஸ்கூட்டியை கீழிறக்கினாள். தலையில் ஹெல்மெட் அணிந்ததும் இருவருக்கும் பை சொல்லிவிட்டு வண்டியைக் கிளப்பினாள். கடந்த முறை ஊருக்கு வந்தபோது பூங்கொடியின் எக்ஸெல்லை ஸ்கூட்டியாக மாற்றிக் கொடுத்துவிட்டுப் போயிருந்தார் அன்சாரி.

“பொட்டப் பிள்ளைங்களுக்கு இதுதான் அம்சமா இருக்கும்”

“யேன்? பைக்கு வெய்ட்டா இருக்குன்னு ஆம்பளைங்களே இப்ப இதத்தான் ஓட்றாங்க” என்றாள் பூங்கொடி.

2

புது பஸ் ஸ்டாண்ட் அருகில் கலெக்டர் ஆபீஸ் போகும் வழியில். கடைகட்டும் வேலை நடந்துகொண்டிருந்தது. மூன்று கடைகள் எட்டுக்குப் பதினாறு அளவு. முதல் இரண்டு மாடிகளும் சேர்த்து ஒன்பது கடைகள். முதல் மாடி முடிந்து ரெண்டாம் மாடிக்கு பரத்தல் கான்கிரீட் போடுவதற்கு கம்பி கட்டும் வேலை ஓடிக்கொண்டிருந்தது. இன்று முடித்துக் கொடுத்தால் காலையில் கான்கிரீட்டைப் போட்டுவிடலாம். அதுக்கான சரக்குகளை இறக்கி வைக்கவும் வேண்டும்.

ஸ்கூட்டியை கட்டடத்தின் ஓரமாய் நிறுத்திப் பூட்டியவள், ஹெல்மெட்டை ஹேண்ட்பாரில் தொங்கவிட்டு, மாடிப்படி ஏறினாள். டீ நேரமாக இருந்தது. “வாங்கக்கா” டீ தம்ளரை ஏந்தியபடி சென்ட்ரிங் ஆட்கள் வரவேற்றனர். அவளுக்கொரு தம்ளர் டீ வந்தது. “முடிஞ்சிரும்மா, சொன்னபடி நாளைக்கி கான்கிரீட்டப் போட்றலாம்” சன்னாசி அறுதியிட்டுச் சொன்னார். ‘கம்பியெல்லா சரியாப் போச்சா?” கேட்டாள்.

“சரிக்கட்டியாச்சும்மா”

”ஏன் பத்தாக்கொறை ஆகிடுச்சா, சொல்லீருக்களாம்ல. எஞ்சீனியருக்கு எட்டுனா சத்தம் போடப்போறாரு”

“ச்சும்மா ஒன்னு ரெண்டு கம்பிகதா, பழசு பட்டைய வச்சு சரிக்கட்டிட்டோம். தெரியாது. எலெக்ட்ரீசியன்

வந்தாரு அவர்ட்டயும் சொல்லிட்டேன், அவரும் காலேல வந்து வயரிங் பைப் வச்சிடுவாரு. நீங்களும் ஒரு வார்த்தை ஆவுகப்படுத்தீடுங்க"

"எலெக்ட்ரீசியன் காலம்பற வாரதுக்குப் பதிலா இப்பவே வந்து வச்சிட்டா, காலைல ஒரே மூச்சா எங்க வேலையப் பாப்பம்ல" பூங்கொடி எலெக்ட்ரீசியனுக்கு போன் போடத் தயாரானாள்.

"வேணாம்மா, கைக்குள்ளயும் காலுக்குள்ளயும் வந்து கெடப்பாரு. நாங்க கீழ எறங்குனப்பறம் வந்தா நல்லது. என்னா நாலு பைப்புதான! காலம்பற வெள்ளென வந்தாலும் ஒரு மணி நேரத்துல நீங்க தயாராகங்குள்ள அவரு வேலைய முடிச்சிட மாட்டாரா?"

அப்படியே போனில் சொல்லி காலையில் நேரத்துக்கு வந்து பைப் வைக்கச் சொன்னாள்.

ஜல்லியும் மணலும் வந்து குவிந்திருந்தன. செட்டுக்குள் சிமென்ட் மூட்டையைக் கணக்கிட்டாள். போதாதென்றால் உடனே கொண்டுவந்திடலாமென சிமென்ட் கடைக்காரரும் உத்தரவாதம் அளித்த பின்னர் ஏணி வழியாக மேலே ஏறி பரத்தலை நோட்டமிட்டுவிட்டு கீழே வந்து முட்டுக்களையும் சரிபார்த்த பின்னே அங்கிருந்து கிளம்பினாள்.

பூங்கொடி வேலைக்குச் சேர்ந்த பிறகு ஐம்பது மூட்டை வரைக்கும் அவளே ஆள்வைத்து கான்கிரீட் போட்டுக் கொள்வாள். அவளுக்கென ஏற்கெனவே இருந்த கலவை மெசினோடு, ஐம்பதடிக்கு லிப்ட்டும் வாங்கிச் சேர்த்திருந்தார் எஞ்சினியர். அதற்கும் மேலான வேலை என்றால் வெளியிலிருந்து கங்காணிகள் பிடித்துக் கொள்வார்கள்.

அலுவலகம் வந்ததும் எஞ்சினியரிடம் அத்தனையையும் வரி பிசகாது ஒப்பித்தாள். அவளது ரிப்போர்ட்டைக் கேட்ட எஞ்சினியர், "ரைட் இப்போ ஒரு புது ப்ராஜக்ட் வந்திருக்கு பூங்கொடி" என்றார்.

"சரிங் சார். பெரிய வேலையா சார்?" அமைதியாகக் கேட்டாள் பூங்கொடி.

"ஆமா கோயில் வேலை. இதுவரைக்கும் நாம செய்யாத வேலை ஐ மீன் எடுக்காத ப்ராஜக்ட்"

“எடுத்துட்டீங்கள்ல சார் அசால்ட்டா முடிச்சிடலாம்” பூங்கொடி எப்போதும்போல உற்சாகக் குரல் கொடுத்தாள்.

‘இதில ப்யூட்டி என்னா தெரியுமா பூங்கொடி? ஓம் பேர்லயே கோயில் கட்றாங்க? பூங்கொடி நாச்சியார்னு” என வியந்து சொன்னார்.

“ம்? ஆமாங் சார், ஊருக்குள்ள நாச்சியார் கோயில் இருக்கில்ல சார். அதுதான் அதப் பெருசா எடுத்துக் கட்டப் போறதாப் பேசிக்கிட்டாங்க”

“ஆமாம்மா, அந்த ப்ராஜக்ட் நம்ம கிட்டதா வந்திருக்கு. கோயில்ங்கறதால நா வழக்கமான ஃபார்மாலிட்டியெல்லாம் பண்ணல. ஒத்துக்கிட்டேன். இப்ப இருக்கற ஆட்கள் காணாது. அதனால இன்னும் கொஞ்சம் நமக்கு ஆளுக வேணும். எப்பிடியும் ஒரு வருசம் ஓடும். பெரிய வேலைங்கறதால சின்சியாரிட்டியான ஆள்களப் பாக்கணும். வரச்சொல்லி இருக்கேன். உள்ளூர் ஆளுங்களா இருந்தா நல்லதுதான!”

“ஆமா சார் உள்ளூர்க்காரங்களப் போட்டா சொந்தக் கோயில் வேலன்னு நேர காலம் பாக்காம அக்கறையா நின்னு வேல பாப்பாங்க. ஒரு வருச வேலைங்கறப்ப ரெம்பவும் சந்தோசப்படுவாங்க” என்றாள்.

“சரி அவங்கள வரச்சொல்லுங்க” அறையில் இருந்தபடி உரக்கக் குரல் கொடுத்தவர். பூங்கொடியை உட்காரச் சொன்னார். “பரவால்ல சார்,” என்றபடி அவரை அடுத்து இருந்த ஒரு மேசைப்பக்கம் தள்ளி நின்றுகொண்டாள்.

சற்று நேரத்தில் அறைக் கதவைத் திறந்து கொண்டு ஒவ்வொரு கங்காணியாக வரத் தொடங்கினர். தன்னிடம் உள்ள மெசின் வகைகள், வேலையாட்கள் தாங்கள் வேலை முடித்த முக்கிய இடங்கள் ஆகியவற்றை சொல்லிக் கொண்டார்கள். சில பேர் பூங்கொடி ஒரு காலத்தில் தங்களுடன் வேலை பார்த்ததையும் சேர்த்து நினைவூட்டினர்.

நாலாவதாக குமார் வந்தான். அவனைக் கண்டதும் நோட்டை எடுப்பவளாய் மேசைக்குப் பின்னாலிருந்த நாற்காலியில் உட்கார்ந்தாள். அவன் உடம்பில் கொஞ்சம் மெலிவு தெரிந்தது. முழுநேர போதைக்காரனாக ஆகிவிட்டதாகக் கேள்வி. இங்கே சுத்தபத்தமாக உடையுடுத்தி நெற்றியில் தின்னீரெல்லாம் பூசி வந்திருந்தான்.

"சார், எம்பேரு குமாரு. நாங்க பரம்பரையா எங்க பாட்டா காலத்துலருந்து எங்க வகையறா பூராவும் கான்கிரிட் கங்காணிகதான். எங்களுக்கு வேற வேல் தெரியாது. எங்கம்மா அய்யாம்மா இதில பேர் போனவங்க. அல்லார்க்கும் தெரியும். இன்னிக்கி இங்க சிமெண்டுச் சட்டி செமந்து வேலபாக்குற எல்லா ஆம்பளையும் பொம்பளையும் எங்ககிட்ட இருந்து பழகுனவங்கதான். எத்தினி ஆளுக வேணும்னாலும் வேலைக்குக் கூப்புடலாம் சார்.. நாலஞ்சு கலவ மிசின் இருக்கு, நூறடிக்கு மேல் ஏணி லிப்ட்டு வச்சிருக்கேன். தூக்கு லிப்ட்டும் இருக்கு, ஓஸ் வழியா போடணும்னாலும் ரெடி பண்ணலாம் சார்.

வேலையும் கண்ணுமூடி முழிக்கங்குள்ள அத்தன ஜூட்டா நடக்கும். தரம்மாவும் இருக்கும் அதேசமயம் ஒங்களுக்கு நாலு காசு நிக்கிறாப்லயும் பொருள சிக்கனமா செலவு பண்ணிக் குடுப்போம் சார். ஊருக்குள்ள கேட்டுப்பாருங்க. எங்களப்பத்தி நானே பெருமயாச் சொல்லிக்கப்படாது" சொல்லிக்கொண்டே தனது விசிட்டிங் கார்டை எடுத்துக் கொர்டுத்தான்.

"நல்லாத்தான் பேசறீங்க!' எனச் சொன்னபடி காரடை வாங்கிப் படித்தார். "கொரங்காட்டிக் குமாரா?" நெற்றியில் கேள்வியைச் சுமந்துகொண்டு, பூங்கொடியைப் பார்த்தார். அவள் எந்த பிரதிபலிப்பும் இல்லாமல் கைகட்டியபடி உட்கார்ந்திருந்தாள்.

"ஆமா சார், அது பட்டப் பேரு, சொந்தப்பேரக் காட்டியும் பட்டப்பேரு சொன்னாத்தான் தெரியும்"

வித்தியாசமான பெயர் எஞ்சினியருக்கு சுவாரஸ்யமாக இருந்தது. முகத்தில் புன்முறுவலுடன், "கொரங்கு வெரட்டி குமார், பூங்கொடிக்குத் தெரியுமா?" குமாரிடம் கேட்டார்.

சட்டென ஒருகணம் தடுமாறிய குமார், பூங்கொடியைப் பார்த்தான். எதோ ஒரு நோட்டும் பேனாவுமாக கண்களைத் தாழ்த்தியபடி நாற்காலியில் சாய்மானம் போட்டு உட்கார்ந்திருந்தாள். முன்னைக்காட்டிலும் பாலீசாகத் தெரிந்தாள். துலக்க வீட்டுக் கஞ்சி இல்லியா! ரோஸ் கலரில் சுடிதார் உடுத்தி வெள்ளைக்கலரில் சாலைப் நெஞ்சு முழுக்கப் படரவிட்டிருந்தாள். காதில் சின்னதான

தங்கத்தோடும் கழுத்தில் டாலர் வைத்த சங்கிலியும் ஊஞ்சலாடியது. நெற்றியில் மச்சத்தைப்போல புள்ளி வச்ச மாதரி பொடீசான கருப்புக்கலர் பொட்டு. கையில் வாட்ச் வேறயா! கன்னங்கள் மொழுமொழுவென சதைப்பிடிப்பேறி இருந்தது. உதடுகளும் ஈரப்பசையுடன் தனித்துத் தெரிந்தது.

“அது கிட்டக்கயே கேளுங்க சார்” சொல்லிவிட்டு அவளைப் பார்க்கப் பிடிக்காதவனாய்த் முகத்தைத் திருப்பிக் கொண்டான்.

“ம்? கேக்கணும்ல! பூங்கொடி, இவங்கள உனக்குத் தெரியுமா?” விசாரணையை முடிக்கும் முகமாக எஞ்சினியர் இருக்கையை விட்டு எழுந்து நின்றார்.

பூங்கொடியும் அவரோடு எழுந்தவள், “தெரியாது சார். இவங்கள இதுக்கு முன்ன நான் பாத்ததே கிடையாது” என்றாள்.

“ஓகே சார், சைட்லருந்து போன் வருது பாத்துட்டு வீட்ல லஞ்ச் முடிச்சிட்டு வந்திர்ரேன்” எஞ்சினியரிடம் சொல்லிவிட்டு அலுவலக அறையை விட்டு வெளியில் வந்தாள். தனது ஸ்கூட்டியில் தொங்கிய ஹெல்மெட்டை எடுத்து தலையில் பொருத்திக்கொண்டு மிடுக்காக ஏறிக் கிளம்பினாள்.